ഗ്രീൻ ബുക്സ്

സാഹിത്യവും രാഷ്ട്രീയവും

സുകുമാർ അഴീക്കോട്

അധ്യാപകൻ, പ്രഭാഷകൻ, ലേഖകൻ, വിവർത്തകൻ.
1926 മെയ് 12ന് കണ്ണൂർ ജില്ലയിലെ അഴീക്കോടിൽ ജനനം.
സെന്റ് ആഗ്നസ് കോളേജിൽ മലയാളം പ്രൊഫസറായിരുന്ന
വിദ്വാൻ പനങ്കാവിൽ ദാമോദരൻ പിതാവ്.
കോളോരത്ത് തട്ടാരത്ത് മാധവിയമ്മ മാതാവ്.
ചിറയ്ക്കൽ രാജാസ് ഹൈസ്കൂളിൽനിന്ന് എസ്.എസ്.എൽ.സി.
കോട്ടയ്ക്കൽ ആയുർവേദ കോളേജിൽ ഒരു വർഷത്തോളം
വൈദ്യപഠനം. മദ്രാസ് യൂണിവേഴ്സിറ്റിയിൽനിന്ന് ബി.കോം.,
ബി.ടി., സംസ്കൃതത്തിലും മലയാളത്തിലും എം.എ.,
കേരള യൂണിവേഴ്സിറ്റിയിൽനിന്ന് പി.എച്ച്ഡി.
ചിറയ്ക്കൽ രാജാസ് ഹൈസ്കൂളിൽ അധ്യാപകൻ,
മംഗലാപുരം സെന്റ് അലോഷ്യസിലും
കോഴിക്കോട് സെന്റ് ജോസഫ്സ് കോളേജിലും ലക്ചറർ.
മൂത്തകുന്നം എസ്.എൻ.എം. ട്രെയിനിംഗ് കോളേജിൽ പ്രിൻസിപ്പൽ.
കാലിക്കറ്റ് യൂണിവേഴ്സിറ്റി മലയാള വിഭാഗം മേധാവി.
പ്രോ വൈസ് ചാൻസലർ, ആക്ടിംഗ് വൈസ് ചാൻസലർ
എന്നീ നിലകളിൽ സേവനമനുഷ്ഠിച്ചു.
ഹക്കിൾബറി ഫിന്നിന്റെ വിക്രമങ്ങൾ (മാർക് ട്വൈൻ)
തെരഞ്ഞെടുത്ത പ്രബന്ധങ്ങൾ - സുകുമാർ അഴീക്കോട്
എന്നീ കൃതികൾ ഗ്രീൻ ബുക്സ് പ്രസിദ്ധീകരിച്ചിട്ടുണ്ട്.
2012ൽ അന്തരിച്ചു.

ലേഖനങ്ങൾ

സാഹിത്യവും രാഷ്ട്രീയവും

സുകുമാർ അഴീക്കോട്

സമാഹരണം

ബാലചന്ദ്രൻ വടക്കേടത്ത്

ഗ്രീൻ ബുക്സ്

green books private limited
little road, ayyanthole, thrissur- 680 003
ph: 0487-2361038
website: www.greenbooksindia.com
e-mail: info@greenbooksindia.com

(malayalam)
sahithyavum rashtreeyavum
(essays)
by
sukumar azheekode

compiled
by
balachandran vadakkedath

first published january 2014

cover illustration : sreejan
cover design : rajesh chalode

branches:
thrissur 0487-2422515
palakkad 0491-2546162
kannur 0497-2763038

isbn : 978-81-8423-295-0

GBPL/542/2014

ഉള്ളടക്കം

ആമുഖം

സുകുമാർ അഴീക്കോടിന്റെ അപ്രകാശിത രചനകളും പ്രഭാഷണങ്ങളും സമാഹരിച്ച് പ്രസിദ്ധപ്പെടുത്താനുള്ള ഒരു പരിശ്രമം സുകുമാർ അഴീക്കോട് ട്രസ്റ്റിന്റെ ആഭിമുഖ്യത്തിൽ നടന്നുവരികയാണ്. 1944 മുതൽ അദ്ദേഹം പലേടത്തായി എഴുതിയ ആയിരക്കണക്കിന് രചനകളുണ്ട്. അതെല്ലാം സമാഹരിക്കാനുള്ള ക്ലേശകരമായ യത്നത്തിലാണ് ട്രസ്റ്റ്. അതേപോലെ സുകുമാർ അഴീക്കോട് നടത്തിയിട്ടുള്ള പ്രഭാഷണങ്ങളുടെ കാസറ്റുകളും ട്രസ്റ്റ് ശേഖരിച്ചുവരുന്നുണ്ട്. അതെല്ലാം പകർത്തിയെഴുതി പുസ്തക രൂപത്തിലാക്കാൻ വലിയ പണച്ചെലവും കഷ്ടപ്പാടും ഉണ്ടാകുമെങ്കിലും മലയാളഭാഷയേയും സാഹിത്യത്തെയും സ്നേഹിക്കുന്നവരും തലമുറയ്ക്കുവേണ്ടി ഇത്തരത്തിലുള്ള നഷ്ടത്തിനും ത്യാഗത്തിനും ട്രസ്റ്റ് സന്നദ്ധമാവുകയാണ്. അഴീക്കോട് പ്രതിനിധാനം ചെയ്യുന്ന മൂല്യങ്ങൾ അരക്കിട്ടുറപ്പിക്കുന്നതിനും അദ്ദേഹത്തിന്റെ ആശയങ്ങൾ പ്രചരിപ്പിക്കുന്നതിനും ട്രസ്റ്റ് പ്രതിജ്ഞാബദ്ധമാണ്. അതിനാൽ ഇതിനുവേണ്ടി ലാഭനഷ്ടങ്ങൾ നോക്കിയല്ല ഞങ്ങൾ രംഗത്തുവന്നിരിക്കുന്നത്.

പുതിയ തലമുറയിലെ ശ്രദ്ധേയനായ നിരൂപകൻ ബാലചന്ദ്രൻ വടക്കേടത്ത് സമാഹരിച്ച 'സാഹിത്യവും രാഷ്ട്രീയവും' എന്ന ഈ കൃതി പ്രസിദ്ധപ്പെടുത്താൻ തയ്യാറായ ഗ്രീൻ ബുക്സിനോട് ഞങ്ങൾ ഏറെ കടപ്പെട്ടിരിക്കുന്നു. അഴീക്കോടിന്റെ വിമർശന പദ്ധതികൾ പഠിക്കുകയും അതേപ്പറ്റി ധാരാളം എഴുതുകയും ചെയ്തിട്ടുള്ള വിമർശകനാണ് ബാലചന്ദ്രൻ വടക്കേടത്ത്. പ്രത്യയശാസ്ത്രങ്ങളോട് അഴീക്കോടിന്റെ

സമീപനം എക്കാലത്തും ചർച്ച ചെയ്തിട്ടുള്ള ഒന്നാണ്. അതിന്റെ പ്രസക്തിയിലേക്കു കടന്നു ചെല്ലുന്ന ഈ സമാഹാരം തയ്യാറാക്കിയ ബാലചന്ദ്രൻ വടക്കേടത്തിനെ ഇത്തരുണത്തിൽ ഞങ്ങൾ ശ്ലാഘിക്കുന്നു.

സുകുമാർ അഴീക്കോട് ട്രസ്റ്റ്
കോട്ടയം

ജസ്റ്റിസ് കെ.ടി. തോമസ്
ചെയർമാൻ

ഡോ. പോൾ മണലിൽ
സെക്രട്ടറി

ഖണ്ഡനവും വിനയവും

ബാലചന്ദ്രൻ വടക്കേടത്ത്

അഴീക്കോടിന്റെ ആത്മകഥയുടെ ഒന്നാംഭാഗം എന്നെ വല്ലാതെ വേദനിപ്പിച്ചിരുന്നു. അഴീക്കോട് എന്ന എഴുത്തുകാരൻ രൂപപ്പെട്ട യഥാർത്ഥ സാഹചര്യം മറന്നുകൊണ്ടുള്ള ഒരെഴുത്തായിരുന്നു അത്. ഇ.എം.എസിനെ നിശിതമായി വിമർശിച്ചുകൊണ്ടാണ് അഴീക്കോട് തന്റെ ദർശന ജീവിതം സമാരംഭിച്ചിരുന്നെന്ന് ഞാൻ മുൻപെ മനസ്സിലാക്കിവെച്ചിരുന്നു. ഇ.എം.എസുമായി ഏറ്റുമുട്ടുക എന്ന് പറഞ്ഞാൽ അദ്ദേഹത്തിന്റെ ആശയവിശ്വാസത്തിനെതിരെ ഒരു നിലപാടെടുക്കുക എന്നാണ് അർത്ഥം. അതുകൊണ്ട് സാഹിത്യത്തിലെ വ്യക്തി പ്രഭാവവുമായി ബന്ധപ്പെട്ട് അമ്പതുകളിൽ നടന്ന സംവാദം ആത്മകഥയിൽ എത്രമാത്രം ശ്രദ്ധയോടെ പരിഗണിച്ചിരിക്കുന്നു എന്ന് ഞാൻ പരിശോധിച്ച് നോക്കിയിരുന്നു. അതിന്റെ അടിസ്ഥാനത്തിൽ "വ്യക്തിപ്രഭാവസിദ്ധാന്തവും സാഹിത്യകാരനും" എന്നു പേരുള്ള ഇ.എം.എസിന്റെ ലഘുലേഖക്കെഴുതിയ പ്രത്യാഖ്യാനം തേടിപ്പിടിക്കുകയും ആ ലേഖനങ്ങളെ ആസ്പദമാക്കി ഞാൻ മറ്റൊരു ലേഖനമെഴുതുകയും ചെയ്തിരുന്നു. അഴീക്കോട് വ്യക്തിപ്രാഭവസിദ്ധാന്തത്തിനു കൊടുത്ത മറുപടി ഇതുവരെ അദ്ദേഹത്തിന്റെ ഒരു ഗ്രന്ഥത്തിലൂടെയും വെളിച്ചം കണ്ടിരുന്നുമില്ല. സാഹിത്യവിമർശകനും രാഷ്ട്രീയ വിമർശകനുമായി ഉയർന്ന അഴീക്കോടിന്റെ ആദ്യകാല ചിന്തകളെ അടയാളപ്പെടുത്താതെ, ആ കാലഘട്ടത്തെ ആത്മകഥയിലെഴുതിയപ്പോൾ വിസ്മരിച്ചതിനാലായിരുന്നു എന്റെ പരാതി. എന്റെ ലേഖനം വായിച്ച കെ.എം.ചുമ്മാർ അഴീക്കോടിന്റെ 'വ്യക്തിപ്രാഭവസിദ്ധാന്തം സാഹിത്യത്തിൽ' എന്ന പ്രബന്ധമുൾപ്പെടെ പുസ്തകരൂപത്തിൽ വരാത്ത ലേഖനങ്ങളുടെ ഒരു പട്ടിക എനിക്കയച്ചുതരികയുണ്ടായി. അതിലെ പ്രധാനപ്പെട്ട ചിലതെല്ലാം എന്റെ ശേഖരത്തിലുണ്ടായിരുന്നു. എന്നാൽ അഴീക്കോട് എഴുതിയ പ്രശസ്തമായ രാഷ്ട്രീയ ലേഖനം, "കേരളത്തിന്റെ രാഷ്ട്രീയ

ചിത്രം" ആ കൂട്ടത്തിൽ കണ്ടില്ല. ആ രാഷ്ട്രീയ ലേഖനവും വേറെ ചില ലേഖനങ്ങളും പിന്നീട് കെ.എം.ചുമ്മാർ എനിക്കയച്ചു തരികയും ചെയ്തു. അങ്ങനെ സ്വരൂപിച്ച ഇരുപത്തിനാലു ലേഖനങ്ങൾ അടങ്ങുന്നതാണ് ഈ പുസ്തകം

ഈ ഗ്രന്ഥത്തിന്റെ പ്രത്യേകത സൂചിപ്പിക്കാനാണ് ഇത്രയും ആമുഖമായി പറഞ്ഞത്. അഴീക്കോട് തന്റെ സാഹിത്യജീവിതത്തിന്റെ പ്രഥമഘട്ടത്തിൽ നടത്തിയ ഇടപെടലുകൾ ശ്രദ്ധേയങ്ങളും ചിന്തനീയങ്ങളുമായിരുന്നു. ആ ഇടപെടലുകളിലെ സമീപനശാസ്ത്രം എടുത്തുപറയാവുന്ന പ്രത്യേകതയുള്ളവയാണ്. അതിന്റെ ഒന്നാമത്തെ പ്രത്യേകത അഴീക്കോടിലെ രാഷ്ട്രീയാഭിമുഖ്യവും ചെറുത്തുനില്പിന്റെ നിശിതഭാവവും ആ ലേഖനങ്ങളിൽ നിറഞ്ഞു നിൽകുന്നു എന്നതാണ്. ഉറച്ച ഗാന്ധിയൻ, കറകളഞ്ഞ ദേശീയവാദി, ജനാധിപത്യം തകരരുത് എന്ന പ്രതീക്ഷിക്കുന്ന പ്രജായത്ത സ്നേഹി - അതൊക്കെയാണ് അഴീക്കോട്. പ്രത്യയശാസ്ത്രത്തിനെ വളരെ അകലെ നിർത്തി സാഹിത്യത്തെ വിശകലനം ചെയ്യാനുള്ള തന്റേടം പ്രകടിപ്പിക്കുന്നതിലെ കാർക്കശ്യം നമ്മളെ അദ്ഭുതപ്പെടുത്താതിരിക്കില്ല. കോൺഗ്രസ് രാഷ്ട്രീയത്തിന്റെ ഉജ്ജ്വലവാക്താവായിട്ടാണ് അഴീക്കോട് പൊതുസമൂഹത്തിലെത്തിയത് എന്ന അറിവ് പകർന്ന് തരികയും ചെയ്യുന്നു.

എന്നുവെച്ച് അഴീക്കോടിനെ അസ്പൃശ്യതയോടെ കാണേണ്ടതില്ല എന്നും അത് ബോധ്യപ്പെടുത്തുമെന്ന് തീർച്ച. വ്യക്തിപ്രഭാവസിദ്ധാന്തം സാഹിത്യത്തിൽ, കലയും മാർക്സിസവും, കേരളത്തിന്റെ രാഷ്ട്രീയചിത്രം എന്നീ പ്രബന്ധങ്ങൾ ഇപ്പോൾ വിശകലനം ചെയ്യുന്നത് രസകരമായ അനുഭവമായിരിക്കും. വ്യക്തിപ്രഭാവത്തെ മാർക്സിസ്റ്റ്-ലെനിനിസ്റ്റ് പ്രത്യയശാസ്ത്രത്തിന്റെ പശ്ചാത്തലത്തിൽ ഇ.എം.എസ് അംഗീകരിക്കുന്നു. അഴീക്കോടാകട്ടെ പ്രതിഭയുടെ പക്ഷത്തും. പ്രതിഭയേയും വ്യക്തിപ്രഭാവത്തേയും ഒരേ നുകത്തിൽ കെട്ടിയിടുന്നതിനോട് അഴീക്കോട് വിയോജിക്കുന്നു. ആ വിയോജിപ്പിലേയ്ക്ക് എത്തിച്ചേരുന്നത് ഇ.എം.എസിന്റെ "ആശയ വ്യഭിചാര'രത്തെ വിശകലനം ചെയ്തുകൊണ്ടാണ്. സാഹിത്യത്തെ സംബന്ധിച്ച യാതൊരു ഉപപത്തിയുമില്ലാതെ ആശയവ്യഭിചാരത്തിൽ ഏർപ്പെട്ടിരിക്കുന്ന ഒരു രാഷ്ട്രീയക്കാരനായി അഴീക്കോട് ഇ.എം.എസിനെ വിശേഷിപ്പിക്കുന്ന കൂട്ടത്തിൽ, അന്തർദർശന ചതുരന്മാരെ മുഴുക്കെ ആരാധിച്ചുപോരുന്ന പ്രതിഭ വെറുമൊരു മൃഗതൃഷ്ണയാണ് എന്ന് പറയുന്നു. രാഷ്ട്രീയ സിദ്ധാന്ത ജന്യതയെ ക്രൂരമായി നേരിടുകയും ചെയ്തിരുന്നു. അഭിപ്രായ ധീരതയുടെ പേരിൽ നാം ആരാധിക്കുന്ന സുകുമാർ അഴീക്കോട് ഇത്രയും ധീരമായി

പിന്നീടെന്തെങ്കിലും ഉന്നയിച്ചില്ല എന്നാണ് എന്റെ വിശ്വാസം. അദ്ദേഹത്തെ കുറച്ചു കാണുകയല്ല. സാഹിത്യത്തിൽ കടന്നു വരുമ്പോൾത്തന്നെ പ്രത്യയശാസ്ത്രപരമായ വിശ്വാസങ്ങളെ നേരിടാൻ പ്രകടിപ്പിച്ച അതിധീരതയെ ചെറുതായിക്കാണാനാ വില്ല. ആരൊക്കെ അംഗീകരിച്ചാലും ഇല്ലെങ്കിലും ആ ധീരതയുടെ നീതിശാസ്ത്രമറിയാൻ ഒരു ചരിത്രാന്വേഷണം ആവശ്യമായി വന്നിരിക്കുന്നു. ആ അന്വേഷണം നമ്മെ എത്തിക്കുന്നത് ഒരു പക്ഷേ 'കലയും മാർക്സിസവും' എന്ന ലേഖനത്തിലെ താരതമ്യ ഭാവത്തിലായിരിക്കുകയും ചെയ്യും.ഈ ലേഖനമെഴുതുന്നത് മാർക്സിസവും സാഹിത്യവും തമ്മിലുള്ള ബന്ധത്തെപ്പറ്റി ചർച്ച തുടങ്ങിയ കാലത്താണ്. മാർക്സിസത്തിന്റെ അപ്രമാദിത്വം പ്രഖ്യാപിക്കാൻ ചില എഴുത്തുകാരും കൂട്ടത്തിൽ രാഷ്ട്രീയക്കാരും ഇറങ്ങി പുറപ്പെട്ടിരിക്കുന്നു. അത് അഴീക്കോടിന് അത്ര രസിച്ചിരി ക്കാൻ ഇടയില്ല. മാർക്സിസത്തോട് അഗണ്യമായ ഒരു അകൽച്ചയും അദ്ദേഹത്തിനുണ്ടായിരുന്നു. അതിനാൽ താൻ ഒരു സത്യപ്രതിജ്ഞ നടത്തുന്നു എന്ന പ്രസ്താവനയോടെയാണ് "കലയും മാർക്സിസവും' ആരംഭിക്കുന്നത്. അഴീക്കോട് എഴു തുന്നു. "കലയും ബി.സി.ജിയും കലയും ഭാരോദ്വഹനവും തമ്മിൽ പോഷ്യപോഷകരീത്യാ എന്തുബന്ധമാണോ ഉള്ളത് നെന്മണി ത്തൂക്കമെങ്കിലും അതിൽക്കവിയുന്ന ബന്ധം കലയും മാർക്സി സവും തമ്മിലില്ല". പോരെ. എന്തിനധികം! കൂടാതെ മാർക്സിസ ത്തിന്റെ അപ്രമാദിത്വത്തെ സ്ഥാപിച്ചിട്ട് എന്ത് സ്വരാജ്യമാണ് സിദ്ധിക്കുകയെന്നും ചോദിക്കുന്നു. ഈ സമീപനത്തിൽ പിൽക്കാലത്ത് അദ്ദേഹം ഉറച്ചുനിന്നോ എന്ന് സംശയിക്കുന്നവ രുണ്ട് എന്ന് ഞാനും കരുതുന്നു. യാഥാർത്ഥ്യം മറ്റൊന്നാണ്. സാഹിത്യത്തേയും കലയേയും സിദ്ധാന്തങ്ങളോടും പ്രത്യയ ശാസ്ത്രങ്ങളോടും അടുപ്പിച്ചു നിർത്തുന്നതിൽ ഒരപാകത മുൻകൂട്ടി മനസ്സിലാക്കിയാണ് വിമർശനകലയിൽ അഴീക്കോട് ഏർപ്പെട്ടത്. ഈ സമാഹാരത്തിൽ ഉൾപ്പെട്ടിട്ടുള്ള 'സാഹിത്യം മറ്റൊരു നോട്ടത്തിൽ' എന്ന പ്രബന്ധത്തിൽ, സിദ്ധാന്തങ്ങളുടെ ബാഹ്യവൈവിധ്യങ്ങൾക്കപ്പുറത്തേയ്ക്ക് കടക്കാൻ പ്രേരിപ്പിക്കു ന്നുണ്ട്. അതിന്റെ ഭാഗമായി ഒരു ആധേയസിദ്ധാന്തം അദ്ദേഹം മുന്നോട്ടു വെക്കുന്നു. സാഹിത്യകൃതികൾ ബഹുമുഖങ്ങളാണ്. സിദ്ധാന്തങ്ങൾ ഏക മുഖവുമാണ്. ബഹുമുഖമായ ഒരു വസ്തു തയെ ഏകമുഖമായ ആ തത്ത്വംകൊണ്ട് അടക്കാനും അളക്കാനും അറിയാനും ശ്രമിക്കുന്നത് ഒരു മനുഷ്യമൗലികതയാണ് എന്ന് അദ്ദേഹം അഭിപ്രായപ്പെടുന്നു. അതുകൊണ്ട് സാഹിത്യത്തിന്റെ ബഹുമുഖത്വത്തെ ഉൾക്കൊള്ളാൻ ആധേയമായ സിദ്ധാന്തവും ബഹുമുഖമായിരുന്നേ പറ്റൂ എന്ന സത്യം അറിയണമെന്നാണ്

അഴീക്കോടിന്റെ വിമർശനമതം. സൈദ്ധാന്തികോൽഗ്രഥനം വേണം എന്ന ആശയവും മുന്നോട്ട് വെയ്ക്കുന്നു മാർക്സിസം ബഹുസ്പർശമാണോ എന്ന ചിന്ത ഇവിടെനിന്ന് തുടരാൻ പുരോഗമന സാഹിത്യകാരന്മാർ പരിശ്രമിക്കേണ്ടതായിരുന്നു. പുതിയ തത്ത്വചിന്തയ്ക്ക് വേണ്ടി വാദിക്കുന്ന നിരൂപകർ തീർച്ചയായും പഠിച്ചറിയേണ്ടതാണ് സുകുമാർ അഴീക്കോടിന്റെ ഈ ആധേയസിദ്ധാന്തം. ആ സിദ്ധാന്തത്തിൽ ഒരു വിനീതതത്വത്തിന്റെ സ്പർശനവും വേണമെന്ന് അദ്ദേഹത്തിനഭിപ്രായമുണ്ട്. ഒരു സാഹിത്യ തത്ത്വം പല വശങ്ങളിലൂടെ നോക്കിക്കണ്ട് അനേകം വാക്യങ്ങളിലൂടെ പറഞ്ഞാൽപോലും തീരാത്തതിനാൽ വിനയമില്ലാതെ പറ്റില്ല, ഏകമുഖശാഠ്യം അരുത് എന്ന്. അത് ഭാവനാപരമായ ഒരു നിലപാടാണ്. വിമർശനത്തെ സംബന്ധിച്ചാണെങ്കിൽ ഖണ്ഡനത്തെ തിരസ്കരിച്ചു വിനയരീതി സ്വീകരിക്കണമെന്ന മറ്റൊരു നിലപാടിന്റെ സാധൂകരണവും കൂടിയാണ്. വിനയത്തിലും ഖണ്ഡനം കാണാൻ അഴീക്കോടിന് കഴിയില്ലെന്ന് ആ വിമർശക സ്വഭാവം വെച്ച് ആർക്ക് ശഠിക്കാനൊക്കും?

ചിന്തയുടെ വഴിത്താരയാണ് പ്രധാനം. എല്ലാ പ്രത്യയശാസ്ത്ര ശാഠ്യങ്ങളും ഒതുക്കിവെച്ച് തെരഞ്ഞെടുപ്പ് ഗോദയിൽ കമ്യൂണിസ്റ്റ് പാർട്ടി പ്രവേശിച്ചത് ചരിത്രത്തിലെ വലിയൊരു വാർത്തയായിരുന്നല്ലോ. കേരളത്തിൽ വിജയിച്ച് അധികാരത്തിലുമെത്തി. ഈ വിജയത്തെ പുതിയൊരു അദ്ധ്യായമായിക്കണ്ട്, കെ.പി.കരുണാകരൻ (എവറസ്റ്റ്) എഴുതിയ ലേഖനത്തിന് അഴീക്കോട് എഴുതിയ ഒരു മറുപടിയുണ്ട്. ഇന്നത്തെ രാഷ്ട്രീയ സമൂഹം അത് ഓർമ്മിക്കണമെന്നില്ല. 'കേരളത്തിന്റെ രാഷ്ട്രീയചിത്രം' എന്ന പേരിലെഴുതിയ ആ പ്രബന്ധം അഴീക്കോടിന്റെ അന്നത്തെ രാഷ്ട്രീയ സത്യസന്ധത വ്യക്തമാക്കുന്നു. ഒരുപക്ഷേ അദ്ദേഹം എഴുതിയ കടുത്ത ഒരു രാഷ്ട്രീയ ലേഖനവും അതാണ്. പ്രജായത്ത ഭരണ സമ്പ്രദായത്തെ വിശദീകരിച്ച് അതിൽ കമ്യൂണിസ്റ്റുകാർ എത്രമാത്രം വിശ്വസിക്കുന്നു എന്ന് അദ്ദേഹം അപഗ്രഥിച്ചു നോക്കുന്നു. ഇനി കാലക്രമത്തിൽ കമ്യൂണിസ്റ്റുകാർ ജനാധിപത്യവാദികളാകും എന്ന ലേഖകന്റെ പ്രത്യാശയും അതിനുള്ള മറുപടിയും ആ ലേഖനത്തിൽ കണ്ടു. അത് സൂക്ഷ്മാന്വേഷണ വിധേയമാണ്. ആ ലേഖനോദ്ദേശ്യംതന്നെ കമ്യൂണിസത്തിന്റെ വിജയത്തെ പ്രതിരോധിക്കാനും ഈ ഏകാധിപത്യശക്തിയെ അധികാരത്തിൽ നിന്നും കഴിയുംവേഗം പുറത്താക്കാനും നിർദ്ദേശിക്കലായിരുന്നു. അത് ഫലപ്രദമായെന്ന് വിമോചനസമരത്തിലൂടെ ചരിത്രവും മനസ്സിലാക്കിത്തന്നു. കമ്യൂണിസ്റ്റ് മന്ത്രിസഭയ്ക്കെതിരെ പ്രതികരിക്കാൻ വലതുപക്ഷത്തിന് വീറും വീര്യവും നൽകിയത് അഴീക്കോടിന്റെ "കേരളത്തിന്റെ രാഷ്ട്രീയ

ചിത്ര”മാണ്. കോൺഗ്രസ്സ് പരാജയപ്പെട്ടതാണ് കമ്യൂണിസ്റ്റുകാർ വിജയിച്ചതല്ല എന്ന ജവഹർലാൽ നെഹ്റുവിന്റെ നിലപാടുതന്നെയായിരുന്നു കമ്യൂണിസ്റ്റ് മന്ത്രിസഭയെ മുൻനിർത്തി അഴീക്കോടിന്റെ നിലപാടും. വിജയത്തിന്റെ തത്ത്വശാസ്ത്രം എഴുതുന്ന ഇന്നത്തെ രീതിയല്ല, ആ ഘട്ടത്തിൽ അദ്ദേഹം പ്രകടിപ്പിച്ചത്. അദ്ദേഹം പരാജയത്തിന്റെ തത്ത്വശാസ്ത്രം രചിച്ചിരിക്കുന്നു.

മതകലഹം, ജനാധിപത്യം, മതേതരത്വം, വിദ്യാഭ്യാസം, സമൂഹം, സാഹിത്യം എന്നിങ്ങനെ നിരവധി വിഷയങ്ങൾ അഴീക്കോട് ഈ ഗ്രന്ഥത്തിൽ കൈകാര്യം ചെയ്യുന്നു. ജവഹർലാൽ നെഹ്റു, ലാൽ ബഹദൂർ ശാസ്ത്രി, ഇ.എം.എസ്, പനമ്പിള്ളി ഗോവിന്ദമേനോൻ തുടങ്ങിയവരെയും പരിചയപ്പെടുത്തുന്നു. ഇന്ത്യയിൽ മതകലഹങ്ങൾ അർബുദംപോലെ വ്യാപിച്ചു വരുന്നതിൽ അദ്ദേഹം വ്യാകുലചിത്തനാണ്. ശാസ്ത്രികളും നെഹ്റുവുമൊക്കെ മതങ്ങളുടെ സമതുലനത്തിന് വേണ്ടി പ്രവർത്തിച്ച ഭരണാധികാരികളായിരുന്നു. ഇവരൊക്കെ പ്രവൃത്തിച്ചുപോന്ന വഴികൾ വിസ്മരിച്ച് രാഷ്ട്രീയ യുദ്ധങ്ങളിലേക്കും മതസ്പർദ്ധയിലേക്കുമുള്ള നമ്മുടെ ജനതയുടെ പ്രവേശനത്തിന്റെ കാരണങ്ങളും അദ്ദേഹം ആരായുന്നു. മതവും മതങ്ങളും, ഇന്ത്യയിലെ മതസാമ്യദർശനം, വർഗ്ഗീയത ദേശീയതലത്തിൽ എന്നിങ്ങനെയുള്ള പ്രബന്ധങ്ങൾ ചടുലങ്ങളും ചനലാത്മകങ്ങളുമാണ്. അഴീക്കോടിന്റെ ശരിയായ മതം മതേതരവിശ്വാസമാണെന്ന് ബോധ്യപ്പെടുത്തുന്നവയുമാണ്. പ്രധാനമായും മതസഹിഷ്ണുത ഉന്നയിക്കപ്പെട്ട രാഷ്ട്രമാണ് ഇന്ത്യ. യൂറോപ്പിൽ മതപരമായ അഭിപ്രായ സംഘട്ടനങ്ങൾ ഉയർന്നു വന്നതിന് പില്ക്കാലത്താണ് ഈ ആശയം ഉദയംചെയ്യുന്നതുതന്നെ. അതുമായി ബന്ധപ്പെട്ട ചിന്തയേറെയും വികസിച്ചുവന്നു. എന്നാൽ നാം എത്രയോ മുൻപുതന്നെ മതസഹിഷ്ണുതയുടെ ആശയം ഉയർത്തിപ്പിടിച്ചിരുന്നു. മൗര്യവംശ തിലകന്മാരായ അശോകനും ഹർഷവർദ്ധനനും ഓർക്കപ്പെടുന്നതുതന്നെ ഈ ആശയമൂല്യം പ്രകടിപ്പിച്ചതിനാലാണ്. അത് ഗാന്ധിജിയിലൂടെ ഇതര രാഷ്ട്രീയ ഭരണതന്ത്രങ്ങളിലൂടെയും ശക്തമായി എല്ലാമതങ്ങളെയും ആദരിക്കാൻ നാം പഠിച്ചു. സെക്കുലറിസം എന്ന പ്രത്യയശാസ്ത്രത്തിന്റെ രൂപപ്പെടൽ പോലും അങ്ങനെയാണ്. എന്നാൽ നാമിന്ന് അതിൽനിന്നെല്ലാം അകന്ന് പോവുകയും മതത്തിന്റെ പേരിൽ വിധ്വംസക പ്രവർത്തനങ്ങളിലേർപ്പെടുകയും ചെയ്യുന്നവരായിപ്പോവുകയാണോ? ബാബറി മസ്ജിദ് പ്രശ്നം ഓർക്കുമ്പോൾ ആ മട്ടിൽ ചിന്തിക്കാൻ തോന്നുകയും ചെയ്യും. ഈ മതകലഹം പോലെ രാഷ്ട്രീയ വധങ്ങളും കൂടുതലാവുന്നത് ആശങ്കാജനകമായ കാര്യമാണ്. ഗാന്ധിജിയെ തുടർന്ന് ഇന്ദിരാഗാന്ധിയും വധിക്കപ്പെട്ടു. രാഷ്ട്രീയ വിദ്യാഭ്യാസം

തകർന്നു തരിപ്പണമായി. ഈ അവസ്ഥ രാജീവ്ഗാന്ധിയുടെ വധത്തിലുമെത്തി. മഹാത്മാ തലത്തിൽനിന്ന് നാം താഴോട്ട് ഇറങ്ങി വരുന്നതിന്റെ ചരിത്രമായി. ഈ വധങ്ങളുടെ ചരിത്രത്തെ അഴീക്കോട് വായിച്ചെടുക്കുന്നു. ഈ നരഹത്യയുടെ രാഷ്ട്രീയം മറികടക്കാൻ സഹജീവിതം അനുഷ്ഠിക്കാൻ രാഷ്ട്രീയ കക്ഷികളെ അഴീക്കോട് ആഹ്വാനം ചെയ്യുന്നു.

ഒരു രാഷ്ട്രീയ ചിന്തകന്റെ ദുഃഖമായി നമുക്കതിനെ പരിഗണിക്കാവുന്നതേയുള്ളൂ. അഴീക്കോടിലെ രാഷ്ട്രീയക്കാരനും സാഹിത്യകാരനും പരസ്പരം കലഹിച്ചു എന്ന തോന്നൽ എനിക്കില്ല. ആ രണ്ടു സമീപനങ്ങളെയും ഒരുമിച്ചുതന്നെ കൊണ്ടുപോയിരുന്നു. ദേശീയതയിലെ അടിയുറച്ച വിശ്വാസം, മതേതര വിശ്വാസം, അഹിംസാത്മക മനസ്സ് എന്നിവ കൂടിച്ചേർന്നപ്പോൾ ലഭിച്ചതാണ് ദർശനസ്ഥിരത എന്നത്. ദേശീയ രാഷ്ട്രീയത്തിൽ എന്തനർത്ഥം സംഭവിക്കുമ്പോഴും അഴീക്കോട് ഉണർന്ന് പ്രവർത്തിക്കുന്നു. ഇച്ഛാശക്തിയെ തടവിലിടരുതെന്ന് ആജ്ഞാപിച്ച ഗാന്ധിയോട് കൂറുപുലർത്തിയിരുന്നു. ആ ജാഗ്രത ഒന്നുകൊണ്ടുമാത്രമായിരിക്കാം രാഷ്ട്രീയത്തിലും എഴുത്തിലും ദർശനത്തിലും അദ്ദേഹം കലഹപ്രിയനായത്. അതിന്റെ അടയാളപ്പെടുത്തലുകൾ നിരവധിയാണ് ഈ കൃതിയിൽ.

രാഷ്ട്രീയത്തേയും സാഹിത്യത്തേയും അരികിലിരുത്തി പഠിക്കുന്ന നാലഞ്ചു ലേഖനങ്ങളെങ്കിലുമുണ്ട്. നിങ്ങൾ എഴുതുന്ന നല്ല കവിതയാണ് ആധുനിക കവിതയെന്നും കവിതയുടെ ആധുനികത്വവും ഉത്തമത്ത്വവും പര്യായങ്ങളാണ് എന്നും ഉപദർശിക്കുന്നു, ആധുനിക കവിത അവിടെയും ഇവിടെയും എന്ന ലേഖനത്തിൽ. ആധുനികതയുടെ കാലത്ത് പൂർവ്വകാല നിരൂപകന്റെ ഉൾക്കാഴ്ചയുടെ നിരീക്ഷണമാണത്. സാങ്കേതികാർത്ഥത്തിലുള്ള കാവ്യവിശകലനങ്ങളല്ല, അനുഭവാർത്ഥത്തിലുള്ള കാവ്യവിശകലനങ്ങളാണ് അഭികാമ്യമെന്ന് ധ്വനിപ്പിക്കുകയാണ്. സർഗ്ഗാത്മകമായ ഒരു വികൃതി പ്രദർശിപ്പിക്കുന്നുണ്ട്, രണ്ടു ഖണ്ഡകാവ്യങ്ങൾ എന്ന ലേഖനം. ജിയോടുള്ള അപ്രിയത്വമാണ് നിരൂപണത്തിലെ താരതമ്യതയ്ക്ക് ഹേതുവായത് എന്നു തോന്നി. ജി.യുടെ 'മൂന്നരുവിയും ഒരു പുഴയും' എന്ന ഖണ്ഡകാവ്യത്തെ യൂസഫലി കേച്ചേരിയുടെ 'സൈനബ' എന്ന ഖണ്ഡകാവ്യവുമായി തട്ടിച്ച് വിലയിരുത്തുകയാണ്. താരതമ്യമാണ് എന്ന് പറയാതെ താരതമ്യം ചെയ്യുന്നതിലെ യുക്തി ചോദ്യംചെയ്യപ്പെടാം. എന്നാൽ താൻ എഴുതിക്കൊണ്ടിരിക്കുന്നതിനിടയിൽ വള്ളത്തോളുമായി ജി.യെ താരതമ്യം ചെയ്തത് രണ്ടാമത്തേതിനെ താഴ്ത്തി കെട്ടാനല്ല എന്ന് നിരൂപകൻതന്നെ പ്രസ്താവിക്കുകയും ചെയ്യുന്നു. അതുകൊണ്ട്

യൂസഫലിയുമായി താരതമ്യംചെയ്താൽ ജി.യെ ഉയർത്തിക്കെട്ടാനാകും എന്ന് വിശ്വസിച്ചുകൂടെ. അതിനും അഴീക്കോട് അനുവദിക്കുന്നില്ല. യൂസഫലി കേച്ചേരി "കവി തന്നെ" എന്ന് ലോകത്തെ അറിയിക്കാൻ താല്പര്യപ്പെട്ട് എഴുതിയതിനാൽ മറിച്ചു ചിന്തിക്കാനും പ്രയാസം.

അമ്പതുകളിലെ അഴീക്കോടിന് തെളിഞ്ഞ രാഷ്ട്രീയമുണ്ടായിരുന്നു. അദ്ദേഹം അതിശക്തമായി കമ്യൂണിസത്തിന്റെ എതിർഭാവം പ്രകടിപ്പിച്ചിരുന്നു. കമ്യൂണിസവുമായി ഇടഞ്ഞ് ഉണർന്ന എഴുത്തുകാരനായിരുന്നു അഴീക്കോട് എന്ന് തെളിയിക്കാൻ ഭൂരിഭാഗം ലേഖനങ്ങളും ഉപകരിക്കും. അങ്ങനെ ഒരു തെളിവ് ഉണ്ടാകേണ്ട കാര്യം എനിക്കോ ഈ പ്രസാധകനോ ഇല്ല. അങ്ങനെയും ഒരു അഴീക്കോട് ഉണ്ടായിരുന്നു എന്ന് നാളത്തെ തലമുറ അറിയണമല്ലൊ. ഈ എഴുത്തുകാരനെ പഠിക്കാനും വിലയിരുത്താനും നാളെ സാഹിത്യ ഗവേഷകർക്ക് അത് വല്ലാതെ സഹായകമാവുമെന്ന് എനിക്ക് ഉറപ്പുണ്ട്. മാർക്സിസത്തിന്റെ വിരുദ്ധ മനോഭാവത്തിൽ നിന്നും സമാരംഭിച്ചതാണ് അഴീക്കോടിന്റെ സാഹിത്യ നിലപാടുകളും രാഷ്ട്രീയ ഉൾകാഴ്ചകളും. ഗാന്ധിജിയും ഉപനിഷത്തും അതിന് പിൻതുണയായി ഉണ്ടായിരുന്നു. ദേശീയതയും ജനാധിപത്യ ബോധവും കരുത്തോടെ കൂടെ നിലനിന്നിരുന്നു. എഴുത്ത് കുറച്ചങ്ങ് നീങ്ങിയതോടെ, തന്റെ വിമർശനം 'ജി'യിലേയ്ക്കും മറ്റും വ്യാപിച്ചതോടെ, തന്റെ മുൻകാലശൈലി ആവർത്തിക്കേണ്ടതില്ല എന്ന് അദ്ദേഹത്തിന് തോന്നിപ്പോയോ? എന്തോ? അതെന്തായാലും വിമർശനത്തിന്റെ കാഠിന്യം കുറച്ചു എന്നത് പരമാർത്ഥം മാത്രമാണ്, നിരീക്ഷണത്തിലെ കാഠിന്യം കുറഞ്ഞതുമില്ല. അതിനാൽ പ്രത്യയശാസ്ത്രവുമായി ഇടഞ്ഞും കയർത്തും എഴുതിയ, അമ്പതു-അറുപതുകളിലെ രചനകൾ പുസ്തകരൂപത്തിലേക്കെത്തിയില്ല. ആ പ്രബന്ധങ്ങൾ പുസ്തകമാവുന്നു, പുതിയ ചില രചനകളോടൊപ്പം. ജാഗ്രതയുടെ സ്ഫുടത നിറഞ്ഞ ആവിഷ്കാരങ്ങളുടെ സമാഹാരമായി ഈ ഗ്രന്ഥത്തെ നമുക്ക് വിലയിരുത്താം.

ആത്മസ്പർശമുള്ള രചനയെ അതില്ലാത്തതിൽ നിന്ന് വേർതിരിച്ചെടുക്കലാണ് വിമർശനം. അത് എന്റെ വാക്യമല്ല. അഴീക്കോടിന്റെ വാക്യമാണ്. ഈ വേർതിരിച്ചെടുക്കൽ ഈ സമാഹരണ പ്രവൃത്തിയിൽ നടക്കുമ്പോൾ അത് വിമർശനതുല്യമായ മറ്റൊരു പ്രവൃത്തിയാകുമെന്ന് ഞാൻ വിചാരിക്കുന്നു. ■

സാഹിത്യം മറ്റൊരു നോട്ടത്തിൽ

സാഹിത്യ ചിന്തകരുടെ നിർവ്വചനാത്മകങ്ങളായ പദങ്ങളേയോ ആശയങ്ങളേയോ പരമ മാനദണ്ഡങ്ങളായി എടുക്കാതെ ഉൽകൃഷ്ടങ്ങളായ സാഹിത്യ കൃതികളിൽ നിന്നുമാത്രം പരമ മാനദണ്ഡങ്ങൾ ഉന്നയിക്കുക എന്നതാവണം സാഹിത്യ സിദ്ധാന്തൈക്യം ഉണ്ടാക്കുവാൻ മുതിരുന്ന ഒരു ചിന്തകന്റെ ആദ്യത്തെ പ്രവൃത്തി.....

ഞാൻ ഇവിടെ എഴുതാൻ പോകുന്നത് സാഹിത്യത്തെക്കുറിച്ചുള്ള മറ്റൊരു, ഇതരഭിന്നമായ, നോട്ടത്തിന്റെ ഫലമാണെന്ന് സാഹങ്കാരം സൂചിപ്പിക്കുന്നൊരു സ്വഭാവം ഈ ഉപന്യാസത്തിനുണ്ടോ? ഉണ്ടെങ്കിൽ, ആ സൂചനയ്ക്ക് പ്രതിവിധിയാകുമാറ് ഇവിടെവെച്ചുതന്നെ സവിനയം അതിൻപേരിൽ മാപ്പുചോദിച്ചുകൊള്ളുന്നു. അഹങ്കാര പരിഹാരാർത്ഥം മാപ്പുചോദിക്കാൻ വേണ്ടി മാത്രം ഇത്തരമൊരു ശീർഷകം കൊടുത്തതെന്തിന് എന്നൊരു ചോദ്യം ഉടനെ പൊന്തിവരുന്നത് ഞാൻ കാണാതെയല്ല. മറ്റാരും ഇതിനുമുമ്പ് പറയാത്തൊരു രഹസ്യം പുത്തനായി കണ്ടുപിടിച്ച് ആദ്യമായി പ്രകടിപ്പിക്കുകയാണെന്ന ധ്വനി ഒഴിവാക്കുന്നതോടൊപ്പം, സാഹിത്യചിന്തകളിൽ സാധാരണമായി ആരും അത്രയധികം ഊന്നാത്ത ഒരു വശത്തിന് ഇവിടെ ഊന്നൽ കൊടുക്കണമെന്ന് എനിക്കുള്ള പ്രതിപത്തികൊണ്ടുമാത്രമാണ് ഇങ്ങനെയൊരു സന്ദേഹകാരിയായ തലവാചകം ഉപയോഗിക്കേണ്ടിവന്നത്. ഈ ഉപന്യാസത്തിന് അപൂർവ്വതയില്ലായിരിക്കാം; എങ്കിലും അസാധാരണതയുണ്ട്, എന്നാണ് എന്റെ വിവക്ഷ എന്ന് ചൂണ്ടിക്കാണിക്കട്ടെ.

പരമ്പരാഗതങ്ങളും സാമ്പ്രദായികങ്ങളുമായ പഴയ സാഹിത്യദർശനങ്ങൾ സാഹിത്യത്തിന്റെ വൈകാരികവും ആനന്ദാത്മകവുമായ സ്വഭാവങ്ങൾക്കു ഗൗരവവും പ്രാധാന്യവും കല്പിച്ചുകൊണ്ടുള്ളവയാണെന്ന് സാമാന്യമായി പറയാം. അനന്തരകാലത്ത് ആവിഷ്കൃതങ്ങളും തന്നിമിത്തം താരതമ്യേന ആധുനികങ്ങളെന്ന് വിശേഷിപ്പിക്കാവുന്നവയുമായ സാഹിത്യസിദ്ധാന്തങ്ങൾ വികാരാദികളിന്മേൽ അവധാരണം കൊടുക്കാതെ, അതിന്റെ പ്രകടനത്തേയും പ്രതിപാദനത്തേയും കൂടുതൽ ഊന്നികൊണ്ടുള്ളവയാണെന്ന് പറഞ്ഞുകൂടായ്കയില്ല. (മൊത്തത്തിലുള്ള ഒരു വിവേചനമാണ് ഇത്. അതുകൊണ്ടുതന്നെ ഇതിനു പലേടത്തും അപവാദങ്ങൾ ചൂണ്ടിക്കാണിക്കാവുന്നതാണ്.) വേദങ്ങളിൽ വികാരപരിവേഷകാന്തി

കലർത്തി അവതരിപ്പിക്കപ്പെട്ട വാഗ്ദേവത വളരെ പിന്നീടുവന്ന ജഗന്നാഥ പണ്ഡിതരാജന്റെ കാവ്യനിർവ്വചന സന്ദർഭത്തിലെത്തിയപ്പോൾ കേവലം പ്രതിപാദനപ്രധാനമായി മാറിയ കഥ ഭാരതീയ സാഹിത്യചിന്തയുടെ സാര മാണ്. കലകളെ അപ്പോളോണിയൻ, സയോണീഷ്യൻ എന്നിങ്ങനെ വികാ രഹരായചേർത്ത് വിവരിച്ച പാശ്ചാത്യ സാഹിത്യചിന്ത ആധുനിക വിമർശ കരുടെ തൂലികത്തുമ്പിൽ എത്തുമ്പോഴേക്ക് പദപരിശോധനംവരെ ചെല്ലുന്ന പ്രതിപാദനപഠനമായിത്തീർന്നത് എന്റെ വാദത്തിന് മറ്റൊരു ദൃഷ്ടാന്തം നല്കുന്നു.

സാഹിത്യചിന്തയുടെ ചരിത്രം ഇത്തരം തത്ത്വങ്ങളുടേയും നിർവ്വചന ങ്ങളുടേയും കടുത്ത സംഘർഷത്തിന്റെ ചരിത്രമാണ്. സാഹിത്യം എന്താ ണെന്നതിനെപ്പറ്റി ഒരു ചിന്തകൻ പറഞ്ഞു വച്ചതിന് നേരേ വിപരീതമായ മട്ടിൽ മറ്റൊരാൾ പറയുന്ന പ്രക്രിയ യാന്ത്രികമായി തുടർന്നുകൊണ്ടിരി ക്കുന്ന കാഴ്ചയാണ് സാഹിത്യചിന്ത നമുക്കു സമ്മാനിക്കുന്നത്. ഭാരതീയ സാഹിത്യചിന്തയിലെ ഓരോ ആചാര്യന്റെയും പൂർവ്വപക്ഷനിരസനവ്യഗ്രത പരിശോധിച്ചാൽ ഈ സംഘട്ടനത്തിന്റെ ഏറ്റവും നല്ല ഉദാഹരണമാകും. പാശ്ചാത്യ സാഹിത്യ ചരിത്രത്തിലും സ്ഥിതി മറ്റൊന്നല്ല. സാഹിത്യം ആനന്ദാത്മകമാണെന്നും ഉദ്ബോധനപ്രധാനമാണെന്നും പ്രതിപാദന പരമാണെന്നും അനുകരണാത്മകമാണെന്നും സ്വതന്ത്ര ദർശന സ്വഭാവ മാണെന്നും മറ്റും മറ്റും ഉദ്ഘോഷിച്ചവരുടെ ഭിന്നസ്വരങ്ങളുടെ തുമുല മാണ് അവിടെ നടക്കുന്നത്.

ഇതിന്റെ ഏറ്റവും ദയനീയമായ ഫലം സാഹിത്യത്തേക്കാൾ ആളു കളുടെ താൽക്കാലിക ശ്രദ്ധ ആർജ്ജിച്ചുകൊണ്ടു കഴിയുന്നത് സാഹിത്യ ചിന്താസംബന്ധിയായ തർക്കങ്ങളാണ് എന്നുള്ളതാണ്. ഇതു ചിലപ്പോ ളെങ്കിലും കുളിപ്പിക്കൽമൂലം കുട്ടി നഷ്ടപ്പെട്ടുപോകുന്ന ഒരു ദുരന്തത്തിൽ സഹൃദയരെ എത്തിച്ചിട്ടുണ്ട് എന്ന് സമ്മതിക്കേണ്ടിവരും.

സാഹിത്യവിദ്യാർത്ഥിയുടെയും സാഹിത്യവിമർശകന്റെയും കർത്തവ്യം ഈ ശബ്ദ തുമുലം വർദ്ധിപ്പിക്കുക എന്നതാവരുത് എന്ന് വിനീതമായി പ്രാർത്ഥിച്ചുകൊള്ളട്ടെ. സാഹിത്യ ലോകത്തിൽ സിദ്ധാന്ത വൈവിധ്യവും തത്ത്വഭിന്നതയും എത്രയാകാമോ അത്രയും നാം കേട്ട റിഞ്ഞുകഴിഞ്ഞു. ഇനിയും വെറും ഉപരിപ്ലവങ്ങളായ പദവ്യത്യാസങ്ങൾ സൃഷ്ടിച്ച് സിദ്ധാന്തബാഹുല്യം വളർത്തിക്കൊണ്ടുവരികയല്ല സാഹിത്യ ചിന്തകരുടെ കടമയെന്ന് എനിക്കുതോന്നുന്നു. മറിച്ച് ഇന്നുവരെ സാഹി ത്യത്തിന്റെ പേരിൽ ഉന്നയിക്കപ്പെട്ട തത്ത്വസിദ്ധാന്തങ്ങൾ എന്തൊക്കെ യാണോ അവയുടെ സാരാംശങ്ങൾ പരിശോധിച്ച് കണ്ടുപിടിച്ച് സർവ്വ സംഗ്രാഹകമായ ഒരു അഭിന്ന തത്ത്വം ആവിഷ്ക്കരിക്കുക എന്നതാ വണം അവരുടെ ലക്ഷ്യം. സിദ്ധാന്ത ബാഹുല്യത്തെ ലഘൂകരിച്ച് സിന്താന്തൈക്യം ഉണ്ടാക്കുക എന്നതാണ് ഞാൻ ഇതുകൊണ്ടുദ്ദേശിക്കു ന്നത്. ബഹുവിധ സംഖ്യകൾതന്ന് അവയുടെ അധമസാധാരണ ഗുണിതം (Lowest Common Multiple) കണ്ടുപിടിക്കുന്നതുപോലുള്ള ഒരു ക്രിയയാവാം ഇത്. ഇക്കാലത്ത് നാം കേട്ടുതഴമ്പിച്ച ഒരു വാക്കാണല്ലോ,

ഉൽഗ്രഥനം, (Integration) ഒരു സാഹിത്യ ദർശനോൽഗ്രഥനം ആണ് എന്റെ വിവക്ഷയിലിരിക്കുന്നതെന്ന് ചുരുക്കിപ്പറയട്ടെ.

ഇതെങ്ങനെ സാധിക്കാം?- അഥവാ സാധിതപ്രായമാക്കാം? ഒരു ബൃഹത്തായ ഗ്രന്ഥത്തിന്റെ നിഷ്കൃഷ്ടമായ രചനയിലൂടെയല്ലാതെ ഇത്തരമൊരു മഹത്തായ ഉൽഗ്രഥനം സാധ്യമല്ല എന്നത് വ്യക്തമാണല്ലോ? പ്രാചീന നവീനങ്ങളും പാശ്ചാത്യ പൗരസ്ത്യങ്ങളുമായ സാഹിത്യ ചിന്താവാരിധികളുടെ പാരംകണ്ട ഒരു ദൃഷ്ടിക്ക് വിദൂരസ്ഥമായ ഒരു ചക്രവാള ബിന്ദുവിന്റെ തേജോവലയത്തിൽ ആ ദർശനൈക്യം സിദ്ധിച്ചെന്നുവരാം. അത്രത്തോളം വിശാലമായ ഒരു സാഹിത്യദർശനം എനിക്കു കൈവന്നതായി ഞാൻ ഒട്ടും അഭിമാനിക്കുന്നില്ല. എങ്കിലും ആ ദർശനത്തിന്റെ ചില ക്ഷണികങ്ങളായ മിന്നൽപ്പാളിച്ചകൾ ബുദ്ധിവ്യാപാരത്തിന്റെ ഏതോ അവ്യക്ത മണ്ഡലത്തിൽവെച്ച് അനുഭവിച്ചതായി എനിക്കു ചിലപ്പോൾ തോന്നിയിട്ടുണ്ട് -ആ ധൈഷണീകാനുഭൂതികളെ സങ്കലനം ചെയ്ത് രൂപവ്യക്തി കൈവരുത്തുവാൻ ഇന്നെന്റെ ചിന്തകൾക്കും വാക്കുകൾക്കും സാദ്ധ്യമല്ലെങ്കിലും!

എങ്കിലും ആ മങ്ങിയ വെയിലിലൂടെ ഒരു നോട്ടം നോക്കാൻ ഔൽസുക്യം തോന്നാതെയുമില്ല. സാഹിത്യം വികാരാവിഷ്ക്കരണമാണെന്നോ ആത്മപ്രകാശനമാണെന്നോ ആനന്ദാനുഭൂതികളുടെ ഉദ്ഗാരമാണെന്നോ അനുകരണമാണെന്നോ സ്വതന്ത്ര ദർശനമാണെന്നോ ഒക്കെ പൊടുന്നനെ കേൾക്കുന്ന ആരും അമ്പരന്നുപോകും. പക്ഷേ, അവയുടെ അടിയിലൂടെ സാഹിത്യത്തിന്റെ പരമസത്യത്തിന്റെ ഒരു നേരിയ തന്ത്രി ഇഴഞ്ഞുപോകുന്നില്ലേ? ഉണ്ടെന്നു ഞാൻ വിശ്വസിക്കുന്നു. ആ വിശ്വാസത്തെ ഇപ്പോൾ താത്വികമായും യുക്തിപൂർവ്വമായും അവതരിപ്പിക്കാൻ പ്രയാസമുണ്ടെങ്കിലും ചില സൂചനകൾ പ്രകടിപ്പിക്കാൻ ബുദ്ധിമുട്ടുണ്ടാവില്ല. സാഹിത്യ ചിന്തകരുടെ നിർവ്വചനാത്മകങ്ങളായ പദങ്ങളേയോ ആശയങ്ങളെയോ പരമ മാനദണ്ഡങ്ങളായി എടുക്കാതെ ഉൽകൃഷ്ടങ്ങളായ സാഹിത്യ കൃതികളിൽ നിന്നുമാത്രം പരമ മാനദണ്ഡങ്ങൾ ഉന്നയിക്കുക എന്നതാവണം സാഹിത്യസിദ്ധാന്തൈക്യം ഉണ്ടാക്കുവാൻ മുതിരുന്ന ഒരു ചിന്തകന്റെ ആദ്യത്തെ പ്രവൃത്തി. സാഹിത്യ സിദ്ധാന്തം എന്തായവട്ടെ. അവയുടെ വെളിച്ചത്തിൽ ഉത്തമ സാഹിത്യമെന്ന് അംഗീകരിക്കപ്പെടുന്ന കൃതികൾ ഏറക്കുറെ സമാനങ്ങളും അഭിന്നങ്ങളുമാണല്ലോ. ഭാരതീയ സാഹിത്യമീമാംസകരുടെ ശണ്ഠകൾ എത്ര കഠോരങ്ങളാണെങ്കിലും അവരെല്ലാം വാല്മീകി വ്യാസ കാളിദാസാദ്യരേ മഹാകവികളായി അംഗീകരിക്കുന്ന സംഗതിയിൽ ഏകാഭിപ്രായക്കാരാണ്. ഡ്രൈഡൻ തൊട്ട് എലിയട്ടുവരെയുള്ള സാഹിത്യ വിമർശകന്മാരുടെ അഭിപ്രായങ്ങൾ എത്ര പൊരുത്തക്കുറവുള്ളതായാലും ശരി, ഷേക്സ്പിയർ തുടങ്ങിയവരെ ഒന്നാംകിട സാഹിത്യകാരന്മാരായി കൊണ്ടാടുന്നതിൽ അവർ തമ്മിൽ നല്ല ഐക്യമുണ്ട്. സാഹിത്യസിദ്ധാന്തങ്ങളുടെ ബാഹ്യ വൈവിദ്ധ്യങ്ങൾക്കപ്പുറത്ത് ഏതോ ഒരു വിദൂര സത്യത്തിന്റെ മേഖലയിൽ അവ അധരചുംബനം ചെയ്യുന്ന ഒരു മോഹനമായ സ്വപ്നത്തെക്കുറിച്ച്

സങ്കല്പിക്കുവാൻ ഈ ഉത്തമസാഹിത്യദർശനം എന്നെ ധീരനാക്കിത്തീർക്കുന്നു. സാഹിത്യ സിദ്ധാന്തങ്ങൾ മിക്കവാറും ഏകമുഖങ്ങളാണെങ്കിൽ സാഹിത്യകൃതിയും സ്വഭാവേന ബഹുമുഖങ്ങളാണ്. ബഹുമുഖമായ ഒരു വസ്തുതയെ ഏകമുഖമായ ഒരു തത്ത്വംകൊണ്ട് അടുക്കാനും അളക്കാനും അറിയാനും ശ്രമിക്കുന്നത് മൗലികമൗഢ്യങ്ങളിലൊന്നാണ്. സാഹിത്യകൃതി ആധാരവും സാഹിത്യസിദ്ധാന്തം ആധേയവുമാണെങ്കിൽ, സാഹിത്യത്തിന്റെ ബഹുമുഖത്വത്തെ ഉൾക്കൊള്ളാൻ ആധേയമായ സിദ്ധാന്തവും ബഹുമുഖമായിരുന്നേ പറ്റൂ. അതിനാൽ ആറ്റിക്കുറുക്കിയ നിർവ്വചനങ്ങളിലും ലഘുവാക്യങ്ങളിലും സാഹിത്യതത്ത്വം അവതരിപ്പിച്ചുകളയാമെന്ന അഹങ്കാരം സാഹിത്യ ചിന്തകന്മാർ ഉപേക്ഷിക്കുകയും സാഹിത്യതത്ത്വം പലപലവശങ്ങളിലൂടെ നോക്കിക്കണ്ട് അനേകം വാക്യങ്ങളിലൂടെ പറഞ്ഞാൽപോലും തീരാത്തതാണെന്ന വിനയബോധം അവർക്കുണ്ടാവുകയും ചെയ്യുന്നതുകൊള്ളാം. ആ വിനയത്തിൽ നിന്നേ ഞാൻ ചൂണ്ടിക്കാട്ടിയ സിദ്ധാന്തോൽഗ്രഥനമെന്ന ഉദാരസങ്കൽപം രൂപം കൊള്ളുകയുള്ളൂ.

ആധുനിക കവിത -
അവിടെയും ഇവിടെയും

ടി.എസ്.എലിയട്ട് എന്ന വിശ്രുതനായ ആംഗലകവി വിടപറഞ്ഞു പോയി. ആധുനികകവിത എന്ന് അറിയപ്പെടുന്ന വിചിത്രമായ ആ സാഹിത്യരൂപത്തിന്റെ ഏറ്റവും മഹാനായ പ്രയോക്താവായിരുന്നു അദ്ദേഹം. അതിനാൽ അദ്ദേഹത്തിന്റെ നിര്യാണത്തോട് ഏറ്റവും പ്രസക്തമായിരിക്കുന്ന പ്രശ്നം ഇതുമാത്രമാണ് - എലിയട്ടിന്റെ നിര്യാണത്തോടുകൂടി ആധുനികകവിത നിര്യാണംപ്രാപിച്ചോ? കവിയുടെ ചരമത്തിനു മുമ്പുതന്നെ ആ കവിതാപ്രസ്ഥാനം ചരമമടയുകയോ ആസന്നചരമമായിക്കഴിയുകയോ ചെയ്തിരുന്നുവെന്നു പശ്ചിമദേശങ്ങളിലെ പല കവികളും വിമർശകരും മുമ്പു പറയാതിരുന്നിട്ടില്ല. കവിതയെ നശിപ്പിക്കുന്ന കവിതയാണ് ആധുനിക കവിതയെന്നു കെന്നത്ത് അല്ലോട്ടിന്നും കവിതയിലെ ആധുനികപരീക്ഷണങ്ങൾ ഒട്ടും സഫലമായിട്ടില്ല എന്നു ജി.ഫെല്ല്സിന്നും പ്രബലമായ വ്യക്തിത്വമുള്ള ഒരു കവിയെ കാലം കാത്തുനില്ക്കുകയാണെന്നു ടോംലിൻസന്നും പറയേണ്ടിവന്നത് ആധുനികകവിതയുടെ വിജയത്തിന്റെ വിളംബരമല്ല. നേരെമറിച്ച്, ആധുനികകവിത കവിതയുടെ ഭാവിയെക്കൂടി ഉൾക്കൊള്ളുന്നുവെന്നു കരുതുന്നവരും കുറവല്ല. ആധുനികകവിതയെസംബന്ധിച്ച ഇത്തരം തർക്കങ്ങളുടെ ഇടയിൽവെച്ചാണ് എലിയട്ടിന്റെ നിര്യാണം നടന്നത്. അതുവഴി മേല്പറഞ്ഞ ചോദ്യം ഇന്ന് ഒന്നുകൂടി വിജൃംഭിതമായിരിക്കുന്നു.

ഉള്ളംകൈയിലെ നെല്ലിക്കപോലെ ഉത്തരം നേരെയങ്ങു ചൂണ്ടികാണിച്ചുകൊടുക്കാവുന്ന ഒരു ചോദ്യമാണ് ഇതെന്നു ഭാവിക്കുന്നില്ല. മറ്റു പല ചോദ്യങ്ങൾക്കും ഏറക്കുറെ വിശദമായ ഉത്തരം കിട്ടിയാൽ മാത്രമേ, ഈ ചോദ്യത്തിന് ഉത്തരം കൊടുക്കാൻ കഴിയുകയുള്ളൂ. ഉദാഹരണത്തിന്, ആധുനികകവിത എന്തെന്ന് ആദ്യമേ മനസ്സിലാക്കണം. സവിശേഷമായ ഒരു ഭാവവും അതിന്നനുഗുണമായ രൂപവിശേഷവുമുള്ള കവിതയെയാണ് ആധുനികകവിത എന്നു വിളിച്ചുപോരുന്നത്. ആധുനികകവിത ആധുനികദശയിലേ എഴുതപ്പെടുകയുള്ളൂവെങ്കിലും ആധുനികദശയിൽ എഴുതപ്പെടുന്ന എല്ലാ കവിതയും ആധുനികകവിതയാകണം എന്നില്ല.

ആധുനികകവിത ഒറ്റനോട്ടത്തിൽ കാലനിബദ്ധമാണെന്നു പറയാമെങ്കിലും അതു കാലനിബദ്ധം മാത്രമല്ലെന്നും അതിനപ്പുറത്തു ഭാവനിബദ്ധംകൂടിയാണെന്നും സാരം. ഇന്നത്തെ മനുഷ്യന്റെ അന്തരംഗത്തെ വിമഥിക്കുന്ന ഏറ്റവും ഏകാന്തമായ മനോഭാവത്തെ ആവിഷ്ക്കരിക്കുന്നതുകൊണ്ടാണ് ആധുനികകവിത ആധുനികകവിതയാകുന്നത്. 'ഇന്നത്തെ മനുഷ്യൻ' എന്നുവെച്ചാൽ ഇന്നത്തെ എല്ലാ മനുഷ്യരുമല്ല. ഇക്കാലത്തിന്നുമാത്രമായുള്ള പ്രസ്തുത മനോഭാവം വികസ്വരമായുള്ള ബോധമണ്ഡലത്തോടുകൂടിയ മനുഷ്യനെയാണ് 'ഇന്നത്തെ മനുഷ്യൻ' എന്നതുകൊണ്ടു വിവക്ഷിക്കുന്നത്. ആ മനോഭാവം അസ്തിത്വത്തിന്റെയും ലക്ഷ്യബോധത്തിന്റെയും തകർച്ചയുടെ അനുഭവത്തിൽനിന്നു സംജാതമാണ്. അതിന്റെ ഫലമായി താൻ മറ്റുള്ളവരിൽനിന്നുമാത്രമല്ല തന്നിൽനിന്നും അന്യനാണെന്ന ഒരു ഭ്രഷ്ടബോധം മനുഷ്യനുണ്ടാവുന്നു.

ഈ അന്ധതാമിസ്രത്തിലേക്കു മനുഷ്യൻ ചെന്നുവീണത് എങ്ങനെ? രാഷ്ട്രീയവ്യവസ്ഥയിലും സമുദായസ്ഥിതിയിലും വിജ്ഞാനസ്വഭാവത്തിലും വന്നുചേർന്ന വിപ്ലവാത്മകങ്ങളായ മാറ്റങ്ങൾമൂലമാണ് ഈ ആത്മീയപാതാളത്തിൽ മനുഷ്യൻ മറിഞ്ഞുവീണത്. ഒന്നാമത്, പ്രഥമ ലോകമഹായുദ്ധത്തെ തുടർന്നു പടിഞ്ഞാറൻനാടുകളിലുണ്ടായ സാമുദായികമായ പൊളിച്ചിലുകൾ വ്യക്തികളിൽ അഭൂതപൂർവ്വമായ ഒരസ്ഥിരതാബോധം സൃഷ്ടിച്ചുവിടുകയുണ്ടായി. അതോടൊപ്പം, മനശ്ശാസ്ത്രത്തിന്നു ഫ്രോയിഡിന്റെയും മറ്റും നേതൃത്വത്തിൽ ഉണ്ടായ പുരോഗതി മനസ്സിന്റെ അഖണ്ഡതയെപ്പറ്റിയുള്ള ചിരപുരാതനമായ ധാരണയെ തകർക്കുകയും മനുഷ്യന്റെ ആത്മസത്ത അന്ധവും അസ്ഥിരവുമാണെന്നു തെളിയിക്കുകയും ചെയ്തു. ഇപ്രകാരം മനുഷ്യന്റെ അടിത്തറകൾ ഇളകി. പുറത്തെ പ്രപഞ്ചത്തിലും അകത്തെ പ്രപഞ്ചത്തിലും ഉറപ്പുള്ളതൊന്നും പിടികിട്ടാതെ നിസ്സഹായനായി വൃഥാ ഭാണ്ഡം പേറിനടക്കുന്ന ഒരുദ്ഭ്രാന്തനാണ് ആധുനികമനുഷ്യൻ. ഈ മനുഷ്യന്റെ നാദമാണ് ആധുനികകവിത. അവൻ എത്രമാത്രം ഭ്രമസമ്മൂഢനാണോ, അത്രമാത്രം ഭ്രമസമ്മൂഢമായിരിക്കും അവന്റെ അന്തർനാദമായ കവിതയും. നിയതരൂപവും സുസ്ഥിരവുമായ ഒരു മനസ്സിന്റെ വൃത്തികളെ പഴയ കവിതകൾ യുക്തിപുരസ്സരം ക്രമാനുസാരം വിവരിച്ചുതന്നതിൻപടി പുതിയ ഈ മനുഷ്യന്റെ ഉന്മത്തപ്രലാപങ്ങളെ ചിന്താശില്പത്തോടെ പ്രതിപാദിക്കാൻ പുതിയ കവിക്കു സാധിക്കില്ല. പഴയ കവിതയുടെ ബാഹ്യഭൂതികളായ പാദവാക്യച്ഛന്ദോലങ്കാരങ്ങൾ അയാളുടെ കവിതയിൽ അവയുടെ പരമ്പരാപ്രാപ്തമായ ഋജുരീതിയിൽ പ്രത്യക്ഷപ്പെടുന്നില്ല. അവ്യക്തമായും ഭാഗികമായും നിഗൂഢമായും അർത്ഥസമന്വയംകൂടാതെയുമാണ് അവ ഭാവങ്ങളെ സമർപ്പിക്കുന്നത്. ഇമ്മാതിരി കവിത കവിതയാകുമോ എന്നു വല്ലവരും ശങ്കിക്കുകയാണെങ്കിൽ, ഇതല്ലാതെ മറ്റൊരു തരം കവിത ഇക്കാലത്ത് എഴുതുന്ന കവി തന്നോടു നീതി പുലർത്തുന്നവനല്ലെന്നു വേറെ ചിലരും വാദിച്ചേക്കാം.

ഏറക്കുറെ ഇരുപതാം നൂറ്റാണ്ടിലെ ദ്വിതീയ ദശകത്തിനുശേഷം പശ്ചിമഖണ്ഡത്തിലെ ബുദ്ധിപ്രഭാവശാലികളായ കവികളുടെ മനസ്സിൽ അപൂർണ്ണമായൊരു വൈയർത്ഥ്യബോധവും അസ്ഥിരതാഭീതിയും കരിങ്കാർ പരത്തിയിരുന്നുവെന്നതാണല്ലോ ആധുനിക കവിതാപ്രസ്ഥാനത്തിന്റെ നിലനില്പിനെ ന്യായീകരിക്കുന്ന ഏറ്റവും വലിയ വാദം. ഈ വാദം, മിതസ്വരത്തിൽ പറയട്ടെ, വളരെയേറെ അത്യുക്തി നിറഞ്ഞതാണ്. ഇന്നത്തെ കവിയെ ബാധിച്ചിരിക്കുന്നുവെന്നു പറയപ്പെടുന്ന ആ ഏകാന്തശൂന്യതയും അന്തസ്സംഘർഷഫലമായ സൈഥ്യര്യനാശവും അസംതൃപ്തിയുമാണ് എക്കാലത്തും-ഇന്നുമാത്രമല്ല-കവിതയുടെ ആവിർഭാവത്തിന്റെ ഹേതുക്കളിൽ ഒന്ന്. രാഷ്ട്രീയ സാമുദായികവിപ്ലവങ്ങളുടെ ഫലമായി ഇന്നത്തെ മനുഷ്യന്ന് അതു താരതമ്യേന ഏറെ അനുഭവപ്പെടുന്നുണ്ടായിരിക്കാം. മനശ്ശാസ്ത്രാദിവിജ്ഞാനങ്ങളുടെ വികാസത്തിന്റെ ഫലമായി ആ ചിത്തവൃത്തികൾക്കു സ്പഷ്ടമായ പേർ നല്കാൻ അവനു കഴിഞ്ഞുവെന്നും വരാം. പക്ഷേ, ഈ മാനസികാവസ്ഥ പുതിയൊരു പ്രതിഭാസമാണെന്നും പഴയ കവികൾക്ക് അത് അജ്ഞാതമാണെന്നും പറയുന്നതു നുണയായിത്തീരും. പ്രപഞ്ചം പ്രദാനംചെയ്യുന്ന ഉത്ക്കടമായ വ്യർത്ഥതാബോധത്തിൽനിന്നാണ് കവിയുടെ പദപ്രപഞ്ചം പുതിയ അനുഭൂതിമണ്ഡലങ്ങളെ സൃഷ്ടിക്കുന്നത്. പഴയ കാവ്യങ്ങളിലെല്ലാം, ഒരളവിലല്ലെങ്കിൽ മറ്റൊരളവിൽ, ഈ ബോധത്തിന്റെ ഫേനിലത്വം ഒളിചിന്നുന്നതു സൂക്ഷ്മദൃഷ്ടികൾക്കു കാണാം. ശോകാന്തമായ വ്യാസഭാരതത്തിന്റെ സന്ദേശം ആ ബോധത്തിൽ പരിനിഷ്ഠിതമാണ്. രാമഗിരിയിൽ 'അസ്തംഗമിതമഹിമാവാ'യി വിപ്രവാസം അനുഭവിക്കുന്ന കാമിയായ യക്ഷൻ നമ്മുടെ പുത്തൻ കവികളുടെ ഹൃദയം കരണ്ടുതിന്നുന്ന ഭ്രഷ്ടതാബോധത്തിന്റെ അഭൗമപ്രതിരൂപമാണ്. പക്ഷേ, ഈ ബോധത്തിന്റെ ആവിഷ്കരണമേ കവിതയാവൂ എന്ന് അവരാരും നിർബന്ധിച്ചില്ല എന്നൊരു വ്യത്യാസം ഇന്നത്തെ കവികളും അവരും തമ്മിലുണ്ട്. അതു സാരമായൊരു വ്യത്യാസം തന്നെ.

ആധുനികകവികളുടെ സർഗ്ഗാനുഭൂതിയെയാണ് ഇത്രയും വിമർശിച്ചത്. ഇനി അവരുടെ ആവിഷ്കാരരീതിയെക്കുറിച്ചും ചിലതു പറയട്ടെ. ഉള്ളിലും വെളിയിലുമുള്ള അനേകതാനതയെ-അനന്തചാഞ്ചല്യത്തെ-ആവിഷ്കരിക്കുന്ന കവിയുടെ പദവാക്യനിഷ്ഠമായ ശൈലി അനുഭവനുഗുണമായി അനിയതവും ചപലവും അതിഗുപ്തവുമായിരിക്കണമെന്ന നിർബന്ധം കലയുടെ മൗലികതത്ത്വങ്ങളെ വ്യാകോപിപ്പിക്കുന്നു. കവിത, എന്തൊക്കെ വാദിച്ചാലും ഒടുവിൽ ഒരാത്മനിവേദനോപായമായി അവശേഷിക്കുന്നു. വ്യക്തിയുടെ അനുഭൂതി, ദരിദ്രന്റെ മനോരഥംപോലെ, ആത്മാവിൽത്തന്നെ വിലയംപ്രാപിക്കുന്ന ഒന്നാണ്. കലാകാരന്റെ ആവിഷ്കാരത്വര മൂലം ബാഹ്യരൂപം കൈക്കൊള്ളുമ്പോഴേ അതു കലയാവുന്നുള്ളൂ. ഈ ബാഹ്യരൂപം അനുഭൂതിയുടെ അപ്പടിയുള്ള അവതാരമല്ല; ലോകസാമാന്യമായ ആശയസംവേദനമര്യാദകൾക്കുള്ളിൽ ഒതുങ്ങിക്കൊണ്ടുള്ള

അനുഭൂതിയുടെ ഒരു നിയന്ത്രിതരൂപമാണ്. കലാകാരൻ തന്റേതു മാത്രമായ അനുഭൂതിയെ ആവിഷ്ക്കരിക്കുമ്പോൾപ്പോലും, അന്യരുടേതുകൂടിയായ ബാഹ്യരൂപത്തിന്റെ നിയമങ്ങൾക്കു വിധേയനാണെന്നു ചുരുക്കം. ആധുനിക കവിത ഈ കലാനിയമത്തെ വിലവെയ്ക്കാൻ വിസമ്മതിക്കുന്നു. എത്രത്തോളം ഈ വിസമ്മതം ഉത്ക്കടമാകുന്നുണ്ടോ, അത്രത്തോളം അതു കവിതാകോടിയിൽനിന്ന് അകന്നുപോയേക്കും. ആധുനിക കവിയുടെ അനുഭൂതി ഉദ്ഭ്രാന്തമാകാം. പക്ഷേ, അതിന്റെ ആവിഷ്കരണം ഉദ്ഭ്രാന്തമാകരുത്. ആയാൽ ബാഹ്യരൂപം വികലമാവും. ബാഹ്യരൂപവൈകല്യം കവിതയുടെ പരാസ്വാദ്യതയെ നശിപ്പിക്കും.-അർത്ഥാൽ, അതിന്റെ കല നശിക്കും. കോളറയ്ക്കു ചികിത്സിക്കുന്ന വൈദ്യൻ കോളറാരോഗി ആകേണ്ടെങ്കിൽ, ഭ്രാന്തങ്ങളും ശിഥിലങ്ങളുമായ അനുഭൂതികളെ ആവിഷ്കരിക്കുന്ന കവിയുടെ ശൈലി ഭ്രാന്തമോ ശിഥിലമോ ആകണമെന്നുണ്ടോ? അനുഭൂതിയുടെ ഭ്രമാത്മകതയും ശൈഥില്യവും വ്യക്തമാക്കാൻ അതു വ്യക്തമായി വിശദമായി പ്രതിപാദിക്കുകയാണ് വേണ്ടത്; അവിശദശൈലിയിൽ പ്രതിപാദിക്കുകയല്ല. അവിശദമായ മട്ടിൽ ഏത് അനുഭൂതിയെയും പ്രതിപാദിക്കാം; ആനയെപ്പറ്റിപ്പോലും! പക്ഷേ, അത് ആവിഷ്കർത്താവിന്റെ അവൈദഗ്ദ്ധ്യത്തിന്റെ ഫലമായിരിക്കും. ആധുനിക കവികൾ ധരിച്ചുവെച്ചിരിക്കുന്നത്, ശൈലി എത്രത്തോളം അസാധാരണത്വം മൂലം ദുർഗ്രഹമാക്കാമോ, അത്രത്തോളം തങ്ങളുടെ കവിത നന്നായിരിക്കുമെന്നാണ്. ഇന്നത്തെ മനുഷ്യന്റെ മനസ്സിനെ രക്ഷസ്സുപോലെ ഭീഷണിപ്പെടുത്തുന്ന അസ്തിത്വഭീതിയും ലക്ഷ്യശൂന്യതയും ഭ്രാന്തിയുമെല്ലാം കവിതയിൽ ഉൾക്കൊള്ളിക്കുന്നതിൽ ഒരു തെറ്റുമില്ല. പക്ഷേ, ആ മനോഭാവങ്ങളെ വിശദമായി ധ്വനിപ്പിക്കാൻ നിങ്ങൾക്കു സാധിക്കണം. നിങ്ങൾ ആവിഷ്കരിക്കാൻ ഉദ്ദേശിക്കുന്ന മനോവികാരം കവിതയിൽനിന്ന് അസ്പഷ്ടമായേ വെളിപ്പെടുന്നുള്ളുവെങ്കിൽ, ആ വികാരം നിങ്ങൾക്കു വേണ്ടത്ര അനുഭവപ്പെട്ടിട്ടില്ല എന്നാണ് അർത്ഥം. ഉദാഹരണം പറയുകയാണെങ്കിൽ, ഭ്രാന്തന്റെ ചേതോവികാരങ്ങളെ സാഹിത്യത്തിൽ അവതരിപ്പിക്കാം. പക്ഷേ, ഭ്രാന്തന്റെ വികാരങ്ങളെ അവതരിപ്പിക്കാൻ ഭ്രാന്തനു സാധിക്കില്ല എന്നോർക്കണം. നിങ്ങൾ ഭ്രാന്തന്റെ വികാരങ്ങൾ എപ്പോൾ ആവിഷ്കരിക്കാൻ തുനിയുന്നുവോ, അപ്പോൾ നിങ്ങൾ ഭ്രാന്തനല്ലാതായിത്തീരുന്നു. കലയിൽ ഏതു വികാരത്തെ അവതരിപ്പിക്കുമ്പോഴും അതിനെ വസ്തുനിഷ്ഠമായി അകന്നുനിന്നു കാണുവാൻ നിങ്ങൾക്കു കഴിയണം. ആധുനിക കവികളുടെ ആവിഷ്കാരരീതി ഉദ്ഭ്രാന്തമാകുന്നുണ്ടെങ്കിൽ, തങ്ങൾ അവതരിപ്പിക്കാൻ ഉദ്ദേശിക്കുന്ന മനോഭാവങ്ങളുടെ പിടിയിൽനിന്നും സ്വതന്ത്രമായി അവയെ വസ്തുനിഷ്ഠമായി വീക്ഷിക്കാൻ അവർക്കു കഴിഞ്ഞിട്ടില്ല എന്നേ അർത്ഥമുള്ളൂ. ഈ വീക്ഷണസ്വാതന്ത്ര്യം നേടിയിട്ടില്ലാത്തവർ കവിതയെഴുത്തിന്നു മുതിരരുത്. കുട്ടി മരിച്ച അമ്മ തേങ്ങിത്തേങ്ങി കരയുന്നുണ്ടാകാം. പക്ഷേ, സന്താനവിയോഗത്തെപ്പറ്റി കവിതയെഴുതാൻ അവരെക്കൊണ്ട് അപ്പോൾ ആവില്ല. ഉദ്ദാമമായ തന്റെ വികാരത്തിന്റെ പിടിയിൽ

നിന്ന് അവർ സ്വതന്ത്രയായാൽ, ഒരുവേള, അവർക്ക് അതിനെപ്പറ്റി കവിതയെഴുതാൻ കഴിഞ്ഞുവെന്നുവരും. "പ്രശാന്തതയിൽനിന്നും പുനഃസ്മൃതമാവുന്ന വികാരമാണ് കവിത" എന്ന വേർഡ്സ് വർത്തിന്റെ കവിതാനിർവ്വചനം എന്നും ഭദ്രമായിരിക്കുന്നു. ആധുനികകവികളാകട്ടെ, വേർഡ്സ് വർത്തിനെ നിഷേധിച്ചുകൊണ്ട്, കുട്ടിമരിച്ചു പൊട്ടിക്കരയുന്ന അമ്മയെപ്പോലെ, പെരുമാറുന്നവരത്രേ.

വ്യക്തിത്വത്തിന്റെ ശൈഥില്യവും മനസ്സിന്റെ സങ്കീർണ്ണതയും മനുഷ്യന്റെ ആന്തരഭ്രാന്തിയും കവിതയെപ്പോലെത്തന്നെ വേലിയേറ്റംകൊണ്ടിരിക്കുന്ന ഒരു കലാരംഗമാണല്ലോ ആലേഖ്യം. ആത്മാവിന്റെ ഭ്രമാത്മകതയെ കവിതയെക്കാൾ ആലേഖ്യകല വെളിപ്പെടുത്താൻ നൊമ്പരംകൊള്ളുന്നുണ്ട്. വാസ്തവം പറഞ്ഞാൽ, ചിത്രകലയിൽനിന്നാണ് കവിതയ്ക്കുപോലും ആധുനിക പ്രവണതകൾ പലതും ഉൾക്കൊള്ളാൻ ഇടവന്നത്. ആധുനികചിത്രകലയോട് അടുത്ത സ്നേഹവും അതിനെപ്പറ്റി ആഴമേറിയ അറിവുമുള്ള ഹെർബർട്ട് റീഡ്പോലും പിക്കാസോ, സാൽവഡോർഡാലി, മാക്സ്, ഏണസ്റ്റ് എന്നീ പ്രമുഖരായ നവീനകലാകാരന്മാരുടെ ചിത്രങ്ങൾ മനസ്സിലാക്കാതെ അന്തം വിട്ടുപോയിട്ടുണ്ട്. 'കല ഇന്ന്' ('Art Now')എന്ന പ്രഖ്യാതഗ്രന്ഥത്തിന്റെ ഏറ്റവും പുതിയ പതിപ്പിൽ അദ്ദേഹംതന്നെ തന്റെ ഈ അതിഭീതിയെ തുറന്നുസമ്മതിച്ചിരിക്കുന്നു. ആധുനികകലയിൽ വന്നിരിക്കുന്ന മാറ്റം വിപ്ലവമാണെന്നാണല്ലോ എല്ലാവരും പറയാറ്. എല്ലാം ചിന്തിച്ചതിനുശേഷം റീഡ് പറയുന്നു, ഇവിടെ സംഭവിച്ചിരിക്കുന്നതു 'വിപ്ലവ'മല്ല, 'പ്രളയ'മാണെന്ന്. "ഇതിന്റെ സ്വഭാവം ആപന്മയമാണ്" എന്നും അദ്ദേഹം ചൂണ്ടിക്കാട്ടാൻ മടിക്കുന്നില്ല. എന്നുവെച്ചാൽ, കലാനിയമങ്ങൾ മുഴുവൻ തള്ളിപ്പോകുകയും കല പാടേ തകരുകയുമെന്ന ഒരു സ്ഥിതിയിലേക്ക് ആധുനിക പ്രവണത നമ്മെ കൊണ്ടെത്തിച്ചേക്കുമെന്ന് ആ കലാനിഷ്ണാതൻ പേടിക്കുന്നു. തങ്ങളുടെ കല ആർക്കും മനസ്സിലാകാതെ പോകുന്നത്, അതിൽ നിറഞ്ഞിരിക്കുന്ന അനുഭൂതി നൂറുശതമാനം തങ്ങളോടുതന്നെ ഉത്തരവാദപ്പെട്ടതുകൊണ്ടാണെന്നു പുതിയ കലാകാരന്മാർ ശഠിക്കുന്നു. തങ്ങൾ വരയുന്നതുപോലെ തങ്ങൾ വരയുവാൻ കാരണം "ആന്തരമായ നിർബ്ബന്ധമാ" ണെന്നാണ് അവരുടെവാദം. പക്ഷേ, കല കലയാവണമെങ്കിൽ ആന്തരനിർബ്ബന്ധംമാത്രം പോരെന്നും രൂപപരമായ 'ബാഹ്യനിർബ്ബന്ധം'കൂടി ആവശ്യമാണെന്നും റീഡ് അവരെ ഉപദേശിച്ചിരിക്കുന്നു. ആന്തരാവശ്യത്തോടു ബാഹ്യാവശ്യം ചേർന്നുകൊണ്ടല്ലാതെ ഇന്നോളം മഹത്തായ കല ഉണ്ടായിട്ടില്ല.

ആധുനികകവിതയ്ക്ക് ഈ ഉപദേശം ചേരുന്നില്ലേ എന്നു നോക്കുക.

പാശ്ചാത്യമായ ആധുനികകവിതയ്ക്കുള്ള മൗലികമായ രണ്ടു ന്യൂനത നാം കണ്ടുകഴിഞ്ഞു-(1) കവിതയ്ക്കു കൊള്ളാവുന്ന അനുഭൂതി ഇക്കാലത്തെ ചില ബുദ്ധിജീവികളുടെ ഉള്ളകത്തെ പീഡിപ്പിക്കുന്ന ലക്ഷ്യശൂന്യതയും അന്തസ്സംഘർഷവും ഭ്രഷ്ടബോധവും മാത്രമാണെന്ന ഇതര

വർജ്ജകമായ ധാരണ; (2) കവിതയുടെ ഭാവം ഉദ്ഭ്രാന്തിപൂർണ്ണമാകയാൽ അതിന്റെ രൂപവും ഉദ്ഭ്രാന്തികരമാവണം എന്ന നിർബ്ബന്ധം.

ഈ പ്രധാനവൈകല്യങ്ങൾ കാരണം പാശ്ചാത്യ ദേശങ്ങളിൽപ്പോലും ആശങ്കാവിഷയമായിക്കഴിയുന്ന ആധുനികകവിത കേരളത്തിൽ വളർത്തിയെടുക്കാൻ ചിലർ അത്യധ്വാനം ചെയ്യുന്നുണ്ട്. ആധുനികകവിത പടിഞ്ഞാറ് ഉയിരെടുക്കുവാൻ പ്രേരണ നല്കിയ രാഷ്ട്രീയവും സാമുദായികവും വൈജ്ഞാനികവുമായ പര്യന്താവസ്ഥകൾ കേരളത്തിലോ ഭാരതത്തിലോ അപ്പടിയെന്നല്ല, അതിൽ താണപടിയെങ്കിലും, ഇല്ലാത്തുകൊണ്ട്, പരിനിഷ്ഠിതാർത്ഥത്തിൽ ഇവിടെ ആധുനിക കവിത ഉടലെടുക്കാൻ പ്രയാസമുണ്ട്. എങ്കിലും ആ വഴിക്കുള്ള ചില വീർപ്പുകൾ ഇന്നു കൈരളിയുടെ അങ്കണത്തിൽനിന്ന് ഉയരുന്നുണ്ട്. അനുഭൂതിയേയും ആവിഷ്കരണത്തെയും സംബന്ധിച്ച പാശ്ചാത്യകവികൾക്കുള്ള നിർബ്ബന്ധം അവരും അനുകരണബുദ്ധ്യാ നീക്കുപോക്കില്ലാതെ ഉൾക്കൊള്ളുകയാണെങ്കിൽ, വിചിത്രങ്ങളായ അനേകം കവിതാപ്രസ്ഥാനങ്ങളുടെ ശ്മശാനഭൂവായ മലയാളത്തിൽ ഒരു കുഴിമാടംകൂടി വർദ്ധിക്കുമെന്നേ അതിനെപ്പറ്റി പറയേണ്ടൂ. പക്ഷേ, ഭാഗ്യവശാൽ, അത്രയൊന്നും അവർ വന്യമാർഗ്ഗങ്ങളിലേയ്ക്കു നീങ്ങിപ്പോയിട്ടില്ല. ആധുനികമനുഷ്യന്റെ ജീവിത വൈയർത്ഥ്യത്തെ വൃത്തഗന്ധികളെങ്കിലും ദൃഢവൃത്തനിബദ്ധമല്ലാത്ത ശീലുകളിൽ പ്രതിപാദിക്കുക എന്നതിൽ കവിഞ്ഞ ഒരാധുനികത്വം അവരുടെ കവിതകളിലില്ല. ചുഴിഞ്ഞു നോക്കിയാൽ, സ്ഥൂലമായൊരു നവീനതാഭിലാഷത്തിൽ കവിഞ്ഞ് അന്തർവീക്ഷണപരമായൊരു വ്യതിയാനം ഈ കവിതകളിൽ ഇതുവരെ കാണാൻ കഴിഞ്ഞിട്ടില്ല. "അശാന്താത്മാവുപോലെ കരയും കുളിർതെന്നൽ" എന്നും "കന്യയാമിളമണ്ണിൻ ചേതന സീരക്ഷതമന്മഥക്രീഡോന്മാദമൂർച്ഛയിൽ തുടിച്ചതും" എന്നും അവർ എഴുതിപ്പോകുമ്പോൾ ഷെല്ലിയുടെയും കാളിദാസന്റെയും കല്പനാമുദ്രകളിൽനിന്നു സ്വതന്ത്രമായ ഒരവതരണരീതി അവർക്ക് ഇനിയും വശപ്പെട്ടിട്ടില്ലെന്നു തെളിഞ്ഞുപോകുന്നു. ഉള്ളിൽ ചെന്നുകണ്ടാൽ, അവർ ഇന്നും റൊമാന്റിക്കുകളാണ്. കവിതാരചനയിൽ പൂർവ്വസൂരികളുടെ മാർഗ്ഗത്തിൽനിന്നു വിട്ടുമാറണമെന്നു ബുദ്ധി അനുശാസിക്കുന്നുണ്ടെങ്കിലും ഉത്പതിഷ്ണുവായ ആ ബുദ്ധിയോടൊത്ത് ഉയരാൻ കഴിയാതെ ചിറകിട്ടടിക്കുന്ന സ്വർഗ്ഗപ്രതിഭ അനുകരണത്തിൽ ആശ്വാസം തേടുന്നതാണ് കേരളത്തിലെ ആധുനികകവിതയുടെ അപദാനസംഗ്രഹം.

സാങ്കേതികാർത്ഥത്തിലാണ് ഇതുവരെ ആധുനിക കവിതയെപ്പറ്റി ഇവിടെ പരാമർശിച്ചത്. യഥാർത്ഥത്തിൽ പറയുകയാണെങ്കിൽ, ഏറ്റവും നല്ല കവിത നിങ്ങൾ എഴുതിയാൽ അതുതന്നെ ഏറ്റവും നല്ല ആധുനിക കവിത. കവിതയുടെ ആധുനികത്വവും അതിന്റെ ഉത്തമത്വവും പര്യായങ്ങളാണ് എന്നുസാരം.

രണ്ടു ഖണ്ഡകാവ്യങ്ങൾ

മഹാകാവ്യങ്ങളുടെ പുഷ്പകാലം മലയാളത്തിൽ അവസാനിച്ചുവെന്നാണല്ലോ വെപ്പ്. അതുപോലെതന്നെ ഖണ്ഡകാവ്യങ്ങളുടെ ഋതുവും ഒടുങ്ങിയോ? ഒരു കാൽനൂറ്റാണ്ടിലേറെക്കാലത്തെ മലയാളകവിതയുടെ സ്വഭാവപരിണതികൾ പരിശോധിച്ചാൽ, ഒടുങ്ങി എന്ന് ഉത്തരം പറയേണ്ടി വരും. എന്തുകൊണ്ട് ആ കാവ്യയുഗങ്ങൾ അവസാനിച്ചു എന്നു വേറൊരു ചോദ്യമുണ്ട്. സഹൃദയരുടെ രുചിഭേദം, പ്രയോക്താക്കളുടെ ശക്തിക്കുറവ്, അതതു രൂപവിശേഷത്തിന്റെ നൈസർഗ്ഗികവൈകല്യം, നൂതനമാതൃകകളുടെ അനുപ്രവേശം എന്നിങ്ങനെ പലതാണ് ഇത്തരം സാഹിത്യയുഗാവസാനങ്ങൾക്കു കാരണമായി ചൂണ്ടിക്കാണിക്കപ്പെടാറ്. മഹാകാവ്യങ്ങളുടെ വംശവിനാശം കുറിച്ചത്, മറ്റെല്ലാ കാരണങ്ങളെക്കാളുമധികം, മഹാകാവ്യരൂപത്തിന്റെതന്നെ സ്വാഭാവികദോഷങ്ങളായിരുന്നു. ഖണ്ഡകാവ്യമാകട്ടെ, അത്തരം സ്വാഭാവികദോഷങ്ങൾ വളരെ കുറഞ്ഞ ഒരു കാവ്യരൂപമാണ്. എന്നിട്ടും മലയാളകവിതയിലെ ത്രിമൂർത്തികൾക്കുശേഷം ആ കാവ്യശാഖയിൽ വിഹരിക്കുവാൻ കവികൾ അധികമുണ്ടായില്ല. പ്രയോക്താക്കളായ കവികളുടെ ശക്തിവൈരള്യമാണ്, മറ്റേതു കാരണത്തെക്കാളുമധികം, ഇവിടെ പ്രവർത്തിച്ചതെന്നു തോന്നുന്നു.

ഖണ്ഡകാവ്യപ്രസ്ഥാനത്തിന്റെ നേതാക്കളുടെ അനുജന്മാരായി വന്ന കവികൾക്കു സഞ്ചരിക്കുവാൻ അപ്പോഴേക്കും പാകത്തിന്നു മറ്റൊരു വഴി തെളിഞ്ഞു കഴിഞ്ഞിരുന്നു- ഭാവഗീതപ്രസ്ഥാനം. ഹൃദയത്തിന്റെ ഒരു ചെറു ചുടുവീർപ്പുകൊണ്ടു രൂപംകൊള്ളുന്ന ആത്മാലാപപ്രധാനങ്ങളായ അസംഖ്യം കവിതകൾ ഈ പ്രയാണത്തിന്റെ ഫലമായി നമുക്കു ലഭിച്ചു. ബാഹ്യലോകത്തിലെ വിപുലജീവിതകഥകൾ പാടാൻ ആവശ്യമായ ഭാവോദ്ഗ്രഥനപാടവം, ഖണ്ഡകാവ്യകർത്താക്കൾക്കൊപ്പം, ഈ ലഘുകാവ്യകാരന്മാർക്കു വേണ്ടിവന്നില്ല. ഈ മാർഗ്ഗത്തിൽ ഒരായുഷ്ക്കാലം മുഴുവൻ, എന്നു പറയട്ടെ, സഞ്ചരിച്ച കവികളിൽ പ്രമുഖനാണല്ലോ ജി. ശങ്കരക്കുറുപ്പ്. ഇതിവൃത്തപ്രധാനമായ ഖണ്ഡകാവ്യത്തിന്റെ പാതയിൽ വളരെ വിരളമായിമാത്രം കാൽകുത്തുവാനേ അദ്ദേഹം ധൈര്യപ്പെട്ടിട്ടുള്ളൂ. ആ സാഹസത്തിന്ന് അദ്ദേഹം ഇറങ്ങിത്തിരിച്ചതിന്റെ ഒരു പാടാണ് 'മൂന്നരുവിയും ഒരു പുഴയും' എന്ന ഈ കഥാകാവ്യം. ചെറുതെങ്കിലും

ഇതിവൃത്തമെന്നു പറയാവുന്ന ഒന്നെടുത്ത് അംഗോപാംഗ സംവിധാനത്തോടെ അവതരിപ്പിക്കുവാൻ ഉദ്യമിക്കുന്ന ഈ കൃതി കുറുപ്പുസാഹിത്യത്തിൽ ഒരു വ്യത്യസ്തതയായിക്കിടക്കും- 'പെരുന്തച്ച'നെപോലെ.

കിഴക്കൻകാട്ടിൽ ഈറ്റ വെട്ടാൻ പോയപ്പോൾ പെട്ടെന്നുണ്ടായ തുലാവർഷങ്ങളിൽപ്പെട്ടു മൃതിയടയുന്ന ഒരു ചെറുമന്റെ ദുഃഖാർത്തയായ ഭാര്യ പെരിയാറിൽ ചാടി ചാവുന്ന കഥ, അവളുടെ പൂർവ്വപ്രണയത്തിന്റെയും മറ്റും ഓർമ്മകളുടെ പശ്ചാത്തലത്തിൽ, ഈ കവിതയിൽ വർണ്ണിച്ചിരിക്കുന്നു. കഥ ഇത്രമാത്രമേയുള്ളൂ— വളവും തിരിവുമില്ലാത്ത ഉലയ്ക്ക പോലത്തെ ഒരു കഥ. എത്രത്തോളമുണ്ട്, ഇതിന്നു രസോത്ഥാപനശക്തി? നായകനായ പൈങ്കന്നു ജീവാപായം വരുന്നതും നായികയായ കാളി അതിനെതുടർന്ന് ആത്മഹത്യചെയ്യുന്നതും കേവലം യാദൃച്ഛികമായ ഒരു പ്രകൃതിദുരദൃഷ്ടംമൂലമാണ്. രസം ഉയർന്നുവരേണ്ട ഇതിവൃത്തനാളത്തിൽ ഈ യാദൃച്ഛികത ഒരു കല്ലിൻകഷണംപോലെ കുടുങ്ങിക്കിടക്കുന്നു. കവിക്കു വളരെ സൗകര്യമുള്ള ഒരു കഥനോപായമാണ് യാദൃച്ഛികസംഭവവർണ്ണനം. അതുകൊണ്ടുതന്നെ അതു വളരെ സൂക്ഷിച്ചും വിരളമായും മാത്രമേ പ്രയോഗിക്കാൻ പാടുള്ളൂ. അല്ലെങ്കിൽ കവിയുടെ സൗകര്യം വായനക്കാരന്റെ അരോചകതയിൽ ചെന്നെത്തും. ഇതിവൃത്തത്തിന്റെ പുരോഗതിക്കുവേണ്ടി അന്തരാളഘട്ടങ്ങളിൽ (സാങ്കേതികശൈലിയിൽ, മുഖപ്രതിമുഖാദിസന്ധികളിൽ)യാദൃച്ഛിക സംഭവങ്ങളെ കരുതിയും ചുരുക്കമായും ഉപയോഗിക്കേണ്ടിവന്നേക്കാം— ശാകുന്തളത്തിൽ നായികയുടെ മോതിരം സ്നാനതീർത്ഥത്തിൽവീണു കാണാതാകുന്നതുപോലെ. എന്നാൽ ഇതിവൃത്തത്തിന്റെ സാഫല്യവും വന്നുചേരുന്ന നിർവ്വഹണഘട്ടം യാദൃച്ഛിക സംഭവത്തെ ആശ്രയിച്ചാകുന്നത് ഉപപന്നമല്ല. കാരണം, അവിടെവെച്ചാണ് രസം സഹൃദയഹൃദയങ്ങളിൽ സ്വാഭാവികമായി മറനീക്കി തെളിയേണ്ടത്. ആകസ്മികമായി ഒരു സംഭവം ഉണ്ടായതായി വർണ്ണിച്ചാൽ സ്ഫുരിക്കുന്ന ഭാവം വിസ്മയമായിരിക്കും എന്നതിന്നു പുറമെ, അതിന്നുമുമ്പേ ക്രമമായി വികസിച്ചുവന്നുകൊണ്ടിരുന്ന രസത്തിന്നു വിച്ഛേദംതന്നെ വന്നുകൂടായ്കയില്ല. യാദൃച്ഛികനിർവഹണം കഥയെ കലാകോടിയിൽനിന്നു മോടിവിദ്യയുടെ കൂട്ടത്തിലേക്കു തള്ളിവിടുന്നു. മണിമന്ത്രൗഷധങ്ങളെക്കൊണ്ടും യക്ഷസിദ്ധാദികളുടെ വരംകൊണ്ടും സസുഖം പര്യവസാനിക്കുന്ന പഴംകഥകൾ രസരൂപമായ ഹൃദയസംവാദം സഹൃദയരിൽ ജനിപ്പിക്കാതിരിക്കാൻ കാരണം ഇപ്പോൾ സ്പഷ്ടമായിരിക്കും. പിന്നെ എങ്ങനെ വേണം നിർവഹണമെന്നോ? നായികാനായികാദികളുടെ മാനസികബന്ധങ്ങളുടെ നിഗൂഢമായ തകരാറുകളുടെ ക്രമാനുസാരമായ വിജൃംഭണത്തിന്റെ ഫലമായി ഒടുവിൽ അവർ എന്തെങ്കിലും അത്യാഹിതത്തിൽ ചെന്നുചാടുമ്പോഴാണ് കരുണമയമായ ട്രാജഡി ഉണ്ടാവുക. പക്ഷേ, തീരെ സൗകര്യമുള്ളതല്ല ഈ വഴി. ഈ ഖണ്ഡകാവ്യത്തിൽ ആയാസകരമായ അത്തരം ആന്തരസംഘട്ടനങ്ങളല്ല നിർവഹണസന്ധിയെ രൂപപ്പെടുത്തുന്നത്. വിചാരിക്കാതെ വന്നുപെട്ട

ഒരതിവർഷവും വെള്ളപ്പൊക്കവും കാരണം ഒരാൾ മരിക്കുന്നു; തുടർന്നു മറ്റൊരു മരണം നടക്കുന്നു. ഇതു കവനാർഹമായ ഒരു കഥയോ? പഴുതാര കടിച്ച് ഒരു വീരസേനാനി മരിക്കുകയും അയാളുടെ ഭാര്യ കിണറ്റിൽച്ചാടി ചാവുകയും ചെയ്താൽ അതു കവികീർത്തനം അർഹിക്കുകയില്ലല്ലോ.

ഈ കവിതയുടെ സൂക്ഷ്മാംശങ്ങളെ ശ്രദ്ധിക്കുമ്പോൾ മുഖം കൂടുതൽ ചുളിഞ്ഞുപോകാം; സൂചിമുഖത്തിൽ ഒതുക്കാവുന്ന ഈ കഥ പരന്നു പന്തലിച്ച പതിമൂന്നു ഖണ്ഡമായിട്ടാണ് പ്രതിപാദിക്കപ്പെട്ടിരിക്കുന്നത്. കാവ്യവപുസ്സിന്റെ ഈ മേദുരത പദവാക്യാലങ്കാരങ്ങളുടെയും വർണ്ണനകളുടെയും അമിതോപയോഗംകൊണ്ടു സംഭവിച്ചതാകാനേ വഴിയുള്ളൂ. മൗഘലമംഖകാദികൾ അതിലഘുവായൊരു പുരാണകഥാസന്ദർഭം കടന്നെടുത്തു മുപ്പതും നാല്പതും സർഗ്ഗങ്ങളുള്ള കൂറ്റൻമഹാകാവ്യങ്ങൾ ചമച്ച ആ ഭീകരപാരമ്പര്യത്തിന്റെ തുടർച്ചതന്നെ. പക്ഷേ, കാലപ്പകർച്ചമൂലം, ആ തുടർച്ച ഭാവകാവ്യങ്ങളുടെ യുഗത്തിൽ ഒരു ഖണ്ഡകാവ്യം നിർമ്മിച്ചുകൊണ്ടായിപ്പോയി എന്നുമാത്രം! കാവ്യശരീരത്തെ ഊതിവീർപ്പിക്കുവാൻ മാത്രമായി പ്രകൃതിവർണ്ണനകൾ നടത്തിയതുകൊണ്ടാണ് ഖണ്ഡങ്ങൾ എണ്ണത്തിൽ ഇത്ര കൂടിപ്പോയത് എന്ന് ഒറ്റനോട്ടത്തിൽത്തന്നെ ആരും പറയും. ആദ്യത്തെ ആ രണ്ടു ഖണ്ഡങ്ങൾ നോക്കൂ: സൗന്ദര്യം കെടുത്തുന്ന നീണ്ട മൂക്കുപോലെ അവ കാവ്യമുഖത്തിൽനിന്ന് എറിച്ചുനിൽക്കുന്നു. ഒന്നാം ഖണ്ഡം ചിങ്ങപ്രകൃതിയെയും രണ്ടാംഖണ്ഡം കന്നിപ്രകൃതിയേയും വർണ്ണിക്കുന്നു. തുലാത്തിലാണ് കഥയുടെ തുടക്കം. കിഴക്കൻമലങ്കാട്ടിൽ ഈറ്റ വെട്ടാൻപോയ പൈങ്കൻ ഏഴെട്ടുനാളായിട്ടും തിരിച്ചുവന്നു കാണാത്തതിൽ ദുഃഖസംഭ്രാന്തമായ കാളി ഒന്നും ചെയ്യാനാവാതെ പലതും ചിന്തിച്ചിരിക്കുകയാണ്. തന്റെ പ്രിയതമന്ന് ആപത്തു നേരിട്ടിരിക്കുമോ എന്ന ദുശ്ശങ്കകൊണ്ട് ഇരുണ്ട അവളുടെ ഹൃദയത്തെ അപ്പടി തുറന്നു കാട്ടുന്നതിന്നു പകരം ചിങ്ങത്തിന്റെയും കന്നിയുടെയും പ്രകൃതിവിലാസങ്ങളെ വിസ്മരിച്ചു വർണ്ണിക്കുന്ന രണ്ടു ഖണ്ഡങ്ങളാണ് തുടക്കത്തിൽ വായനക്കാരനെ ഏറ്റുമുട്ടുന്നത്. അധഃകൃതരുടെ ജീവിതത്തോട് ഒരു പൊരുത്തവുമില്ലാത്ത ചിത്രോക്തിമാലകൾ നിറഞ്ഞതാണ് ആ വർണ്ണനങ്ങൾ. 'രണ്ടു നല്ല വർണ്ണനമില്ലെങ്കിൽ പിന്നെയെന്തു കവിത!' എന്നു കരുതിപ്പോന്ന മലയാളകവിതയുടെ ജീർണ്ണപാരമ്പര്യത്തിൽനിന്നു നമ്മുടെ കവികൾ ഇനിയും മുക്തി നേടിയില്ലെന്നോ? മൂന്നാം ഖണ്ഡംതൊട്ടു കവിത തുടങ്ങിയിരുന്നുവെങ്കിൽ ഈ വർണ്ണനാപീനത്വമല്ലാതെ, രസതീവ്രത നഷ്ടപ്പെടുമായിരുന്നില്ല. അഞ്ചാം ഖണ്ഡത്തിൽ പ്രസന്നസുന്ദരമായ പെരിയാറിന്റെ ചെറുതല്ലാത്തൊരു വർണ്ണനം ഉൾച്ചേർത്തത് എന്തിനാണെന്നു മനസ്സിലായില്ല. പ്രിയനെ കാണാതെ സംത്രസ്തയായ ഒരു യുവതി പെരിയാറിന്റെ ആസ്ഫാലനവിലാസങ്ങളെ, രതിവിവശയായ ഒരു നായികയ്ക്കു ചേർന്നവണ്ണം, അനുസ്മരിക്കുന്നതിൽ എത്രത്തോളം ഔചിത്യമുണ്ട്?

"പൂത്ത തേക്കുകളിടയ്ക്കിറുത്തു നേരംപോക്കിൽ
പൂക്കുലകൊണ്ടെറ്റുന്നതറിയാത്ത നാട്യത്തിൽ."

ഈ ഈരടിയിലെ ശൃംഗാരലോലുപത നായികാഹൃദയത്തിന്റെ ആപദ്ഭയപൂർണ്ണമായ ശോകാന്തരീക്ഷത്തോട് എങ്ങനെ പൊരുത്തപ്പെടും?

നായികയുടെ ആത്മഗതങ്ങളെ പലപല ഖണ്ഡങ്ങളിലായി ഒതുക്കി നിർത്തിയ മട്ടു കൃത്രിമവും വ്യാകീർണ്ണവുമായിരിക്കുന്നു. മർമ്മഭൂതങ്ങളായ ചില കാര്യങ്ങൾ പല ഖണ്ഡങ്ങളിൽ എടുത്തെടുത്തു പറഞ്ഞതു കൊള്ളാം. പക്ഷേ, കഥാസംഭവങ്ങൾതന്നെ ആവർത്തിച്ചാലോ? സുഖമില്ലാതെയാണ് പൈങ്കൻ കാട്ടിലേക്കു പോയതെന്നു മൂന്നാം ഖണ്ഡത്തിൽ വിസ്തരിച്ചു പറഞ്ഞിരിക്കേ, എട്ടാം ഖണ്ഡത്തിൽ അക്കഥ പിഷ്ടപേഷണം ചെയ്യേണ്ടിയിരുന്നില്ല. ആത്മഹത്യയ്ക്കൊരുങ്ങി പെരിയാറിന്റെ തീരത്തിൽ നിൽക്കുമ്പോൾ കാളിയുടെ ഹൃദയത്തിൽ ഉയരുന്ന ചിന്തകൾ കവിവൈദഗ്ധ്യത്തിന്റെ ഉരകല്ലായിരിക്കേണ്ടതാണ്. ഏകാന്തതീക്ഷ്ണമായിരിക്കേണ്ട ആ രംഗത്ത്, അയവുറ്റതും കനംകുറഞ്ഞതും മുമ്പു പറഞ്ഞുപോയതുമായ സംഗതികൾ വിളമ്പിക്കാണുമ്പോൾ കഷ്ടംവെച്ചു പോകും. ചരമഗതനായ തന്റെ നാഥനോടു ചേരാൻപോകുന്ന ഒരു പ്രണയിനിയുടെ പ്രതീക്ഷാദീപ്രമായ സമാഗമോത്കണ്ഠ അവിടെ പ്രദർശിപ്പിക്കേണ്ടതാണെന്നുകൂടി കവി മറന്നു കളഞ്ഞിരിക്കുന്നു.

നാട്ടുമ്പുറത്തെ പണിയാളർ സംഭാവനചെയ്ത ശൈലിയാണ് ഈ കവിതയ്ക്കു വൈചിത്ര്യം കൊടുക്കുന്നതെന്നു 'കുറിപ്പുക' ളിൽ അഭിമാനിച്ചുകാണുന്നുണ്ട്. എന്താണ് ഈ പുലയശ്ശൈലി! 'ആന്നോ' തുടങ്ങി മൂന്നുനാലു ലോപങ്ങളും 'ധൈര്യം', 'പൂതം' തുടങ്ങി പത്തുപന്ത്രണ്ട് ആഘോഷവത്കരണങ്ങളും അവിടവിടെ തിരുകിച്ചേർത്താൽ ചെറുമരുടെ വാമൊഴിയാകും എന്നു കവി ധരിച്ചതുപോലെ തോന്നുന്നു. ഒട്ടകത്തിന്റെ സംസ്കൃതം ഉഷ്ട്രം എന്നാണെന്നു മനസ്സിലാക്കിയ ഒരുവൻ പിന്നെ എല്ലാ നാടൻ വാക്കുകളെയും ഷ്ട്രാന്തങ്ങളായി ഉച്ചരിച്ചു സംസ്കൃതവിദ്വാനാകാൻ ശ്രമിച്ച കഥയാണ് ഇവിടെ ഓർത്തുപോകുന്നത്. ഉച്ചാരണത്തിലെ ലോപഹ്രാസലഘൂകരണാദികൾ ചെറുമൊഴിയുടെ പുറംപൂച്ചുമാത്രമാണ്. അതിന്ന് അതിന്റേതായ ജീവൻ വേറെയുണ്ട്– സ്വന്തമായ പദാവലിയും അലങ്കാരശൈലിയുമൊക്കെ. അതില്ലെന്നുള്ള കുറുപ്പിന്റെ ശപഥം– "ഞങ്ങളുടെ നാട്ടുമ്പുറത്തെ പുലയർ സംസാരിക്കുന്ന ഭാഷ, അവരോടുകൂടി വളർന്നിട്ടുള്ള ചില ആചാരവാക്കുകൾ നീക്കിവച്ചാൽ, നാടോടിമൊഴിതന്നെയാണ്. ജാതിയുടേതോ അകൽച്ചയുടേതോ ആയ മാറ്റങ്ങളിൽ വളരെവളരെക്കുറയും"– കേരളത്തിന്റെ സമുദായചരിത്രത്തെ വിസ്മരിക്കലാണ്. പുലയന്നു സ്വന്തം വാക്കുകൾകൊണ്ടു മിനഞ്ഞെടുത്ത ഒരു ഭാഷയുണ്ട്. അത് അറിയത്തക്കവണ്ണം കവി അവനോട് അടുത്തിട്ടില്ലെന്നതാണ് സത്യം. ആ സത്യത്തെയും അതിന്റെ ആഘാതംകൊണ്ടു തന്റെ കവിതയ്ക്കുണ്ടായ രീതിവൈകല്യത്തെയും മറച്ചുപിടിക്കാൻ ഇങ്ങനെ ശപഥംചെയ്തേ മതിയാവൂ. പുലയശ്ശൈലി എന്നു കവി സങ്കല്പിച്ച ആ രീതിയെപ്പറ്റി പറഞ്ഞാൽ, അതും സന്ദർഭൗചിത്യം ദീക്ഷിച്ചുകൊണ്ടു പ്രയോഗിക്കുവാൻ കവിക്കു കഴിഞ്ഞിട്ടില്ല. നായികയുടെ വിചാരങ്ങൾ പകർത്തുന്ന ഭാഗത്തു

മാത്രമല്ല, കവിയുടെ വാക്കായിട്ടുവരുന്ന ഭാഗത്തും, ഭേദമെന്യേ, ആ ശൈലി കവി ഉപയോഗിച്ചുകാണുന്നുണ്ട്. കവിതയാകെ നാടൻശൈലീമയമാക്കണം എന്നാവാം കവിയുടെ ഉദ്ദേശ്യം. റോബർട്ട് ബേൺസിന്റെ കവിതകൾ അങ്ങനെയാണ്; നമ്മുടെ വടക്കൻ പാട്ടുകളും. പക്ഷേ, ഇവിടെയാകട്ടെ ഉദ്ദേശ്യം എങ്ങനെയിരുന്നാലും, 'തുകം', 'തങ്കടം' എന്നൊക്കെ ചില വാക്കുകൾ അങ്ങിങ്ങു തിരുകിവെച്ചിട്ടേയുള്ളൂ. അതോടൊപ്പം ഉടനീളം കവിയുടെ സ്വന്തമായ ആ അഭിജാതശൈലി തലയുയർത്തി നടപ്പുണ്ട്. 'തുക'ത്തിന്റെയും 'പുത'ത്തിന്റെയും കൂടെ 'സീൽകാര'വും 'മേഘ'വും 'നിരാശ്രയവും നാണമില്ലാതെ നടമാടുന്നു. എന്തൊരു കൃത്രിമമായ മിശ്രശൈലീവൈകൃതം! അലങ്കാരങ്ങളാണെങ്കിൽ, അപരിഷ്കൃതരായ ചെറുമരുടെ അത്യന്തലളിതവീക്ഷണത്തെയല്ല, പരിഷ്കൃതവും നാഗരികവുമായ (Sophisticated)ദർശനത്തെയാണ് പ്രതിഫലിപ്പിക്കുന്നത്. കവിയുടെ നിലവാരത്തിലുള്ള അലങ്കാരങ്ങളാണ് എങ്ങും മുഴച്ചുനിൽക്കുന്നത്. ചില ഉദാഹരണങ്ങൾ നോക്കുക:

1. "ചെങ്ങഴിനീർപ്പൂ കോട്ടുവായിടുന്നതു നോക്കി-
തങ്ങളിലർത്ഥംവെച്ചു ചിരിക്കും മന്താരങ്ങൾ."

2. "..................മുരുക്കിൻവിരൽത്തുമ്പിൽ-
ക്കണ്ണിമോതിരമിടുവിച്ചു സീൽക്കാരത്തോടെ."

ഇതു ഫ്യൂഡൽജീവിതത്തിൽനിന്നു പകർത്തിയ ചിത്രമാണെന്നു സ്പഷ്ടം; പുലയന്റെ ജീവിതം അതിലെങ്ങുമില്ല.

3. "വിണ്ണിടിഞ്ഞിറങ്ങിയപോലപ്പോൾതോന്നും...."

ഇതു പുസ്തകച്ചുവയുള്ളതാണ്. "ഗഗനതടമിടിഞ്ഞു താണതൊക്കും" എന്നു 'ലീലാ'ഭാഗം നോക്കുക.

4. "കേമമായ്പ്പണക്കാർക്കാ-
പ്പൊന്നോണം; പണിക്കാർക്കു
കേവലം മധുരമാ-
മൊരു പാഴ്ക്കിനാവും പോയ്."

ഓണത്തെ ഒരു മധുരക്കിനാവായിക്കാണുന്ന അമൂർത്തികൃതഭാവന ലളിതമനസ്കരായ ചെറുമർക്കു ചേർന്നതല്ല.

കുറുപ്പിന്റെ മറ്റു കവിതകളെ അപേക്ഷിച്ച് ഇതിൽ അലങ്കാരശബളിമ കുറവാണ്. എങ്കിലും എവിടെയൊക്കെ കവി ശീലബലംമൂലം ഉക്തിപ്പൊലിമയ്ക്കു ശ്രമിച്ചിട്ടുണ്ടോ, അവിടെയൊക്കെ അനൗചിത്യം തലയുയർത്തിയിട്ടുണ്ട്. പെരിയാറു കടൽപോലെ കിടക്കുന്നുവെന്നു പറഞ്ഞയുടനെ ചേനത്തണ്ടനെപ്പോലെയുമാണെന്ന്, പതത്പ്രകർഷം വരുത്തുമാറ്, ഉല്ലേഖിച്ചിരിക്കുന്നതിന്റെ ഉപഹാസ്യത നോക്കുക. മൂന്നു ലളിതമനുഷ്യരുടെയും അവരുടെ സ്നേഹത്തിന്റെയും കഥയായ ഈ കൃതിക്കു 'മൂന്നരുവിയും ഒരു പുഴയും' എന്ന അവർണ്ണ്യനാമം കൊടുത്തതുതന്നെ കവിയുടെ അചികിത്സ്യമായ അലങ്കാരഭ്രമത്തെ തെളിയിക്കുന്നുണ്ട്.

ഈ കവിതയെ വള്ളത്തോളിന്റെ 'പരീക്ഷയിൽ ജയിച്ചു' (സാഹിത്യ മഞ്ജരി, 4-ാംഭാഗം) എന്ന ലഘുകവിതയോട് ഇടതട്ടിച്ചുനോക്കുന്നതു വ്യുത്പാദകമായിരിക്കും. ഏറെക്കുറെ സാമാനേതിവൃത്തമായ ഒരു കഥ യാണ് അതിലുള്ളത്. മീൻപിടിക്കാൻപോയ ഭർത്താവു കടലിൽ മറിഞ്ഞു പോയെന്നറിഞ്ഞു കടലിൽച്ചാടി മരിക്കാനൊരുങ്ങിയ ഒരു സതി തന്റെ ഭർത്താവിന്റെ കൈകളാൽത്തന്നെ രക്ഷിക്കപ്പെടുന്നതാണ് കഥ. ഇതും ലഘുവാണ്, യദൃച്ഛാസംഭവപ്രധാനമാണ്. എങ്കിലും കവിയുടെ വൈദ ഗ്ധ്യം അതിനെ ഒരു കലാശില്പമാക്കി മാറ്റിയിരിക്കുന്നു– വെറും 22 ഈരടികൊണ്ട്. ഒന്നാമത്, തനുവായ ഈ കഥാതന്തുവെ വർണ്ണനകളുടെ മുൾപ്പടർപ്പിൽ പെടുത്താതെ ഏകാഗ്രമോഹനമായി വികസിപ്പിക്കുവാൻ കവി ശ്രദ്ധിച്ചു. രണ്ടാമത്, അതിലെ യാദൃച്ഛിക സംഭവങ്ങളെ അകാരണ മായ ആകസ്മികസംഭവങ്ങളായിക്കാണാതെ, മനുഷ്യനെ പരീക്ഷിക്കുന്ന ഒരജ്ഞേയശക്തിയുടെ പ്രതിഫലനങ്ങളായി ചിത്രീകരിച്ചുകൊണ്ട് ഇതി വൃത്തത്തിന്റെ സ്വാഭാവികപുരോഗതിയിൽ അവയ്ക്കും അദ്ദേഹം സ്ഥാനം നല്കി. 'പരീക്ഷയിൽ ജയിച്ചു' എന്ന തലക്കെട്ടിൽത്തന്നെ ഇതിന്റെ സൂചന യുമുണ്ട്: ഇത്രത്തോളം സാവധാനം രചിച്ചതുകൊണ്ടാണ് 'പരീക്ഷയിൽ ജയിച്ചു' നമ്മുടെ ഔചിത്യബോധത്തെ തൃപ്തിപ്പെടുത്തുന്നത്. വള്ള ത്തോൾ അങ്ങനെ ഒരു കാവ്യം സൃഷ്ടിച്ചപ്പോൾ കുറുപ്പിന്ന് ഉണ്ടാക്കാൻ സാധിച്ചതെന്താണെന്നോ– കേകയിൽ കുറെ ഈരടിക്കെട്ടുകൾ! അവയി ലാണെങ്കിൽ യതിഭംഗംപോലും കടന്നുകൂടിയുമിരിക്കുന്നു– "മുളകുങ്കൊടി കൾ ഉല്ലാസമായ്പോയി ചിങ്ങം" എന്ന വരി ഉദാഹരണം.

ഈയൊരു കൃതിയെപ്പറ്റി അങ്ങേയറ്റം എന്തു പറയും– അവതാരിക യിലാണെങ്കിൽപ്പോലും! ആ 'അറ്റ'മെല്ലാം കടത്തിവെട്ടിയിരിക്കുന്നു ഇതിന്റെ അവതാരികയിൽ എൻ. വി. കൃഷ്ണവാരിയർ– "ഹൃദയത്തിലെ സൂക്ഷ്മതരങ്ങളായ സഹതാപതന്ത്രികളെ വേദനയാൽ ത്ധംകൃതമാക്കു കയും അതിന്റെ അഗാധതയിൽ മർത്ത്യജീവിതത്തിന്റെ അനിവാര്യ ദുരന്തത്തെക്കുറിച്ചുള്ള ഗഹനബോധം ഉണർത്തുകയും ചെയ്യുന്ന ലളിത മായൊരു കഥ ഈ കവിതയിലുണ്ട്.... ചെറുകുളത്തിൽ അസീമാകാശ ത്തെയെന്നപോലെ രണ്ടോ മൂന്നോ വ്യക്തികളുടെ ജീവിതദുഃഖങ്ങളിൽ മനുഷ്യജീവിതദുരന്തത്തെയാകെ നിഴലിപ്പിച്ചു കാട്ടുന്നതിലും, സഹൃദയ നേത്രങ്ങളെ ക്ഷണേന സഹതാപാർദ്രങ്ങളാക്കുന്നതിലും ഇത്രയധികം വിജയിച്ച മറ്റൊരു കവിത അടുത്ത കാലത്തൊന്നും മലയാളത്തിൽ എഴുത പ്പെട്ടിട്ടില്ലെന്നാണ് എനിക്കു തോന്നിയിട്ടുള്ളത്."

സൊഫോക്ലിസ്സന്റെയോ ഷേക്സ്പിയറുടെയോ മഹത്തായ ഏതോ ദുരന്തനാടകത്തെപ്പറ്റി എഴുതാൻ ഉദ്ദേശിച്ച വാക്കുകൾ അബദ്ധത്തിൽ ഈ അവതാരികയിൽ കടന്നുവീണതാകുമോ? എന്നൊക്കെ വായനക്കാർ ആശങ്കിച്ചുപോയേക്കും. ഈ ആശങ്ക, ഏതായാലും, അസ്ഥാനത്താണ്. കവിത എന്തായാലും ശരി, കവി ശങ്കരക്കുറുപ്പാണെങ്കിൽ ഈ വന്മയോ ടെയേ എഴുതുകയുള്ളൂ എന്നു ശാഠ്യമുള്ള ആളാണ് അവതാരികാകാരൻ.

കവിതയെക്കാളേറെ കവിയെ കണ്ടുകൊണ്ടാണ് താൻ കുറുപ്പിനെവിമർശി ക്കാറുള്ളതെന്നു ഭംഗ്യന്തരേണ ഈ അവതാരികയിൽ അദ്ദേഹം സൂചിപ്പി ച്ചിട്ടുണ്ട്. മറ്റൊരവതാരികയിൽ അദ്ദേഹം പ്രസ്തുത കവി 'ആരാധ്യ' നാണെന്നും തുറന്നുപറഞ്ഞിട്ടുണ്ട്. ഈ മനോഭാവമുള്ള ഒരെഴുത്തുകാര നിൽനിന്ന് ഉന്മത്തമായ കവിപൂജയല്ലാതെ, ഉപപത്തിപൂർവ്വകമായ കാവ്യ വിചാരം പ്രതീക്ഷിച്ചിട്ടു ഫലമില്ലല്ലോ.

കവിതയിലേക്കുതന്നെ വീണ്ടും തിരിച്ചുവരുമ്പോൾ, അതിൽ ചില രജതരേഖകൾ കണ്ട് ഈ ലേഖകൻ ആശ്വാസംകൊള്ളുന്നു. ഇതിവൃത്ത പ്രധാനമായ ഒരു വിഷയം തിരഞ്ഞെടുക്കാനും കഥാനുഗുണമായി ഏറെക്കുറെ ശൈലിയെ സരളമാക്കുവാനും കവി, സ്വഭാവവിപരീതമായി, ഈ കൃതിയിൽ ഒരുമ്പെട്ടുകാണുന്നു. വിമർശനത്തിന്റെ ഒരു സത്ഫല മല്ലേ ഈ മാറ്റം? ഇല്ലാത്ത കഴിവുകൾ കവിക്കുണ്ടാക്കിക്കൊടുക്കുവാൻ വിമർശനത്തിന്നു സാധിക്കില്ലെങ്കിലും പോകാത്ത വഴികളിലൂടെ പോകുന്ന തിന്നു കവിയെ പ്രേരിപ്പിക്കുവാൻ അതിന്നു സാധിക്കും.

II

ശങ്കരക്കുറുപ്പിന്റെ ഖണ്ഡകാവ്യത്തെ കാവ്യകലാമർമ്മജ്ഞനായ വള്ള ത്തോളിന്റെ ഒരു കൃതിയോടു താരതമ്യപ്പെടുത്തിയത് ആദ്യത്തേതിനെ താഴ്ത്തിക്കെട്ടാനാണെന്നു വല്ലവർക്കും ആക്ഷേപമുണ്ടെങ്കിൽ, മലയാള കവിതയിലെ നവാഗതരിൽ ഒരാളായ യൂസഫലികേച്ചേരിയുടെ 'സൈനബ' എന്ന ഖണ്ഡകാവ്യത്തോടു താരതമ്യം ചെയ്യുന്നതിൽ അവർക്കു വിരോധം തോന്നുകയില്ലെന്നു പ്രതീക്ഷിക്കട്ടെ.

ഈ കൃതി വിജയിക്കുന്നത് ആഖ്യാനശുദ്ധി ഒന്നുമൂലമാണ്. ആർജ്ജവ മുള്ള ശൈലി, അവക്രമായ കഥാഗതി, കഥോപയോഗിയായ വർണ്ണനം, അകൃത്രിമമായ ഭാവന, ഔചിത്യപൂർണ്ണമായ അവയവസംസ്ഥാനം എന്നിവകൊണ്ടുളവാകുന്ന പ്രസാദത്തെയാണ് ആഖ്യാനശുദ്ധികൊണ്ട് ഇവിടെ ഞാൻ വിവക്ഷിക്കുന്നത്. കവിത ഒരാവൃത്തി വായിച്ചുകഴിഞ്ഞാൽ കവിവരഞ്ഞ ചിത്രങ്ങൾ ഓരോന്നും സ്ഥാനം തെറ്റാതെ സഹൃദയഹൃദയ ത്തിൽ തുടർന്നു പ്രകാശിച്ചുകൊണ്ടിരിക്കും. രസപരീക്ഷയിൽ കവിത ജയിച്ചിട്ടുണ്ടെന്നതിന്റെ തെളിവാണല്ലോ ഈ കാവ്യാനുഭൂതിവൈദഗ്ധ്യം.

ഒരു മാഹമ്മദരുഗ്മിണിയാണ് ഈ കാവ്യത്തിലെ നായികയായ സൈനബ. തന്റെ പിതാവിനെ വധിച്ച കൊള്ളത്തലവനായ ഉസ്മാനെ അവൾ പരിണയിച്ചു. താൻ ആഗ്രഹിച്ച ഒരു പച്ചപ്പട്ടുവസ്ത്രം കൊള്ള ചെയ്തെടുക്കുന്നതിന് അവളാൽ പറഞ്ഞയക്കപ്പെട്ട ഉസ്മാൻ ഏറ്റുമുട്ട ലിൽ കൊല്ലപ്പെടുകയും അവന്റെ തല ആ പട്ടിൽ പൊതിഞ്ഞ് അവന്റെ തോഴൻ സൈനബയുടെ മണിമന്ദിരപ്പടിക്കൽ കൊണ്ടുപോയി വെയ്ക്കു കയും ചെയ്തു. ആ സംഭവത്തിനു മുമ്പുതന്നെ പിതൃവധചിന്ത അവളു ടെയും അവളുടെ ഭർത്താവിന്റെയും ഹൃദയങ്ങളെ മഥിച്ചുകൊണ്ടിരുന്നു.

തങ്ങളുടെ ഹൃദയശൂന്യതയ്ക്ക് ഒരാൾ മരണാന്തമായ വൈധവ്യംകൊണ്ടും മറ്റേയാൾ മരണംകൊണ്ടും സമാധാനം പറയേണ്ടിവന്നു.

രാഗവീരങ്ങളുടെ ഊടുകൊണ്ടും പാവുകൊണ്ടും നെയ്തെടുത്ത പരിചിതപ്രകൃതിയായ ഒരു കഥ. നായികയുടെയും നായകന്റെയും ഹൃദയങ്ങൾക്കുള്ളിൽ പൂർവ്വാനുസ്മരണങ്ങളിലൂടെ ഉയർത്തിവിട്ട വിക്ഷോഭങ്ങളുടെ ചിത്രീകരണംകൊണ്ടാണ് ഈ കഥയ്ക്കു സ്വതന്ത്രമായൊരു വൈചിത്ര്യം കവി നല്കിയിരിക്കുന്നത്. തന്റെ ഭർത്താവ് അനേകം പേരെ വിധവകളാക്കിത്തീർത്ത ഒരു ശത്രുഗ്രാമത്തിലേക്കാണല്ലോ ഭോഗലോഭം മൂലം താൻ ഭർത്താവിനെ പറഞ്ഞുവിട്ടത് എന്നോർത്തു അന്തഃക്ഷോഭവതിയായിത്തീർന്ന സൈനബ അതിനെത്തുടർന്നു ഭർത്തൃരക്ഷയോർത്തു ദുഃഖിതയാവുന്നതും പിതാവിന്റെ കബന്ധത്തെ മനസ്സിൽ കാണുന്നതും പേടിച്ചു 'ഖാലിദേ' എന്നു വിളിക്കുന്നതും വാലിയക്കാരനായ അവനെ അന്വേഷിച്ച് ഇറങ്ങിച്ചെന്നപ്പോൾ സ്വഭർത്താവിന്റെ അടിയേറ്റു വീണു മരിച്ച അവന്റെ ജഡം കാണുന്നതുമെല്ലാം സ്വാഭാവികവും നാടകീയവുമായിട്ടുണ്ട്. ഇതിനേക്കാളേറെ ഹൃദയംഗമമാണ്, ഉസ്മാന്നു തന്റെ ക്രൂരകർമ്മങ്ങളെപ്പറ്റി ഓർമ്മവന്നു ഹൃദയത്തിന്ന് ഇളക്കം തട്ടുന്നതായി വർണ്ണിച്ചഭാഗം. ഗ്രാമീണരായ ഇടയന്മാരെ ആക്രമിക്കാൻ രാത്രി തോഴനോടൊപ്പം പതിയിരിക്കുമ്പോൾ അടുത്തു കാണുന്ന തല പോയ ഒരു സാൽമരം ഉസ്മാന്റെ ഉള്ളിൽ തന്റെ ശ്വശുരന്റെ തല പോയ ഉടലിന്റെ ഓർമ്മ ഉദ്ദീപിപ്പിച്ച ആ രംഗം ഉൾക്കിടിലമുണ്ടാക്കും. ഇങ്ങനെ നല്ല സിംബലുകൾകൊണ്ടു വ്യംഗ്യമസൃണമായിട്ടുണ്ട് കാവ്യത്തിലെ പല ഭാഗങ്ങളും. 'പാപത്തിന്റെ കൂലി മരണമാണ്' എന്നു വ്യഞ്ജിപ്പിക്കത്തക്കവണ്ണം ഇതിലെ കഥാപാത്രങ്ങളുടെ കർമ്മങ്ങളെ ഉദ്ഗ്രഥിക്കുവാനും കഥയ്ക്കാകെ നനുത്ത ഒരു നിഗൂഢതയുടെ ആവരണമിടാനും കവിക്കു കഴിഞ്ഞിട്ടുണ്ട്. അല്ലെങ്കിൽ ഇതു വെറുമൊരു കൊള്ളക്കഥയായി ചുരുങ്ങിപ്പോയേനേ. അവതാരികയിൽ മുണ്ടശ്ശേരി ഈ കവിയുടെ ശില്പരചനാകൗശലത്തിന്നു കൊടുത്ത സർട്ടിഫിക്കറ്റിന്റെ ഒരു കോണിൽ ഒപ്പു വെയ്ക്കാൻ ഈ ലേഖകൻ ഒട്ടും മടിക്കുന്നില്ല.

ആ അവതാരികയിൽ തൊട്ടു കടന്നുപോയ വൈകല്യങ്ങൾ കവി ശ്രദ്ധിക്കുന്നതു കൊള്ളാം. കാല്പനിക കവികൾക്കു സഹജമായ ദീപ്രത ചിലേടങ്ങളിൽ കൂടിപ്പോയിട്ടുണ്ട്. 'കരുണ'യുടെ ആരംഭത്തെ ഓർമ്മിപ്പിക്കുമാറു ധ്വന്യാത്മകമായ കാവ്യോപക്രമത്തിൽപ്പോലും 'നക്ഷത്രമിഴി'കളും 'കിനാവു'കളും മറ്റും കടന്നുവന്നു കാവ്യശൈലി ആഭാസതയിലേക്കു താണുപോയിരിക്കുന്നു. പ്രഥമഖണ്ഡത്തിലുള്ള നായികയുടെ മനോഗതം വൃഥാസ്ഥൂലവും അതിപരിചിതഭാവനകളാൽ അവജ്ഞാജനകവുമായിപ്പോയില്ലേ? എവിടെയെല്ലാമോവെച്ചു കേട്ടു മറന്നതുപോലെ തോന്നിക്കുന്ന പരിചയാധിക്യസൂചകങ്ങളായ പ്രയോഗങ്ങളെ കവി വർജ്ജിക്കേണ്ടതാണ്. കാവ്യമാരണമായ അനുകരണത്തിന്റെ ആരംഭത്തെ അതു കുറിക്കുന്നു.

ഭാവപരമായോ സന്ദർഭപരമായോ നേരേ പറയാൻ പറ്റാത്ത ഇടങ്ങളിൽ മാത്രം അപ്രസ്തുതപ്രശംസ ഉപയോഗിക്കുന്നതേ ഭംഗിയാവുകയുള്ളൂ. ഇതിൽ കാവ്യാവസാനത്തിൽ, നായകന്റെ ശിരഃഛേദനത്തെ പറയുവാനായി,

"പൂർവ്വ പർവ്വതത്തിന്മേൽ പുല്ലണിപ്പച്ചപ്പട്ടിൽ
രാവിനെക്കഴുത്തറുത്തിട്ടിരിക്കുന്നൂ കാല്യം!"

എന്നു പ്രയോഗിച്ചത് അസ്സലായിട്ടുണ്ട്. അത്രതന്നെ ഉചിതമായിട്ടുണ്ടോ മൂന്നാംഖണ്ഡത്തിന്റെ ഒടുവിലുള്ള അലങ്കാരം?

കാല്പനികകവികൾക്കു പറ്റുന്ന മറ്റൊരു പരാജയമാണ് അമിതവികാര പ്രകടനം. ഈ കവിതയിൽ നായകനും വേലക്കാരനും മൃതിയടഞ്ഞതു സ്വാഭാവികവും കരുണവർദ്ധകവുമായിട്ടുണ്ട്. എന്നാൽ നായികയെക്കൂടി ഒടുവിൽ മരിപ്പിച്ചുവിട്ടതോ? ഭർത്തൃശിരസ്സു കണ്ടതോടെ അവൾ 'നിർജ്ജീവയായിപ്പതിച്ചു' എന്നു പറയുന്നു കവി. അങ്ങനെ ആളുകൾ ലോകത്തിൽ മരിക്കുമോ എന്നല്ല പ്രശ്നം; കാവ്യാർത്ഥത്തിന്നുവേണ്ടി ആ മരണം ആവശ്യമാണോ എന്നാണ്. അവളെ വൈധവ്യത്തിൽ നിർത്തിയാൽ ധാരാളം മതിയായിരുന്നു. കവിതയിലൂടെ ആവിഷ്കരിക്കപ്പെട്ട സുജീവിതത്തിന്റെ 'പ്രഭാത'ത്തെ വികസിപ്പിക്കുവാൻ ബാക്കി ഒരാളുണ്ടെന്ന ഒരനുബന്ധിതാബോധം അങ്ങനെ നശിപ്പിക്കപ്പെട്ടിരിക്കുന്നു. മരിക്കാതെ അവശേഷിക്കുന്നത് ഒരാൾമാത്രമാണ്— ഉസ്മാന്റെ കൂട്ടുകാരനായ ജലീൽ. ആ 'പ്രഭാത'ത്തിന്റെ പ്രതിപുരുഷനാകാനുള്ള ഇതിവൃത്തപ്രാമുഖ്യം അയാൾക്കില്ല. കൂട്ടക്കൊലകൾ നടക്കുന്ന 'ഹാംലെറ്റ്' 'മാക്ബെത്ത്' എന്നീ നാടകങ്ങൾപോലും സമ്പൂർണ്ണനാശത്തിൽ വിരമിക്കുന്നില്ലല്ലോ.

ഈ കഥയ്ക്കും കവിക്കും ചില പരിമിതികളുണ്ട്— കഥ ഒരു വീരാപദാനമാണ്; കവി തുടക്കക്കാരനും. അതുകൊണ്ടു ഹൃദയഭാവങ്ങളുടെ ആഴങ്ങളിലേക്കോ ഊടുവഴികളിലേക്കോ ആത്മാവിന്റെ തീക്ഷ്ണനഗ്നതകളിലേക്കോ കവിത പോയിട്ടില്ലെന്നു പറഞ്ഞാൽ കവിക്ക് അത് അപമാനഹേതുകമല്ല. വലിയവരെന്നു പറയപ്പെടുന്ന കവികൾ തോറ്റമ്പുന്ന രംഗങ്ങളിൽ ഒരു യുവകവി ഇത്ര നേടിയെടുത്തതിൽ സഹൃദയർ വാസ്തവത്തിൽ സന്തോഷിക്കുകയേയുള്ളൂ. കവിയാണെന്ന് അധികംപേർ അറിഞ്ഞിട്ടില്ലാത്ത യൂസഫലി കേച്ചേരി കവിതന്നെയാണെന്ന് ഈ കവിത ലോകത്തെ അറിയിക്കും.

എഴുത്തുകാരന്റെ കബറടക്കൽ

എഴുത്തുകാരൻ ചെയ്യേണ്ടത് ചെയ്യണമെന്നു പറയാതെ, മറ്റെന്തോ ചെയ്യണമെന്നു സമൂഹം ശാഠ്യം പിടിക്കുന്നു.

എഴുത്തുകാരുടെ ജീവിതം എങ്ങനെയായാലും മരണം ഇന്ന് വാർത്തയാണ്. വലിയ വാർത്ത. മലയാളത്തിൽ ഒന്നാംകിടയിലുള്ള സാഹിത്യകാരനാണ് ചരമമടയുന്നതെങ്കിൽ നമ്മുടെ പത്രങ്ങൾ അത് ഉത്സവമാക്കിക്കളയും ആഹ്ളാദിക്കാനാണ് എഴുതിയതെന്നു തോന്നും. താരതമ്യേന പ്രാധാന്യവും പ്രശസ്തിയും കുറഞ്ഞ എഴുത്തുകാരനാണെങ്കിൽ പോലും' കവറേജ്' എന്ന് ഇംഗ്ലീഷിൽ പറയുന്ന വാർത്താവ്യാപ്തി ഒട്ടും മോശമാകാറില്ല. അനുമോദിച്ചോ പ്രതിഷേധിച്ചോ അല്ല ഞാനിതു പറയുന്നത്, വസ്തുത ചൂണ്ടിക്കാണിക്കുകയാണ്.

ആ ഘട്ടത്തിൽ എഴുത്തുകാരന്റെ സമസ്ത ജീവിത സംഭവങ്ങളും, അയാളുടെ അംഗീകൃതമായ വലിപ്പത്തിന്റെ തോതനുസരിച്ച്, ഏറക്കുറെ മുഴുവനും അനുസ്മരിക്കപ്പെടുന്നു. ജനനകാലം, ജന്മദേശം, അച്ഛനമ്മമാർ, സഹോദരങ്ങൾ, വിദ്യാഭ്യാസം, സ്ഥാനമാനങ്ങൾ, കൃതികളും സമ്മാനങ്ങളും എല്ലാം അടങ്ങും. അനുശോചന യോഗങ്ങളിൽ പ്രസംഗിക്കേണ്ടവരുണ്ടെങ്കിൽ അവർക്ക് താൽക്കാലികമായി അവലംബിക്കാൻ ഇതു ധാരാളമായിരിക്കും.

വിലയിരുത്തലുമുണ്ടാകും. അത് വായിച്ചാൽ ജീവിച്ചിരിക്കുന്നവർക്ക് കണക്കില്ലാതെ ആശ്വാസം തോന്നും. അടുത്ത കുറെ വർഷങ്ങളായി പത്രങ്ങൾ വായിച്ചുണ്ടായ അനുഭവം വച്ചുപറഞ്ഞാൽ ഇപ്പോഴൊന്നും മോശപ്പെട്ട ഒരു എഴുത്തുകാരനും മരിച്ചിട്ടില്ല. എല്ലാവരും അവിസ്മരണീയരും മഹത്തായ കൃതികളുടെ സ്രഷ്ടാക്കളുമാണ്. അവരുടെ വിയോഗം മലയാള സാഹിത്യത്തിന് എത്രയോകാലം നികത്താനാവാത്ത നഷ്ടമായിരിക്കും. എഴുത്തുകാരാ, കേരളത്തിൽ മരിക്കേണ്ട മുഹൂർത്തം ഇതാണ്.

മരണാനന്തരം എഴുത്തുകാരന് ഭാവി ഒരുക്കിവച്ചിരിക്കുന്ന പരലോകശയ്യ ഇത്ര മൃദുലമാണെന്ന് ജീവിക്കുന്നവർ വിശ്വസിച്ചു പോകത്തക്കവണ്ണം ചരമസ്തുതികളായി ചരമവൃത്താന്തം രൂപംകൊള്ളുമ്പോൾ പല

എഴുത്തുകാർക്കും തോന്നിക്കൂടായ്കയില്ല, ജീവിച്ചിരിക്കുന്നതിലേറെ ബുദ്ധി പൂർവമായത് ചാവുന്നതാണെന്ന്. ഒരൊറ്റ കുഴപ്പമേയുള്ളൂ. തന്നെപ്പറ്റിയുള്ള ഈ ജീവിതാനന്തര പ്രശസ്തി വായിച്ചനുഭവിക്കാൻ ജീവിച്ചിരിക്കുന്നവർക്ക് അവസരം കിട്ടുന്നില്ല. മരിച്ചവർക്ക് വായിക്കാൻ പറ്റുകയുമില്ല. ജീവിച്ചിരിക്കെ ചരമവാർത്ത വായിക്കാൻ നമുക്കാർക്കും എ. ബാലകൃഷ്ണപിള്ളയുടെ ഭാഗ്യമില്ലല്ലോ.

ഈയൊരു നഷ്ടബോധം ഉണ്ടെങ്കിലും മൊത്തത്തിൽ എഴുത്തുകാരോടുള്ള മരണാനന്തര സമീപനം അനുകമ്പാമസൃണവും പ്രതീക്ഷകളെ കവിയുന്നതുമാണെന്നും ഏത് എഴുത്തുകാരനും തോന്നുമെന്നാണ് എന്റെ അഭ്യൂഹം.

റിപ്പോർട്ടറാണ് സാധാരണയായി വിലയിരുത്തുന്നത്. എങ്കിലും അത് പത്രത്തിന്റെ അഭിപ്രായമായി അറിയപ്പെടുന്നു. ഒന്നാംകിടക്കാരാണെങ്കിൽ ഒരു മുഖപ്രസംഗം കിട്ടിയെന്നു വരും. അത് ഹൃദയഭേദകമായ സാഹിത്യ ശൈലിയുടെ മാംസള മാർദ്ദവം നിറഞ്ഞതായിരിക്കും. എങ്ങനെ ഇത്തരം മഞ്ജുളതമങ്ങളായ 'പൈച്ഛില്യങ്ങൾ' (സഞ്ജയന്റെ പ്രയോഗം) പത്രമാപ്പീസിൽനിന്ന് വാർത്തുണ്ടാക്കപ്പെടുന്നുവെന്ന് ഇന്നും എനിക്ക് പിടികിട്ടിയിട്ടില്ല. ഒരു വലിയ എഴുത്തുകാരൻ ദിവംഗതനായപ്പോൾ ഒരു പത്രം അദ്ദേഹത്തെ 'കാലപുരുഷൻ' എന്നു വിളിച്ചു. കാലപുരുഷന്റെ അടിയേറ്റ് വിടചൊല്ലിയ വ്യക്തിയെത്തന്നെ കാലപുരുഷനാക്കിയതിന്റെ രഹസ്യം ഇന്നും പരസ്യമായിട്ടില്ല.

ഇത്തരം പ്രയോഗങ്ങളുടെ ശബ്ദയുക്തി എന്താണെന്ന് അന്വേഷിക്കാൻ പുറപ്പെട്ടാൽ എങ്ങുമെത്തില്ലെന്ന് എനിക്കറിയാം. അതിനാൽ ഇവരുടെ എഴുത്തിന്റെ വാച്യശരീരത്തെ ഞാനിപ്പോൾ ശ്രദ്ധിക്കാറില്ല. ഉത്തമ കവിതയെന്നപോലെ ഇതും ധ്വനി ആത്മാവായി നിലനിൽക്കട്ടെ. അങ്ങനെ വേണം കരുതാൻ. ഇവരുടെ വ്യാകരണലംഘനത്തിന്നും പദദോഷത്തിന്നും ശൈലീഭംഗത്തിന്നുമെല്ലാം അടിയിൽ ഏതോ ഒരു ഉദ്ദേശ്യമുണ്ടായിരിക്കുമല്ലോ. അതാണ് അതിന്റെ ധ്വനി. ഇവരുടെ തെറ്റുകളിൽ നിന്ന് വ്യഞ്ജിക്കപ്പെടുന്നത് അതായിരിക്കും. അതെന്താണെന്ന് കണ്ടുപിടിച്ചാൽ മതി.

ഉദാഹരണം പറയട്ടെ. തകഴിയുടെ നിര്യാണത്തെ തുടർന്ന് എഴുതപ്പെടുന്ന ലേഖനം നല്ല ഗദ്യത്തിനു മാതൃകയല്ലെന്നു വന്നാൽ പോലും തകഴിയോടുള്ള സ്നേഹവും ബഹുമാനവും നന്ദിയും എല്ലാം ആവിഷ്കരിക്കാനുള്ള ത്വര അതിൽ തിരയടിച്ചു നിൽപ്പുണ്ടാവും. ആ ഭാവധ്വനിയിൽ സംതൃപ്തി നേടിയാൽ മതി വായനക്കാർ. 'പൈച്ഛില്യ' ഗണത്തിൽ പെടുന്ന ഒരെണ്ണം സംസ്ഥാനത്തിലും കേന്ദ്രത്തിലും കൂടുതൽകാലം അധികാരസ്ഥാനത്തിരിക്കുന്ന അതിപ്രധാന വ്യക്തികളുടെ (വി.ഐ.പി) ദുഃഖപ്രകടനങ്ങളാണ്. എഴുത്തുകാരൻ മരിച്ചാൽ സഹിക്കേണ്ടിവരുന്ന ഏറ്റവും കടുത്ത ദുഃഖമാണിത്. എഴുത്തുകാരന്റെ മരണം സാരമില്ല.

കേന്ദ്രത്തിലുള്ള ഇന്ദ്രപ്രഭുക്കളിൽ പലർക്കും അന്തരിച്ച സാഹിത്യകാരന്റെ ഭാഷപോലും അറിയണമെന്നില്ല. അപ്പോൾ 'കൂടിക്കരച്ചിൽ' വമ്പിച്ച അഭിനയമായിത്തീരുന്നു. അഭിനയത്തിൽ സത്യത്തിന്റെ അംശം പോലും ഇല്ലെങ്കിൽ അത് കപടനാട്യമായി മാറുന്നു. കപടനാട്യമാണെന്ന് തിരിച്ചറിയുമ്പോൾ എല്ലാംകൂടെ അസ്സൽ തമാശയായി രൂപാന്തരപ്പെടുന്നു.

സംസ്ഥാന മന്ത്രിമാർ അനുശോചിക്കുമ്പോൾ അനുശോച്യനായ എഴുത്തുകാരന്റെ കൃതികൾ വായിച്ചാസ്വദിച്ച ആളായിരിക്കണം ആ മന്ത്രി എന്നൊന്നും നിർബന്ധമില്ല. 'ചത്തതു കീചകനെങ്കിൽ കൊന്നത് ഭീമൻ തന്നെ' എന്നമട്ടിൽ അദ്ദേഹം വിലപിക്കുന്നു. തന്റെ സചിവാലയത്തിൽ നിന്ന് സംഭരിക്കപ്പെട്ട വാക്യവിശേഷങ്ങൾ ചേർത്ത ഒരു ബാഷ്പമാല അദ്ദേഹം പുറത്തെടുക്കുന്നു. കവി മരിച്ചപ്പോൾ വരാത്ത അനുശോചനം വായിച്ച ആൾ കരഞ്ഞു പോവുകതന്നെ ചെയ്യും-ആറുമാസം മുമ്പേ മരണം പ്രാപിച്ച ഒരു നോവലിസ്റ്റിന്റെ നാമത്തിൽ ഇറക്കിയ അനുശോചനത്തിൽ പ്രയോഗിച്ച അതേപദരത്നങ്ങൾ ഇവിടെയും അതേപടി തിളങ്ങി നിൽക്കുന്നു. ഇതിനെ ഓർത്തു ദുഃഖിക്കുമ്പോൾ സാഹിത്യകാരന്റെ ചരമം അപ്രസക്തമാകുന്നു.

അഴീക്കോട്ട് പണ്ട് ഒരു മംഗളപത്രസ്രഷ്ടാവായ മഹാകവി വളരെക്കാലം നിർബാധം വാണിരുന്നു. വിവാഹം, സന്താനലാഭം, ഷഷ്ടി-സപ്തത്യാദിപൂർത്തി, ചരമം തുടങ്ങിയ അതിപ്രധാനങ്ങളായ പ്രതിസന്ധി മുഹൂർത്തങ്ങളിൽ ഈകാലപുരുഷൻതന്റെ അനശ്വര ഗാനങ്ങളുമായി ഗൃഹാങ്കണങ്ങളിൽ ക്ഷണിക്കപ്പെടാതെതന്നെ എത്തിച്ചേരുമായിരുന്നു. ഓരോ വിഷയത്തിനും ഓരോ മോഡലുണ്ട് അദ്ദേഹത്തിന്ന്. വ്യക്തിഭേദങ്ങൾക്ക് നീക്കുപോക്ക് വകവച്ചുകൊണ്ടുള്ള അദ്ദേഹത്തിന്റെ രചനകളിൽ എല്ലാവരും സമാനയോഗഭാഗ്യക്കാരാണ്. പ്രശസ്തി ഗീതങ്ങളിൽ പേര്, വയസ്സ് തുടങ്ങി ചില 'മിനിമം' വ്യത്യാസങ്ങളേ കാണുകയുള്ളൂ.

ഇതുകാരണം എന്റെ നാട്ടിൽ ചിലരെങ്കിലും മരിക്കാൻപോലും പേടിച്ചിരുന്നു! പക്ഷേ, ഇതിലടങ്ങിയ അപൂർവമായ ഒരു സൗകര്യം ഇക്കൂട്ടർ ഉൾക്കൊണ്ടില്ല എന്നത് എന്നെ വേദനിപ്പിച്ചിരുന്നു. ആരും മരിക്കുമെന്നതിനാൽ മരണാനന്തരം തന്നെപ്പറ്റി രചിക്കപ്പെടുന്ന കൃതിയുടെ രൂപം ഏറെക്കുറെ എന്തായിരിക്കുമെന്ന് നേരത്തെ അറിയാൻ കഴിയുന്നത് മോശമാണോ? മനസ്സമാധാനത്തോടെ മരിക്കുകയെങ്കിലും ചെയ്യാമല്ലോ.

ഈ കവനപാരമ്പര്യം ദശാബ്ദങ്ങൾക്കു മുമ്പ് അസ്തമിച്ചു പോയെന്നാണ് സാഹിത്യ ചരിത്രകാരന്മാരും നാമും ഒക്കെ വിശ്വസിച്ചുപോന്നത്. അതെത്ര അബദ്ധമാണെന്ന് മനസ്സിലായിരിക്കുമല്ലോ. നമ്മുടെ ജനാധിപത്യ വ്യവസ്ഥയും തിരഞ്ഞെടുപ്പും നിലനിൽക്കുന്ന കാലത്തോളം-കൽപാന്തകാലത്തോളം എന്നൊന്നും പറയുന്നില്ല-നേരത്തേ ചിട്ടപ്പെടുത്തിയ അനുശോചനാദി സന്ദേശങ്ങൾ ഇവിടെ പ്രചാരത്തിൽ ഉണ്ടായിരിക്കും.

ഒന്നുണ്ട്, ഇത്തരം പ്രസ്താവങ്ങൾ നിരുപദ്രവങ്ങളായിരിക്കും. ആരും അവ വായിച്ച് ക്ഷോഭം കൊണ്ട് സാഹസമൊന്നും ചെയ്യുകയില്ല. കേട്ടു കേട്ട് ചെവി പുണ്ണാക്കിയ ഞെട്ടലും നികത്താനാകായ്കയും മറ്റുമല്ലേ?

ഇതാണ് നമ്മുടെ എഴുത്തുകാർ ഇക്കാലത്ത് നേരിടേണ്ടി വരുന്ന കബറടക്കത്തിന്റെ കഥ.

കബറടക്കം ഇവിടെത്തീരുന്നില്ല. മേലെ വിവരിച്ച കബറടക്കം വൈദ്യ ശാസ്ത്രനിയമമനുസരിച്ച് മൃതരായവരുടെ കാര്യമാണ്. പക്ഷേ, നമ്മുടെ നാട്ടിൽ ഇപ്പോൾ മൊത്തമായി എല്ലാ എഴുത്തുകാരുടെയും കബറടക്കം നടന്നുകൊണ്ടിരിക്കുന്നു. ഇത് വ്യക്തിയുടെ ഒറ്റയ്ക്കുള്ള കബറടക്കമല്ല. ഒരു വർഗത്തിന്റെ കബറടക്കമാണ്. ഇതിനെ കൂടുതൽ ഗൗരവമായി ശ്രദ്ധിക്കേണ്ടതാണ്.

എഴുത്തുകാരൻ എന്ന കർമ്മകാരനെ മറ്റുള്ളവരിൽ നിന്ന് വേർതിരിച്ചു നിർത്തുന്നത് 'എഴുത്ത്' എന്ന വാക്കാണ്. അതാകട്ടെ മനുഷ്യർക്കെല്ലാ വർക്കും ദൈനദിന ജീവിതത്തിൽ ആവശ്യമായിട്ടുള്ള ഒരു കാര്യത്തെ സൂചിപ്പിക്കുന്നു. ഭാഷ പഠിക്കുന്ന മനുഷ്യൻ വാക്ക് പറയാനും വാക്ക് എഴുതാനും പഠിക്കുന്നു. ഇതിനെയാണ് സാക്ഷരത എന്നു പറഞ്ഞുവരുന്നത്. ബില്ല് എഴുത്തും കണക്ക് എഴുത്തും ആധാരമെഴുത്തും എല്ലാം അക്ഷരത്തിന്റെ ലിഖിതരൂപത്തിന്റെ ജീവിതോപയോഗ വൈവിധ്യത്തെ കുറിക്കുന്നു.

എഴുത്തുകാരനിലെ എഴുത്ത് ഇവയിൽ നിന്നെല്ലാം ഭിന്നമാണ്. ജീവിതത്തിൽ അക്ഷരലേഖനം ആവശ്യമായി വരുന്ന വൃത്തികളിൽ തൊണ്ണൂറ്റഞ്ചു ശതമാനവും ആധാരമെഴുത്തുപോലെ, വെറും സാധാരണമായ ലിപി എഴുതുന്നതിൽ കവിഞ്ഞ ഒന്നും ഇല്ലാത്ത ജോലികളാണ്.

എഴുത്തുകാരന്റെ എഴുത്തിനും മറ്റെഴുത്തുകാർക്ക് ആവശ്യമായ ബാഹ്യഘടകങ്ങൾ എല്ലാം വേണം. ലിപിയും കടലാസും മഷിയും തൂലികയും എല്ലാം. പക്ഷേ, ഇതെല്ലാം ചേർന്നാലും എഴുത്തുകാരന്റെ എഴുത്ത് ആയിത്തീരുന്നില്ല. ഈ എഴുത്തിന്ന് സമ്പൂർത്തി കൈവരാൻ അതിൽ എഴുത്തു കാരന്റെ ഉള്ളിന്റെ ഒരംശം കലരണം. അതിന്റെ മേന്മ അനുസരിച്ചാണ് എഴുത്ത് മുന്തിയതാവുക. ആ ഘടകം എന്തെന്ന് ഒന്നും ഞാനിപ്പോൾ പറയുന്നില്ല. പക്ഷേവിക്രമാദിത്യൻ എന്ന രാജാവിന്റെ തിട്ടൂരങ്ങളിൽ നിന്ന് കാളിദാസൻ എന്ന കവിയുടെ കൃതികളെ വേർതിരിക്കുന്നത്, ആത്മ ശക്തിയും ആത്മാംശവും കവിതയിൽ അലിഞ്ഞു ചേർന്നിരിക്കുന്നു എന്നതാണ്. കാളിദാസൻ തന്നെ രാജാവിന് സ്വന്തം ആവശ്യത്തിന് ഒരുപക്ഷേ സമർപ്പിച്ചാൽ, അതിനെ ആരും കാവ്യം എന്നു വിളിക്കുകയുമില്ല.

ഈ ആത്മസ്പർശമുള്ള രചനയെ അതില്ലാത്തതിൽ നിന്ന് വേർതിരിച്ചെടുക്കലിനെയാണ് വിമർശനം എന്നു പറയുന്നത്. ഇതും വളരെ

ക്ലേശകരമായ ഒരു ജോലിയാണ്. അതുകൊണ്ട് കവിതയില്ലാത്ത പല എഴുത്തും കവിതയാണെന്ന് തെറ്റിദ്ധരിക്കപ്പെടുന്നു.

ഈ വ്യാവർത്തന രാഹിത്യത്തിന്റെ ഇരുട്ടിൽ സാഹിത്യത്തിന്റെ കബറടക്കം ആരുമറിയാതെ നടക്കുന്നു. ഇപ്പോൾ രാജ്യത്ത് ഈ അജ്ഞാത നാശം സംഭവിച്ചുകൊണ്ടേയിരിക്കുന്നു. നമ്മുടെ രാഷ്ട്രീയ നേതാക്കളും ജനങ്ങളും ഏറെക്കുറെ ധരിച്ചുവെച്ചിരിക്കുന്നത് ദിനപത്രങ്ങളിൽ രാഷ്ട്രീയാവശ്യങ്ങൾക്കു വേണ്ടി എഴുതപ്പെടുന്ന പ്രസ്താവനകളും എഴുത്തുകാരന്റെ എഴുത്താണെന്നു തന്നെ. അവർ കുമാരനാശാന്റെ 'കരുണ'യെ മറക്കുകയും അദ്ദേഹം ശ്രീമൂലം അസംബ്ലിയിൽ ചെയ്ത പ്രസംഗം ഓർക്കുകയും ചെയ്യുന്നവരാണ്.

എഴുത്തുകാരൻ നല്ല കൃതി രചിക്കാത്തതിൽ വ്യാകുലപ്പെടാത്ത ആധുനിക സമൂഹം അയാൾ ദിനപത്രത്തിൽ പൊതുപ്രശ്നങ്ങളെപ്പറ്റി എപ്പോഴും പ്രതികരിച്ചെഴുതണമെന്ന് അതിന്റെ നേതാക്കളിലൂടെ പ്രഘോഷണം നടത്തുന്നു.

ചെയ്യേണ്ടത് ചെയ്യണമെന്നു പറയാതെ, മറ്റെന്തോ ചെയ്തുകൊള്ളണമെന്ന് സമൂഹം ശാഠ്യം പിടിക്കുമ്പോൾ സാഹിത്യകാരൻ എന്ന വർഗത്തിന്റെ കബറടക്കം തീർച്ചയായും നടക്കാതിരിക്കില്ല.

രാഷ്ട്രീയ സിദ്ധാന്തങ്ങൾ കവിതയുടെ മൗലികതയ്ക്കു പുറത്ത്

ഞാൻ ഈ വിഷയത്തെപ്പറ്റി പണ്ടേ അഭിപ്രായപ്രകടനം ചെയ്തവനാണ്. അന്നുഞാൻ പോലീസ് സ്റ്റേഷനിലും എതിരാളി ആശുപത്രിയിലും ആണ് എത്തിച്ചേർന്നത് എന്നു പറഞ്ഞ് ഒരു വമ്പൻ തർക്കത്തിൽനിന്ന് ഒഴിഞ്ഞുമാറിയ ഒരു നാടൻ ഗുരുക്കളെ സഞ്ജയൻ അവതരിപ്പിച്ചിരുന്നു. ഇവിടത്തെ ചർച്ചാവിഷയത്തെപ്പറ്റി എന്താണ് എഴുതേണ്ടതെന്ന് ഓർത്തപ്പോൾ പെട്ടെന്നു മനസ്സിൽ ഓടിക്കയറിയത് ഈ രസികൻ കഥയാണ്. ഇതിനെക്കുറിച്ചു പറയാനുള്ളതൊക്കെ പണ്ടേ പറഞ്ഞ്, കഷ്ടിച്ചു പോലീസ് സ്റ്റേഷനിൽനിന്നും ആശുപത്രിയിൽനിന്നും രക്ഷപ്പെട്ട ഒരു കക്ഷിയാണ് ഈ ലേഖകൻ. പുതുതായി ഒന്നും പറയാനില്ല എന്നല്ല പറയുന്നത്, ഒന്നും പറഞ്ഞാലും പുതുതായിരിക്കില്ല എന്നു മാത്രമാണ്. ഈ അടുത്ത കാലത്ത്, ഇതേ വിഷയത്തെക്കുറിച്ച് എഴുതണമെന്ന് അപേക്ഷിച്ചുകൊണ്ട് അരഡസൻ പത്രങ്ങളിൽനിന്ന് എഴുത്തു കിട്ടിയിട്ടുണ്ട്. ഇതിൽനിന്ന് എനിക്ക് ആകെ മനസ്സിലായത് ഇത്ര മാത്രമാണ്-ഇതു സാഹിത്യത്തിന്റെ ആന്തരഗ്രന്ഥികളിൽനിന്നു സ്രവിച്ചുണ്ടായ ഒരു വിവാദമല്ല. വായനക്കാരിൽ കൗതുകം വളർത്തുന്നതിനുവേണ്ടി പത്രക്കാർ സ്വയം സൃഷ്ടിക്കുന്ന ഒരു വിവാദമാണ്. മാർക്സിസത്തിലേക്കു സാഹിത്യാഭിരുചിയോ സാഹിത്യപ്രസ്ഥാനങ്ങളോ മുഖം തിരിഞ്ഞു നോക്കിക്കൊണ്ടിരിക്കുകയാണെന്നു സൂചിപ്പിക്കുന്ന ഒരു ചലനവും ഇവിടെയോ വെളിയിലോ നടക്കുന്നതായി എനിക്കു മനസ്സിലായിട്ടില്ല. ഇവിടത്തെ പത്രപംക്തികളിൽ ഇതു സംബന്ധിച്ചു പ്രത്യക്ഷപ്പെട്ടു കണ്ട മാർക്സിസ്റ്റാചാര്യന്മാരിൽ ഒരാൾക്കെങ്കിലും, തങ്ങൾ സൂക്ഷിച്ചുവച്ച പഴയ സൈദ്ധാന്തിക താളിയോലക്കെട്ടുകളിൽനിന്നു പകർത്തിയെഴുതുവാനല്ലാതെ ഒന്നു കൂട്ടിച്ചേർത്തെഴുതാൻപോലും കഴിഞ്ഞതായി കാണുന്നില്ല. മാർക്സിസ്റ്റ് സൗന്ദര്യസിദ്ധാന്തപരമായല്ല, നവോദയവും ലോകത്ത് എവിടെയെങ്കിലും സർഗാത്മക സാഹിത്യകാരന്മാരെയോ സാഹിത്യവിമർശകരെയോ അചിന്തിതപൂർവമായ വിധത്തിൽ വ്യാപകമായി പ്രചോദിപ്പിച്ചുകൊണ്ടിരിക്കുന്നുണ്ടെങ്കിൽ മാത്രമേ, ഇത്തരമൊരു ചർച്ചയ്ക്കു വർത്തമാനകാലപ്രസക്തി

സിദ്ധിക്കുകയുള്ളൂ. ഈ വിഷയത്തെപ്പറ്റി എനിക്ക് ഒന്നാമതു പറയണമെന്നു തോന്നുന്നത് ഇതത്രേ.

മാർക്സിസത്തെ ആധാരമാക്കി പത്തൊമ്പതാം നൂറ്റാണ്ടിൽ യൂറോപ്പിൽ ഉണ്ടായ കലാസിദ്ധാന്തങ്ങൾ യഥാർത്ഥമായി മാർക്സിസത്തിന്റെ സന്താനങ്ങളാണെന്ന് ഇന്നു വിദ്യാലോകം സമ്മതിക്കുന്നില്ല. മാർക്സിന്റെ സാഹിത്യാഭിപ്രായങ്ങൾ അദ്ദേഹത്തിന്റെ സാമ്പത്തിക സിദ്ധാന്തങ്ങളിൽനിന്ന് പുറപ്പെട്ടുവെന്നു പറയുന്നതിലും ശരി, ഹൈനേ തുടങ്ങി അന്നു ജർമ്മൻ ഭരണകൂടം നിരോധിച്ച, യുവജർമ്മനി, എന്ന കൂട്ടുകെട്ടിലെ എഴുത്തുകാരുടെയും ആർനോൾഡ്, റൂജ് മുതലായ ഹെഗൽ ശിഷ്യന്മാരുടെയും പ്രചോദനത്തിന് അദ്ദേഹം വിധേയനായി എന്നു പറയുന്നതായിരിക്കും. സാഹിത്യചിന്തകനായ എ.ഡബ്ല്യിയുഷ്‌ളീഗലിന്റെ ശിഷ്യനായി അദ്ദേഹം, ഹോമർ തുടങ്ങിയ അതിപ്രാചീന യവനസാഹിത്യകാരന്മാരെ ആസ്വദിച്ചു പഠിക്കുകയുണ്ടായി. ഹോമറും ഷെയ്ക്ക്സ്പിയറും ജർമ്മൻ ക്ലാസ്സിക്ക് കൃതികളുമാണു സാഹിത്യാസ്വാദകനായ മാർക്സിന്റെ മാനസികാന്തരീക്ഷത്തെ പ്രദ്യോതനം കൊള്ളിച്ച ശക്തികൾ.

കാറൽ മാർക്സ് കമ്യൂണിസ്റ്റ് മാനിഫെസ്റ്റോയിലും (1847) ക്രിറ്റിക്ക് ഓഫ് പൊളിറ്റിക്കൽ ഇക്കോണമിയിലും (1859) ആണ്, സാമ്പത്തികവും സാമൂഹികവുമായ ജീവിതത്തെയും ചലനങ്ങളെയും നിർണ്ണയിക്കുന്നത് ഭൗതികജീവിതമാണെന്നു തെളിഞ്ഞു പറഞ്ഞത്. (ഇവയിലൊക്കെ പ്രകടിപ്പിക്കപ്പെട്ട അഭിപ്രായങ്ങളുടെ അർത്ഥനിർണ്ണയത്തിൽ നേരിടുന്ന കുഴപ്പങ്ങളെപ്പറ്റിയൊന്നും തൽക്കാലം ഇവിടെ ചർച്ച ചെയ്യുന്നില്ല) പക്ഷേ, ഈ നിലപാടിൽ മാർക്സിന് എന്നും സംശയമുണ്ടായിരുന്നു. 1857-ൽ എഴുതിയാണെങ്കിലും വളരെക്കഴിഞ്ഞുമാത്രം പ്രസിദ്ധീകരിക്കപ്പെട്ട ഒരു പ്രബന്ധത്തിൽ മാർക്സ്, മേൽ പറയപ്പെട്ട പ്രേരണയെ ചോദ്യം ചെയ്തിട്ടുണ്ട്. ഗ്രീക്കുകല വളരെ പഴയ ഒരു വ്യവസ്ഥിതിയിൽ ഉണ്ടായതാണെങ്കിലും അത് എന്നും സൗന്ദര്യാസ്വാദനക്ഷമമായിത്തന്നെ തുടരുന്നത് എന്തുകൊണ്ട് എന്ന ചോദ്യം തത്ത്വവേദിയായ മാർക്സ് ഉന്നയിച്ചിട്ടുണ്ട്. (റെനെ വെല്ലക്ക് തന്റെ വിമർശന സാഹിത്യചരിത്രത്തിലും ഏർണസ്റ്റ് ഫിഷർ തന്റെ മാർക്സിസ്റ്റ് കലാപഠനത്തിലും ഈ ഭാഗം ഉദ്ധരിക്കുന്നുണ്ട്) മാർക്സിനു ശരിയായ സമാധാനം നൽകാൻ കഴിയാത്ത ഈ ചോദ്യം, പിൽക്കാലത്തെ സൃഷ്ടിയായ മാർക്സിസ്റ്റ് സൗന്ദര്യശാസ്ത്രത്തിൽ വിചക്ഷണന്മാരായവർക്കു സമാധാനം പറയാനാവാത്ത ഒരു കീറാമുട്ടിയായി വഴിമുടക്കിക്കിടക്കുന്നു. കലയുടെ സൗന്ദര്യം ഭൗതികസമൂഹജീവിതത്തിലെ മാറ്റങ്ങളാൽ ബാധിക്കപ്പെടാത്ത ഒരു സനാതന സത്യമാണെന്നു സമ്മതിക്കാത്തവർ ഈ ചോദ്യം കാണുമ്പോൾ പിന്തിരിഞ്ഞോടേണ്ടിവരും.

പക്ഷേ, ബുദ്ധിപരമായ സത്യസന്ധതയിൽ ആർക്കും പിന്നിലല്ലാത്ത മാർക്സ് ഈ ചോദ്യം കാണുക മാത്രമല്ല, തന്റെ കലാഭിരുചികളുടെ

സമ്പൂർണ്ണമായ സന്തർപ്പണം ഹോമർ, ഷെയ്ക്ക്സ്പിയർ തുടങ്ങിയ പഴയ കവികളിൽനിന്നുമാത്രം നേടുകയും ചെയതു. ഇതിനർത്ഥം കല ശാശ്വതമാണെന്ന് അദ്ദേഹം അംഗീകരിക്കുന്നുവെന്നാണ്. ഏർണസ്റ്റ് ഫിഷർ തന്റെ പഠനം അവസാനിപ്പിക്കുന്നുവെന്നാണ്. ഏർണസ്റ്റ് ഫിഷർ തന്റെ പഠനം അവസാനിപ്പിക്കുന്നതു കലയുടെ ഈ ശാശ്വതികത്വത്തെ ഉയർത്തിപ്പിടിച്ചുകൊണ്ടാണല്ലോ.

മാർക്സ്തൊട്ട് ഫിഷർവരെയുള്ള സിദ്ധാന്തപരതന്ത്രരല്ലാത്ത മാർക്സിസ്റ്റുകൾ നിരീക്ഷിച്ച ഈപരിവർത്തനാതീതമായകലാരഹസ്യത്തിന്റെ സാക്ഷാൽക്കാരംകൊണ്ടല്ലാതെ ശ്രേഷ്ഠമായ കവിതയോ നാടകമോ കഥയോ ഉണ്ടാവുകയില്ല. സാമ്പത്തികശക്തികളുടെ പരിണാമരീതിയെ ആശ്രയിച്ചു പിൽക്കാലത്തു രചിക്കപ്പെട്ട മാർക്സിസ്റ്റ് കൃതികൾ മാർക്സ് കണ്ടിരുന്നെങ്കിൽ, ഹോമർ ഭക്തനായ അദ്ദേഹം എന്തു ചെയ്യുമായിരുന്നുവെന്നു നിങ്ങളോരോ പേരും ഊഹിച്ചാൽ മതി! സാഹിത്യകാരൻ പരമമായി മനുഷ്യസ്നേഹത്തിൽ മാത്രമേ സംതൃപ്തനാവുകയുള്ളു. സഹജീവികളോടുള്ള താദാത്മ്യം, എന്നു ഫിഷർ പറഞ്ഞത് ഇതാണ്. ഗ്രീക്കു നാടകചക്രവർത്തിയായ സൊഫോക്ളീസ് അതാണു പറഞ്ഞത്. "സ്നേഹത്തിന്റെ കൂടെയാണ് ഞാൻ, വിരോധത്തിന്റെ കൂടെയല്ല.... സർവസിദ്ധാന്തസാരമാണ് ഈ സത്യം. ഇതു പാടിയ ഗ്രീക്കു കവികളെ മാർക്സ് എന്നും ഇഷ്ടപ്പെട്ടത്, "കമ്യൂണിസ്റ്റ് മാനിഫെസ്റ്റോ"വിൽ താനെഴുതിവച്ച വാക്യങ്ങളിൽ ഒതുങ്ങാത്ത ഏതോ മഹാസത്യം ആ കലാസൃഷ്ടികളിൽ അദ്ദേഹം കണ്ടെത്തിയതുകൊണ്ടാണ്.

ഈ മഹാസത്യത്തിനിപ്പുറത്തുവച്ച് എഴുതപ്പെട്ട ഒരു കൃതിയും ശ്രേഷ്ഠകൃതികളുടെ കൂട്ടത്തിൽ, മലയാളത്തിൽ എനിക്കു പരിചയമില്ല. തുഞ്ചത്തെഴുത്തച്ഛൻമുതൽ ആശാൻ-വള്ളത്തോൾ വരെയുള്ള കവികളെപ്പറ്റി ഒന്നും പറയുന്നില്ല. അവർക്കു പിറകെ വന്ന സാഹിത്യകാരന്മാരിൽ ഒരാൾക്കെങ്കിലും, മാർക്സിസത്തിന്റെ സൈദ്ധാന്തിക പ്രമാണങ്ങളെ തികച്ചും ബുദ്ധിപരമായും വികാരപരമായും ആദരിച്ചുകൊണ്ട് ഒരു മഹത്തായ കൃതി സൃഷ്ടിക്കാൻ കഴിഞ്ഞിട്ടുണ്ടെങ്കിൽ അത് ഒരു അദ്ഭുതം തന്നെ ആയിരിക്കും. മാർക്സിസ്റ്റിനു കവിതയെഴുതാം. പക്ഷേ, മാർക്സിസ്റ്റ് കവിത എന്നൊന്നില്ല. ഒരു സാമ്പത്തിക തത്ത്വശാസ്ത്രം ബുദ്ധിയിൽ ഏല്പിക്കുന്ന പ്രേരണകൊണ്ട് എഴുതാവുന്നതല്ല നല്ലൊരു സാഹിത്യസൃഷ്ടി. കുമാരനാശാൻ, ശ്രീനാരായണന്റെ ശിഷ്യനെന്ന നിലയ്ക്ക്, അദ്വൈതവിശ്വാസിയായിരുന്നു. പക്ഷേ, 'നളിനി'യുടെ ജീവൻ ശങ്കരാചാര്യർ വിവരിക്കുന്ന അദ്വൈതമല്ല, യുവഹൃദയത്തിന്റെ അനർഘസ്പന്ദനമായ സ്നേഹമാണ്. അതുകൊണ്ടാണ് ആ കാവ്യത്തിന്റെ പകരം പേരായി കവി 'ഒരു സ്നേഹം, എന്ന് ആ വികാരത്തിന്റെ പേർതന്നെ നിർദ്ദേശിച്ചത്. ഇടശ്ശേരി പാടിയതുപോല, "തത്ത്വശാസ്ത്രങ്ങൾ ഉറഞ്ഞപ്പോൾ" കവിത കൺമിഴിക്കുന്നു. കാളിദാസൻ ശിവഭക്തനാകാം. ആ

വിശ്വാസത്തിന്റെ മാറ്റൊലി നാന്ദീപദ്യങ്ങളിലോ നമസ്ക്രിയാപദ്യങ്ങളിലോ കേട്ടെന്നും വരാം. പക്ഷേ, സീതയും പാർവതിയും ശകുന്തളയും കരയുകയും രോഷം കൊള്ളുകയും ചെയ്യുന്നേടത്തു കവി വികാരവിധാതാവായി വർത്തിക്കുന്നു, വിശ്വാസപരാധീനനായിട്ടില്ല.

മലയാളത്തിലും സ്ഥിതി ഇതുതന്നെ. സാഹിത്യകാരൻ ഭൗതിക ജീവിതത്തിൽ മാർക്സിസ്റ്റായിരിക്കാം. പക്ഷേ, കവിത എഴുതുമ്പോൾ അയാൾ കവിതന്നെയായിരിക്കണം. അപ്പോൾ ബുദ്ധകല്പിതങ്ങളായ സിദ്ധാന്തപരിമിതികൾക്കപ്പുറം ഉയർന്നു പൊങ്ങേണ്ടി വരും. സാഹിത്യത്തിന്റെ ശ്രീകോവിലിനു വെളിയിൽ നാം ഇട്ടുനടക്കുന്ന മുന്തിയ കുപ്പായവും ചെരിപ്പും മറ്റുമാണ് ഈ വക സിദ്ധാന്തങ്ങളും തത്വശാസ്ത്രങ്ങളും ഒക്കെ. അവ ഊരി പുറത്തുവച്ചു എവിടെ നാം പ്രവേശിക്കുന്നുവോ ആ പാവനസാന്നിദ്ധ്യമാണു സാഹിത്യം. അവിടെ മാർക്സിസ്റ്റ് പ്രചോദനമുണ്ടോ എന്ന ചോദ്യവും, പഴമക്കാരുടെ ഒരു തമാശ ഉപയോഗിച്ചു പറയുകയാണെങ്കിൽ, പ്രേമാലിംഗന മുഹൂർത്തത്തിൽ കാമുകൻ കാമുകിയോടു പുടവയുടെ വില അന്വേഷിക്കുന്ന ബുദ്ധിവിശേഷവും തുല്യമാണ്. ആലിംഗനം എന്ന ക്രിയയും പുടവയും അതിന്റെ വിലയും തമ്മിലുള്ള ബന്ധമേ എഴുത്തുകാരന്റെ രചനയ്ക്കും സിദ്ധാന്തത്തിനും തമ്മിലുള്ളൂ.

കലാസൃഷ്ടിയുടെ പ്രക്രിയയ്ക്കും ബുദ്ധിപരമായ സിദ്ധാന്ത ചിന്തയ്ക്കും തമ്മിലുള്ള മൗലികമായ പൊരുത്തക്കുറവാണ് ഇതിനു കാരണം എന്നു പറഞ്ഞല്ലോ. യൂറോപ്പിലെ വലിയൊരു കലാചിന്തകനായ ജൈനേ സെവറിനി ഇതിനെപ്പറ്റി എഴുതിയ ഒന്നുരണ്ടു വാക്യങ്ങൾ ഇവിടെ ഉദ്ധരിക്കുന്നു. "ചരിത്രപരവും ദ്വന്ദ്വാത്മകവുമായ ഭൗതികവാദം മികച്ച ഏതെങ്കിലും ഒരു കലാസൃഷ്ടിയുമായി തികച്ചും ഒത്തുപോയിട്ടുണ്ടെന്ന് എനിക്കു തോന്നുന്നില്ല. എല്ലാം ശാസ്ത്രീയമായി വിവരിക്കുന്ന മാർക്സിസ്റ്റുകൾക്കല്ലെങ്കിലും, കലാകാരന്മാർക്കു സർഗ്ഗകർമ്മം വളരെ രഹസ്യാത്മകമായ ഒരു കൃത്യമാണ്. അതിനാൽ സൃഷ്ടികർമ്മത്തോട് എവിടം വരെ ഒരു സിദ്ധാന്തമോ തത്ത്വസംഹിതയോ സഹകരിച്ചു പോകുന്നുവെന്ന് ഒരു കലാകാരനും പറയാനാവില്ല. മനുഷ്യന്റെ പരമമായ പ്രവൃത്തി ഭൗതിക കാര്യമാണെന്നു കാണുന്ന ഒരു സിദ്ധാന്തത്തിനു സർഗ്ഗാത്മകതയുടെ വഴി എന്തെന്നു തെളിയിച്ചു കാട്ടുക പ്രയാസമായിരിക്കുമെന്ന് ഏതായാലും പറയാവുന്നതേയുള്ളൂ."

ദേശീയബോധവും മലയാളസാഹിത്യവും

കുറച്ചു കാലമായി നാം പഴങ്കഞ്ഞിപോലെ പൊട്ടക്കലത്തിൽ ദൂരെ മാറ്റി വെച്ചൊരു വിഷയമാണ "ദേശീയബോധവും മലയാള സാഹിത്യവും." ഗത കാലത്തിന്റെ വിനോദങ്ങളിലൊന്നായി നാം ആ വിഷയത്തെപ്പറ്റിയുള്ള ചർച്ചയെ ഇടക്കാലത്ത് കരുതുകയുണ്ടായി - പ്രാസവാദത്തെയെന്ന പോലെ. പ്രാസവാദം മിനിഞ്ഞാന്നിന്റെ വിഷയമാണെങ്കിൽ ദേശീയവാദം ഇന്നലെയുടെ വിഷയമാണെന്നേ അവയ്ക്കു തമ്മിൽ നാം വ്യത്യാസം കണ്ടുള്ളൂ. കേരളീയസാഹിത്യകാരന്മാർ "സമഗ്രാധിപത്യം, നിർമ്മാണ സ്വാതന്ത്ര്യം" മുതലായ പ്രത്യുഗ്രങ്ങളായ വിഷയത്തെക്കുറിച്ച് ഇരുപതാം നൂറ്റാണ്ടിന്റെ ഉത്തരാർദ്ധത്തിൽവെച്ചു ഗൗരവത്തോടെ സമാലോചിക്കുന്ന ഡർബാറുകളിൽ പ്രവേശിക്കുവാൻപോലും അതിന്ന് സാധിക്കുമെന്നു നാമാരും കരുതിയിരുന്നില്ല. ഇന്നിതാ അത് സംഭവിച്ചിരിക്കുന്നു. ഗഹന നൂതനങ്ങളായ വിഷയങ്ങളോടൊപ്പം ലളിത പുരാതനമായ ഈ വിഷയവും കേരളീയ സാഹിത്യകാരന്മാരുടെ ഒരു സുവർണ്ണസംഘത്തിന്റെ ആഭിമുഖ്യ ത്തിൽ ചർച്ചായോഗ്യമായി അഭിഷേകം ചെയ്യപ്പെട്ടിരിക്കുന്നു. ഏതു പട്ടിക്കും അതിന്റെ ദിനമുണ്ടെന്നാണല്ലോ ചൊല്ല്.

ജീർണ്ണമെന്ന് നാം കരുതിയ ദേശീയവാദത്തിന് ഇന്ന് എന്തു കൊണ്ടാണ് പുനരുത്ഥാനം ലഭിച്ചത്? നിഷേധിക്കപ്പെടുമ്പോൾ മാത്രം പ്രകടമാവുന്നൊരു ശക്തിയാണ് ദേശീയത്വം. അനുകൂലഗതിയിൽ അത് അപ്രത്യക്ഷമായി നിലകൊള്ളുന്നു. അങ്ങനെയാണ് എല്ലാ ശക്തികളും. വിദ്യുച്ഛക്തിയുടെ ഒഴുക്കിനെ കമ്പി തടഞ്ഞുനിർത്താൻ തുടങ്ങുമ്പോൾ അത് പ്രകാശമായി രൂപാന്തരം പ്രാപിക്കുന്നത് നാം കാണാറുള്ളതാണല്ലോ. സർപ്പം ഫണം വിടർത്തുന്നത് ശത്രുസാമീപ്യത്തിലാണ്. ഭാവനയുടെ കുഴ ലൂത്തിൽ മയങ്ങിക്കിടന്നുകൊണ്ട്, കുറച്ചുകാലമായി താൻ ഒതുക്കിവെച്ചി രുന്ന ദേശീയബോധത്തിന്റെ വിപുലോദഗ്രമായ ഫണം വിടർത്തുവാൻ കേരളീയസാഹിത്യകാരൻ പുറപ്പെടണമെങ്കിൽ തക്ക പ്രകോപനം എവിടെയോ ഉണ്ട്; ഗുപ്തമായോ സ്പഷ്ടമായോ. കേരളീയസാഹിത്യ കാരന്റെ ഫണം മാത്രമല്ല ഇന്ന് വിടർന്നു പൊങ്ങിക്കൊണ്ടിരിക്കുന്നത്.

ഭാരതീയമായ എല്ലാ സാഹിത്യങ്ങളിലും ഈ പത്തിവിരുത്തൽ തുടങ്ങിയിരിക്കയാണ്. അതിന്റെ മന്ദമായൊരു സീൽക്കാരമാണ് ഇതിനിടെ മദിരാശി വെച്ചു നടന്ന അഖിലേന്ത്യാ ലോകസമ്മേളനത്തിന്റെ അദ്ധ്യക്ഷപീഠത്തിൽനിന്ന് പ്രമുഖ ബംഗാളിസാഹിത്യകാരനായ താരാശങ്കർബാനർജി പുറപ്പെടുവിച്ചത്. അദ്ദേഹം പറഞ്ഞു "ഇന്ത്യയുടെ മണ്ണ് പാവനവും അവളുടെ അഭിമാനം ദിവ്യവുമാണെന്ന് ഞങ്ങൾ കരുതുന്നു. അവയെ രക്ഷിക്കാൻ സർവ്വസ്വവും ഞങ്ങൾ പണയംവെയ്ക്കുകയും ചെയ്യുന്നു. പക്ഷേ മറുനാടുകൾ പിടിച്ചടക്കുവാനുള്ള ദുരാഗ്രഹം ഞങ്ങൾക്ക് തീരെയില്ല." ദേശീയബോധം വീണ്ടും ഉണർന്നിരിക്കുന്നു. ചരിത്രം തോളത്ത് പേറിപ്പോയ വേതാളം ഇതാ വീണ്ടും വർത്തമാനകാലത്തിന്റെ കൊമ്പത്ത് തലകുത്തനെ തൂങ്ങിക്കിടക്കുന്നു!

ദേശീയബോധത്തിന്റെ ഈ ആകസ്മികമായ പുനഃസ്ഫോടനത്തിന് കാരണമായി ബാനർജി രണ്ടെണ്ണം ചൂണ്ടിക്കാണിച്ചിരിക്കുന്നു:- ഭൗതികമായ ഒരു കാരണവും മാനസികമായ മറ്റൊന്നും. ഇന്ത്യയുടെ വിശാലോന്നതമായ നെറ്റിത്തടത്തിന്മേൽ വടക്കുഭാഗത്തുനിന്ന് വന്നുവീണ വഞ്ചനയുടെ ആഘാതത്തേയും, ഇന്ത്യയെ ആക്രമിച്ച ആ ദേശത്തേയും അതിന് ഇണ നിൽക്കുന്ന മറ്റൊരു ദേശത്തെയും ക്രമത്തിൽ ഇൻഡ്യയേക്കാൾ കൂടുതൽ വിലമതിക്കുന്ന ഒരാദർശസിദ്ധാന്തത്തെയുമാണ് പേരുപറയാതെ അദ്ദേഹം കാരണകോടിയിൽ നിർദ്ദേശിച്ചത്. ആ കാരണങ്ങളെ ഈ ചർച്ചാകാരൻ ശരിവെയ്ക്കുന്നു. പ്രതികളുടെ പേര് അയാളും ഉച്ചരിക്കുന്നില്ല. ഭാരതീയസാഹിത്യകാരന്റെ ദേശീയബോധത്തിനു നവോത്തേജനം സിദ്ധിക്കുവാനുള്ള കാരണങ്ങൾ അടുത്തകാലത്ത് നടന്ന പുറമെനിന്നുള്ള സൈനികാക്രമണവും അകമെനിന്നുള്ള വൈദേശീകാക്രമണവുംതന്നെ. ഇതുവരെ സാഹിത്യകാരന്റെ ഹൃദയത്തിൽ ചുരുണ്ടുകൂടിയ ദേശീയതയുടെ ഉറുമി നീണ്ടുകൊത്തുന്നതിന് ഇതിലേറെ പ്രകോപനം വേണ്ടല്ലൊ.

എല്ലാംശരി. അതിനാൽ "ഇന്ത്യാ സിന്ദാബാദ്" "ഭാരതമാതാ കീ ജയ്" എന്ന രണ്ട് മുദ്രാവാക്യങ്ങൾ ഉച്ചത്തിൽ മുഴിക്കിയതുകൊണ്ട് നമ്മുടെ ദേശീയബോധത്തിന് ഉചിതമായ പ്രകടനമായൊ എന്നിവിടെ ചിന്തിക്കേണ്ടതുണ്ട്. "മലയാള സാഹിത്യവും ദേശീയ ബോധവും" എന്ന വിഷയത്തെപ്പറ്റി ചിന്തിക്കുമ്പോൾ ഇങ്ങനെ പല വൻചോദ്യങ്ങളും മുന്നിൽ അണിനിരക്കും. ഉദാഹരണത്തിന്, സമാലോചനീയങ്ങളായ കുറെ പ്രശ്നങ്ങൾ താഴെ കുറിച്ചുകൊള്ളാം:-

1) സാഹിത്യത്തെ സംബന്ധിച്ചിടത്തോളം "ദേശീയബോധം" എന്ന പദത്തിന്റെ അർത്ഥവ്യാപ്തി എത്രത്തോളമുണ്ട്?

2) സ്വതന്ത്രമായ ഒരു രാഷ്ട്രത്തിന്റെ സ്ഥിതിക്കും പുരോഗതിക്കും വേണ്ടി ബോധപൂർവ്വമായും അല്ലാതേയും സാഹിത്യകാരന് എന്തെങ്കിലും ചെയ്യാമോ?

3) ഇന്നത്തെ പരിതഃസ്ഥിതിയിൽ ഇന്ത്യക്കാരനായ ഒരു സാഹിത്യകാരനുള്ള കടമകളിൽ ദേശീയ ബോധത്തിനുള്ള സ്ഥാനമെന്താണ്?
4) സാഹിത്യകാരൻ ദേശീയ വാദിയായിരിക്കുമ്പോൾ സാർവ്വദേശീയതയുമായി വൈരുദ്ധ്യം വരുമോ?
5) മലയാളസാഹിത്യത്തിൽ ദേശീയബോധം ശരിയായ അർത്ഥത്തിൽ എത്രമാത്രം പ്രതിഫലിച്ചിട്ടുണ്ട്?
6) മലയാളസാഹിത്യകാരന്റെ പ്രേരകശക്തികളിലൊന്നായി ദേശീയബോധത്തിന് മേലിൽ പ്രവർത്തിക്കുവാൻ കഴിയുമോ?

ഈ പ്രശ്നങ്ങൾക്കൊക്കെ വഴിക്കുവഴി ഉത്തരം പറയാൻ മെനക്കെടുന്നില്ല. എല്ലാ ചോദ്യങ്ങളും അവയ്ക്കപ്പുറത്തുള്ള വിഷയത്തിന്റെ പരപ്പും മനസ്സിൽ കണ്ടുകൊണ്ടു ചില സമാധാനങ്ങൾ ചുവടെ പറഞ്ഞുകൊള്ളാം.

അവനവൻ ജനിച്ച രാജ്യത്തിന്റെ ദൃശ്യമായ ഭൂതലത്തോടും അദൃശ്യമായ സംസ്കാരപാരമ്പര്യത്തോടും ഉള്ള സ്നേഹാദരങ്ങൾ ഏത് മനുഷ്യവ്യക്തിയിലും ആത്മസ്നേഹം പോലെതന്നെ ശക്തിപൂർവ്വം പ്രവർത്തിക്കുന്ന വികാരമാണ്. അതിനുകാരണം ചിന്തകനായ പ്ലേറ്റോതന്നെ പറഞ്ഞിട്ടുണ്ട്: "മാതൃഭൂമിയേക്കാൾ അടുപ്പമുള്ളൊരു ബന്ധം വേറെയല്ല."

മനുഷ്യസ്നേഹം, ഈശ്വരഭക്തി എന്നിവയെപ്പോലെതന്നെ അധൃഷ്യവും ആരാധ്യവുമായ ഒരു വികാരമാണ് ഇത് സാഹിത്യകാരന്. സ്വരാജ്യസ്നേഹം സാഹിത്യകൃതികളിൽ എപ്പോഴും അലതല്ലിയിട്ടുണ്ടാവില്ലെങ്കിലും രാജ്യസ്നേഹത്തെ ധിക്കരിച്ചുകൊണ്ടുള്ള സാഹിത്യകൃതികൾ ഇല്ലെന്നു തന്നെ പറയാം. സ്വരാജ്യസ്നേഹത്തെ ധിക്കരിച്ചു പ്രവർത്തിച്ച സാഹിത്യകാരന്മാരും അടുത്തകാലംവരെ ദുർല്ലഭമായിരുന്നു.സ്വന്തം നാടായ ഇംഗ്ലണ്ടിനെതിരായും ജർമ്മനിക്കനുകൂലമായും പ്രശസ്ത ഹാസ്യസാഹിത്യകാരനായ പി.ജി.വോഡ്ഹൌസ് രണ്ടാം ലോകമഹായുദ്ധക്കാലത്ത് പ്രക്ഷേപണപ്രസംഗങ്ങൾ നടത്തിയിരുന്നുവെന്ന കഥ ഈയവസരത്തിൽ ഓർത്തുപോകുന്നു. പക്ഷേ, അദ്ദേഹത്തിന്റെ അനശ്വരങ്ങളായ സാഹിത്യകൃതികളുടെ മഹാസാമ്രാജ്യം ഭരിക്കുന്ന ജീവ്സും ബെർട്ടിവൂസ്റ്ററും സ്മിത്തും മറ്റും വെള്ളംകൂട്ടാത്ത ഇംഗ്ലീഷുകാരും ആംഗലപ്രകൃതിക്കു ലോകജനതയുടെ സാനുഭാവമായ പുഞ്ചിരി പാരിതോഷികമായി നേടിക്കൊടുത്തവരും ആണ്. ആകയാൽ സാഹിത്യകാരൻ ദേശപരിമിതനായ ഒരു വ്യക്തിയായിരിക്കുന്ന കാലത്തോളം അയാൾക്ക് ദേശീയതയുടെ വലയത്തോട് യുദ്ധം പ്രഖ്യാപിക്കുക വയ്യെന്നു വരുന്നു.

അപ്പോൾ സാർവ്വദേശീയതയ്ക്കുള്ള സ്ഥാനമോ? കവി സാർവ്വദേശീയ വീക്ഷണം ഉള്ള ആളായതുകൊണ്ട് അയാളുടെ ദേശീയ വീക്ഷണം നിരസിക്കപ്പെടുന്നില്ല. മനുഷ്യനെ സ്നേഹിക്കുന്നതു ഈശ്വരനെ സ്നേഹിക്കുന്നതിനു തടസ്സമാകാത്തതുപോലെ യഥാർത്ഥമായ ദേശീയത്വവും യഥാർത്ഥമായ സാർവ്വദേശീയത്വവും പരസ്പരനിരാസകങ്ങളല്ല,

അന്യോന്യം സംവർദ്ധകങ്ങളാണ്. കപടമായ ദേശീയത്വവും കപടമായ സാർവ്വദേശീയത്വവും ഉള്ളതുകൊണ്ടാണ് ഇവയെ "യഥാർത്ഥം" എന്നു പ്രത്യേകം വിശേഷിപ്പിച്ചത്. കപടദേശീയത്വം സ്വദേശസ്നേഹത്തിന്റെ പൊൻതിരശ്ശീലയുടെ പിറകിൽനിന്നുകൊണ്ട് അന്യദേശങ്ങളെ കീഴടക്കുവാനുള്ള ആഹ്വാനം മുഴക്കുന്നു. ആധുനിക ചീനയും പഴയ ജർമ്മനിയും ബ്രിട്ടനും ഫ്രാൻസും ഒക്കെ ഇത്തരം ദേശീയതയ്ക്കു മാതൃകകളാണ്. ഇതിനെപ്പറ്റിയാണ് ഡോക്ടർ ജോൺസൻ പ്രഖ്യാപിച്ചത്, "തെമ്മാടിയുടെ അന്തിമമായ സങ്കേതം" എന്ന്. കപടമായ സാർവ്വദേശീയത്വമാവട്ടെ, ഒരു പരദേശിക്കുതിരപ്പുറത്തു കയറിക്കൊണ്ട് സ്വദേശത്തിന്റെ വേലികൾ ആ കുതിരയുടെ ശരിയായ യജമാനന്റെ സുഗമമായ പ്രവേശനത്തിനുവേണ്ടി തല്ലിപ്പൊളിക്കുകയാണ് ചെയ്യുന്നത്. ഫാസിസത്തിന്റേയും കമ്മ്യൂണിസത്തിന്റേയും ഇന്റർ നാഷനലിസങ്ങൾ ഇത്തരം കള്ളക്കുതിരപ്പടയാളികളാണ്. അവയ്ക്കു അടിമയായിപ്പോയതുകൊണ്ടാണ് വോഡ ഹൗസിന്ന് ഇംഗ്ലണ്ടിന്നെതിരായും, ഇന്ത്യയിലെ കമ്മ്യൂണിസ്റ്റു കവികളിൽ പലർക്കും റഷ്യയ്ക്കും ചൈനക്കും വേണ്ടിയും ഇന്ത്യയ്ക്കു പ്രതികൂലമായും എഴുതേണ്ടിവന്നത്.

യഥാർത്ഥമഹാകവികൾ എന്നും ഈ രണ്ടുതരം കപടവികാരങ്ങൾക്കു എതിരായി നിലനിന്നുപോന്നിട്ടുണ്ട്. "മനുഷ്യലോകം എത്ര മനോഹരമാണ്" എന്ന് ഹർഷാവേശത്തോടെ ഉദ്ഗാനം ചെയ്ത ഷേയ്ക്സ്പിയർ "നീ നിന്റെ നാടിന്റേതാകുക" എന്ന് അലഘു ബുദ്ധിയോടെ ഉപദേശിച്ചിട്ടുമുണ്ട്. "ഒരു ചരിത്രമേയുള്ളു; ആ മഹത്തരമായ വിശ്വചരിത്രത്തിന്റെ അദ്ധ്യായങ്ങൾ മാത്രമാണ് ദേശീയചരിത്രങ്ങൾ" എന്ന് ആധുനികഭാരതത്തിന്റെ വിശ്വോദാരഭാവനയെ പ്രപഞ്ചനംചെയ്ത രവീന്ദ്രനാഥടാഗോർ പ്രഘോഷിക്കുകയുണ്ടായി; "ഞാൻ വീണ്ടും വീണ്ടും ഇന്ത്യയിൽത്തന്നെ പിറക്കട്ടെ. ദാരിദ്ര്യവും ദുഃഖവും മുഴുക്കെ നിറഞ്ഞാലും ഞാൻ ഇന്ത്യയെ ഏറ്റവും കൂടുതൽ സ്നേഹിക്കുന്നു" എന്ന്. സാഹിത്യത്തിന്റെ പരമാർത്ഥപ്രതിഭ ഗ്രഹിച്ച മഹാമതിമാന്മാർക്കു സ്വദേശവും ലോകവും വിപരീതസത്തകളല്ല, ദേശീയതയും സാർവ്വദേശീയതയും വിരുദ്ധപ്രതിഭാസങ്ങളുമല്ല, എന്ന് ഷെയിക്സ്പിയറിന്റെയും ടാഗോറിന്റെയും വാക്കുകൾ തെളിയിക്കുന്നു. എല്ലാ കാലത്തിനുംവേണ്ടി പാടാൻ കടപ്പെട്ട കവി വർത്തമാന കാലത്തെക്കുറിച്ച് പാടുന്നതിൽ എത്രകണ്ടു വൈരുദ്ധ്യമുണ്ടോ, ആ വൈരുദ്ധ്യം മാത്രമേ എല്ലാ ദേശത്തിനുംവേണ്ടി പാടാൻ കടപ്പെട്ട കവി സ്വന്തം നാടിനുവേണ്ടി പാടുന്നതിലുള്ളു. ദേശീയതയുടേയും സാർവ്വദേശീയതയുടേയും വൈരുദ്ധ്യരാഹിത്യം തെളിയിക്കാൻ ഇന്ത്യക്കാരിൽ വേദാന്തികളായവർക്ക് എളുപ്പം മനസ്സിലാവുന്ന മറ്റൊരു ദൃഷ്ടാന്തവും പറയാം. ദേശീയത ഘടാകാശവും സാർവ്വദേശീയത മഹാകാശവുമാണ് എന്ന് സങ്കല്പിക്കുക. ഘടം എന്ന വിഭാജകോപാധിയാൽ പരിച്ഛിന്നമായ അതിലെ ആകാശം നിരുപാധികവും അപരിച്ഛിന്നവും ആയ മഹാകാശത്തിൽനിന്നു മൗലികമായി ഒട്ടും ഭിന്നമല്ല. അതുപോലെ

ദേശീയതയുടെയും സാർവ്വദേശീയതയുടെയും മൂലദ്രവ്യം സാഹിത്യകാരന്റെ ദൃഷ്ടിയിൽ ഒന്നാണ്; രണ്ടല്ല, പലതല്ല.

എല്ലാ സാഹിത്യങ്ങളിലും മഹാകവികൾ നട്ടുനനച്ചുവളർത്തിയ ദേശീയത്വത്തിന്റെ വില്ലകളിൽനിന്നു മധുരോദാരമായ സാർവ്വദേശീയത്വത്തിന്റെ ശബ്ദവും പൊങ്ങിപ്പരക്കുന്നത് കേൾക്കാം. സ്വന്തം നാടിന്റെ കപ്പിത്താനായ അബ്രഹാം ലിങ്കൺ മരിച്ചുവീണപ്പോൾ ദേശാഭിമാനപ്രചോദിതനായി വിലപിച്ച വാൾട്ടു വീറ്റു മാൻ വിശ്വമനുഷ്യനെക്കുറിച്ചും ഭാവിയുഗത്തെക്കുറിച്ചും പാടിയ ധീരനാണ്. ഇറ്റലിയുടെ പുനരുദ്ധാനഘട്ടത്തിന്റെ ശബ്ദമായിരുന്ന മസ്സീനി ലോകാചാര്യനായ ക്രിസ്തുദേവന്റെ ആർശങ്ങളുടെ തൂലികയായും വർത്തിച്ചു. ഇന്ത്യയിൽ ടാഗോറിന്റെ കഥ അനുസ്മരിക്കപ്പെട്ടുകഴിഞ്ഞു. മലയാളത്തിലും അങ്ങനെതന്നെയായിരുന്നു.

എങ്ങനെയായിരുന്നുവെന്ന് വിശദമാക്കിക്കൊള്ളട്ടെ.

ഇരുപതാം നൂറ്റാണ്ടിന്റെ ആദ്യപാദത്തിന്റെ അന്തിമഘട്ടത്തിലാണ് ഭാരതീയവും കേരളീയവുമായ ദേശീയതകളുടെ വൈകാരിക സ്വഭാവത്തെ നമ്മുടെ കവികൾ പ്രയോജനപ്പെടുത്തിയത്. അതിന്നുമുമ്പ് കേരളീയ കവികൾ തങ്ങളുടെ ഭാരതീയ പശ്ചാത്തലത്തെ ബോധപൂർവ്വം മനസ്സിലാക്കിയിരുന്നുവോ എന്ന് സംശയിക്കണം. തങ്ങളുടെ കേരളീയത്വത്തെയും അവർ വേർതിരിച്ച് മനസ്സിലാക്കിയിരുന്നില്ല. കുഞ്ചൻനമ്പ്യാരിലാണ് മലയാളിത്വം കാവ്യവിഷയത്തിന്ന് പരഭാഗശോഭ കൊടുക്കുന്നൊരുപാധിയായി ഒന്നാമത് തീർന്നത്. "മലയാളത്തിലെ മാനുഷനെ" നോക്കുന്നിടത്തൊക്കെ കണ്ട നമ്പ്യാർ കേരളീയത്വത്തെ അബോധപൂർവ്വം പ്രകാശിപ്പിച്ച കവികളിൽ പ്രാതഃസ്മരണീയനത്രേ; അതിന്നുമുമ്പുണ്ടായ "മഹോദയപുരേശചരിത്രം," "കേരളമാഹാത്മ്യം" എന്ന രണ്ടു സംസ്കൃതകവിതകളിൽ കേരളം വർണ്ണ്യവിഷയമായിട്ടുണ്ടെങ്കിലും ദേശീയതയുടെ വികാരപ്രാണൻ അവയിലില്ല. "കേരളമാഹാത്മ്യ"ത്തിൽ കേരളത്തിന്റെ സാമ്പ്രദായികമായ ഒരു നല്ല വർണ്ണനമുണ്ട്;

> "കന്യാകുമാരിഗോകർണ്ണപര്യന്താ കേരളാവനി:
> നാനാക്ഷേത്രയുതാ യാ സാ ഭാർഗ്ഗവേണ വിനിർമ്മിതാ
> താം ഗത്വാന നരോ യാതി നരകാൻ ഭൃശദാരുണാൻ
> വിശേഷാദ് ഭാർഗ്ഗവീഭൂമൌ ബൃഹന്നതദ്യുത്തരേ തടേ."

വെറും അതിശയോക്തിമയമായ സ്ഥൂലവർണ്ണനത്തിനുള്ള നിശ്ചേഷ്ടജഡ്യമായി സ്വദേശം കിടക്കുന്ന ഈ രീതിയിൽനിന്ന്

> "കേരളമെന്നപേർ കേട്ടാലഭിമാന-
> പൂരിതമാകണ മന്തരംഗം;
> ഭാരതമെന്നു കേട്ടാലോ തിളയ്ക്കണം
> ചോര നമുക്കു ഞരമ്പുകളിൽ"

എന്ന വള്ളത്തോളിന്റെ ഊർജ്ജിതമായ വികാരസംക്രമണ രീതിയിലേക്കുള്ള ദൂരം വളരെ വളരെയാണ്. നിഷേധിക്കപ്പെട്ട ദേശീയതയുടെ

വേദനാജനകമായ അവബോധം രാഷ്ട്രാന്തരീക്ഷത്തെ ആമഗ്നമാക്കിക്കൊണ്ടുള്ള ഒരു യുഗത്തിൽ വികാരത്തിന്റെ ഭാഷയിലേ കവികൾക്ക് സംസാരിക്കുവാൻ കഴിയുകയുള്ളു. അതിനുമുമ്പ് ആ അവബോധത്തിന്റെ ആസ്കന്ദനം രാഷ്ട്രശരീരത്തെ ഉലച്ചിരുന്നില്ല. വെള്ളം പൊങ്ങുമ്പോൾ വെള്ളത്തിലൊഴുകുന്ന വഞ്ചിയും പൊങ്ങുന്നതിൻവണ്ണം ഭാരതീയത്വം കേരളകവികളുടെ ഹൃദയങ്ങളിൽ അലച്ചാർത്തുയർത്തി ഒഴുകിവന്നപ്പോൾ കേരളീയത്വവും അതിന്മേൽ ഒഴുകിത്തുടങ്ങി. വള്ളത്തോൾക്കവിതകളിൽ ഭാരതീയത്വത്തിനും ഒരേ മട്ടിൽ ഉദയോല്ലാസം നാം കാണുന്നത് അതു മൂലമാണ്. ഇവയ്ക്ക് പ്രതികൂലമല്ലാത്തമട്ടിൽ അവിടെ സാർവ്വദേശീയതയും ഉണ്ടായിരുന്നു.

വള്ളത്തോളിന്റെ ഈ മാർഗ്ഗമാണ് മലയാളത്തിൽ ദേശീയബോധത്തിന്റെ ആവിഷ്കരണത്തിന് ഇന്നുവരെ പ്രയോഗിച്ചു കണ്ടിട്ടുള്ളത്. ദേശീയതയുടെ വാച്യമാർഗ്ഗമാണിത്. ബാഹ്യവും പ്രത്യക്ഷവുമായ പ്രകടനത്തിനും ഉദ്ഘോഷണത്തിന്നുമാണ് ആ മാർഗ്ഗം പ്രാധാന്യം കല്പിക്കുന്നത്. ദേശീയത സ്വാതന്ത്ര്യബോധമായി രൂപാന്തരപ്പെട്ട് സമരാങ്കണത്തിലെത്തുന്ന യുഗങ്ങളിലെല്ലാം ഈ വാച്യരീതി മാത്രമേ വിലപ്പോവുകയുള്ളു. ഇന്ത്യൻ നാഷനൽ കോൺഗ്രസ്സിന്റെ അനഭിഷിക്തഗാതാവായിട്ട് രംഗത്തുവന്ന വള്ളത്തോൾ മഹാകവി ദേശസ്നേഹം ഉച്ചത്തിൽ പാടുവാനും കടുംചായത്തിൽ വരയ്ക്കുവാനും നിർബ്ബന്ധിക്കപ്പെട്ടു.

> "ഭാരതമണെന്റെ ജന്മഭൂവാ;ശ്ശമ-
> ധീരള്ളഷിശ്രേഷ്ഠരെൻ പ്രപിതാമഹർ."
> എന്ന ഈരടിയിലെ അതിപ്രകടമായ ദേശീയാഹന്തയും
> "ഇന്ത്യാചരിത്രത്തിലേതേട്ടിലും പാര-
> തന്ത്ര്യാക്ഷരങ്ങൾ പതിഞ്ഞുകൂടാ ദൃഢം."

എന്ന വരികളിലെ അപ്രാപ്യമായ സ്വാതന്ത്ര്യവാഞ്ഛയും

> "ഗീതയ്ക്ക് മാതാവായ ഭൂമിയേ ദൃഢമിതു-
> മാതിരിയൊരു കർമ്മയോഗിയെ പ്രസവിക്കൂ."

എന്ന ഭാഗത്തിലെ അതിരുകവിഞ്ഞ ആത്മപ്രശംസയും, വാചാലതയും ഔദ്ധത്യവും കലർന്ന പ്രവണതകളാണ്. ദേശീയസമരത്തിന്റെ കാലങ്ങളിൽ ഈ പ്രവണതകളേ നിലിനിൽക്കാറുള്ളു. അമേരിക്കയിൽ സ്വാതന്ത്ര്യസമരകാലത്തെ പോൾസിങ്ങിന്റെ കവിതകളിലും ഹങ്കറിയിൽ കഴിഞ്ഞ നൂറ്റാണ്ടിലെ റഷ്യാ പ്രതിരോധകാലത്തുയർന്ന പൊറ്റാഫിയുടെ കൃതികളിലും സ്ക്കോട്ടുലാണ്ടിന്റെ ദേശീയ ബോധത്തെ പുനരുദ്ധരിച്ച വാൾട്ടർ സ്ക്കോട്ടിന്റെ വീരഗാഥകളിലും സ്വാതന്ത്ര്യസമരദശയിൽ തമിഴ്നാട്ടിനെ ഉണർത്തിയ സുബ്രഹ്മണ്യഭാരതിയിലും ഈ വാചാലതയും ഔദ്ധത്യവും കാണാം.

മറ്റൊരു മാർഗ്ഗമുണ്ട്. ദേശീയതയെ വ്യംഗ്യമാക്കി നിറുത്തിക്കൊണ്ടുള്ള സൂക്ഷ്മമാർഗ്ഗമാണത്. അവിടെ വാചാലതയില്ല, പ്രകടനമില്ല; ഉച്ചണ്ഡ

കോലാഹലങ്ങളൊന്നുമില്ല. ദേശീയത അവിടെ അന്തർലീനമായ ഒരു മഹാസത്യമായും പരോക്ഷമായ ഒരനുഭൂതിയായും കാണപ്പെടുന്നു. ഷെയിക്സ്പിയർ ഇംഗ്ലണ്ടിന്റെ ദേശീയസത്തയെ സ്വകൃതികളിൽ മഹിമാമണ്ഡലത്തിനുള്ളിൽ പ്രതിഷ്ഠിച്ചത് ഈ വ്യംഗ്യരീതിയിലായിരുന്നു. ജെ. തോംസന്റെ 'റൂൾബ്രിട്ടാനി'യായെപ്പോലെ ആംഗല പ്രകീർത്തനം നടത്താതെ ഇംഗ്ലണ്ടിന്റെ ഐശ്വര്യശക്തികളേയും ഇംഗ്ലീഷുകാരന്റെ സ്വഭാവവിശേഷതയേയും ഒരിക്കലും പൊട്ടാത്തവണ്ണം ചില്ലിടുവിക്കുവാൻ ഷെയിക്സ്പിയറിന്റെ നാടകങ്ങൾക്ക്– വിശേഷിച്ച് ചരിത്രനാടകങ്ങൾക്ക്– കഴിഞ്ഞു.

ദേശീയതയുടെ പരിധിയും പരിമിതിയും ശരിയായി മനസ്സിലാക്കിയ ടാഗോറിന് ഇന്ത്യയുടെ ഹൃദയത്തെ 'ഗീതാഞ്ജലി', 'ബലാകാ' , 'ഉർവശി' മുതലായ കൃതികളിൽ നിന്നുയരുന്ന അമൃതധ്വനിയിലൂടെ അനുസ്പന്ദിപ്പിക്കുവാൻ സാധിച്ചത് വാച്യഘോഷംകൊണ്ടായിരുന്നില്ല. കാളിദാസൻ ഈ 'ഗുഹ്യാൽ ഗുഹ്യ'മായ വ്യംഗ്യമാർഗ്ഗത്തിന്റെ മികച്ചമാതൃകയാണ്. ഇന്ത്യയെ സ്വകൃതികളിൽ ഒരിടത്തും ആ വിശ്വമഹാകവി വാഴ്ത്തിപ്പാടിയിട്ടില്ല. അദ്ദേഹം വന്ദിച്ചിട്ടുണ്ടെങ്കിൽ ജഗൽപിതാക്കളായ പാർവ്വതീപരമേശ്വരന്മാരെ മാത്രമാണ്. എങ്കിലും അദ്ദേഹത്തിന്റെ കാവ്യങ്ങളിൽ ഭാരതം എന്നൊരു മധുരാശയം അതലസ്പർശിയായി പ്രവഹിക്കുന്നുണ്ട്. 'രഘുവംശത്തിൽ അതിന്റെ നേരിയ ഉറവയുടെ ഉദ്ഗളനകാന്തികാണാം. അതുല പരാക്രമശാലിയായ രഘുവിനെക്കൊണ്ട് ഘടികാരസൂചിരീതിയിൽ പാണ്ഡ്യകേരളങ്ങൾവരെയും പാരസികഹിമാലയ പ്രദേശങ്ങൾ വരെയും ദിഗ്ജയയാത്ര ചെയ്യിച്ച കാളിദാസൻ ഇന്ത്യ എന്ന ആശയത്തെ ആദ്യമായി സങ്കൽപ്പപൂജ ചെയ്തു പ്രസാദിപ്പിക്കുകയായിരുന്നു. പുഷ്യമിത്രനോ സമുദ്രഗുപ്തനോ സാധിക്കാത്ത ഒരു 'ഇന്ത്യയെ കണ്ടെത്തൽ" ആയിരുന്നു ആ മഹാകവി ചെയ്തത്. അവർക്കു സൃഷ്ടിക്കുവാൻ കഴിയാത്ത ഒരു രാഷ്ട്രീയ ഭൗതികസത്തയെ ഭാവനാലോകത്തിൽ സ്ഥാപിക്കുവാൻ കഴിഞ്ഞ അദ്ദേഹം ഭാരതീയദേശീയത്വത്തിന്റെ ഒന്നാമത്തെ ആവിഷ്കർത്താവാണ്. കഥാഗതിക്കനുസരിച്ചുയരുന്ന ഈ സമഗ്രഭാരതചിത്രം 'രഘുവംശ'ത്തിന്റെ ചിന്താബന്ധുരമായ വ്യംഗ്യമാണ്; സർവ്വപ്രത്യക്ഷമായ വാച്യമല്ല. 'മേഘസന്ദേശ'ത്തിൽ ഇതേ മാതിരി ആര്യാവർത്തത്തിന്റെ സ്ഥൂലഭോഗത്തിന്റെ പ്രതീയമാനാർത്ഥമുണ്ട്. 'കുമാരസംഭവ'ത്തിൽനിന്നുയരുന്ന ചിത്രമാണു ഇവയേക്കാളേറെ ഹൃദ്യം. ഹിമാലയപുത്രിയായ പാർവ്വതിയെ ജടാജ്ജൂടധാരിയും ധ്യാനനിമഗ്നനും ഗംഗാചൂഡനുമായ ശിവൻ വേൾക്കുന്ന കഥയെ എക്സറേ ചെയ്താൽ ഹിമാലയോത്തരവും തപസ്യാനിരതവുമായ ഭാരതത്തിന്റെ ഹൃദയം സാക്ഷാത്കരിക്കാമെന്നാണ് കെ. എസ്.രാമസ്വാമിശാസ്ത്രിയെപ്പോലുള്ളവർ ചൂണ്ടിക്കാട്ടുകയുണ്ടായിട്ടുള്ളത്. കാവ്യാസ്വാദനതൽപ്പരരുടെ ഉള്ളിന്റെഉള്ളോളം ഇറങ്ങിച്ചെല്ലുന്ന ഇത്തരം രമണീയാർത്ഥവിശേഷങ്ങളുടെ സംസ്കാരത്തിന്റെ പിണ്ഡിതമായ സാരമാണ് നമ്മുടെ ഇന്നത്തെ ദേശീയത്വത്തിന്റെ അടിത്തറ. ചക്രവർത്തികളും

സൈന്യനായകന്മാരും സൃഷ്ടിച്ച രാഷ്ട്രത്തെപ്പറ്റി കവി പാടുന്നതല്ല നാം ഇവിടെ കാണുന്നത്, കവി സൃഷ്ടിച്ച അപൂർവ്വമായ ഭാവനാ രാഷ്ട്രത്തെ സ്വായത്തമാക്കുവാൻ ചക്രവർത്തികളും സൈന്യനായകന്മാരും പാടു പെടുന്നതാണ്. ദേശീയമായ ഒരൊറ്റ മുദ്രാവാക്യം മുഴക്കാതെ ആ മൗലിക രാഷ്ട്രത്തെ സൃഷ്ടിച്ച കാളിദാസപ്രതിഭയെ നമുക്ക് നമിക്കുക!

ഇത്രത്തോളം വിവരിക്കപ്പെട്ട ദേശീയത്വത്തിന്റെ വ്യംഗ്യമാർഗ്ഗം അനു സരിക്കുവാൻ കേരളത്തിൽ കവികൾ ഉണ്ടായിട്ടുണ്ടോ? വള്ളത്തോൾ ആ വഴിക്കല്ല പോയതെന്ന് പറഞ്ഞു. അദ്ദേഹത്തെ തുടർന്നു പാലാ നാരായ ണൻ നായരോളം എത്തിയ ദേശീയകവനപാരമ്പര്യവും ആ വഴിയോടു വേഴ്ച പുലർത്തിയില്ല. കാളിദാസീയമായ പ്രസ്തുതപദ്ധതിയെ സ്വീകരിച്ച കവി, മലയാള സാഹിത്യത്തിൽ കാളിദാസന്റെ 'ഗുണകച്ചെപ്പേന്തി' നടന്ന കുമാരനാശാനാണെന്ന് എനിക്കു തോന്നുന്നു. ആശാന്റെ ദേശീയബോധം ഒട്ടും വികസ്വരമായിരുന്നില്ലെന്ന് വിചാരിക്കുന്നവർ ഇതു കേൾക്കുമ്പോൾ അമ്പരന്നേക്കാം. 'ഉച്ചൈരുച്ചരിതവ്യം' ആയ ദേശീയതയുടെ പ്രകമ്പന ങ്ങൾ കുമാരസാഹിത്യത്തിൽ പ്രത്യക്ഷമല്ലാത്തതിനാൽ മാത്രമാണ് ആശാന്റെ ദേശീയത അവികസിതമോ സങ്കുചിതമോ ആയിരുന്നുവെന്ന അപലാപം ചിലർ പുറപ്പെടുവിച്ചത്. ഭാരതിയോട് തട്ടിച്ചുനോക്കി ടാഗോ റിനെ കുറ്റം പറയാൻ അവർ പ്രേരിതരായേക്കാം. വള്ളത്തോളിനെ അപേ ക്ഷിച്ച് ആശാൻ ദേശീയതയുടെ അവതാരണത്തിൽ ശബ്ദായമാനനല്ലാ തിരിക്കാൻ ഒരു കാലികമായ കാരണംപറയാം. ഇന്ത്യൻ ദേശീയത സമരോത്സുകമാകാൻ തുടങ്ങുന്ന കാലമാവുമ്പോഴേക്കും ആശാൻ രംഗ ത്തിൽനിന്ന് തിരോധാനം ചെയ്തിരുന്നു. വള്ളത്തോൾ ആ സമരദശ തിരോ ധാനം ചെയ്യുന്ന കാലംവരെ അതിജീവിക്കുകയുണ്ടായി. പടയാളിയുടെ തീക്ഷ്ണതത മുന്നോടിയിലുണ്ടാവില്ലല്ലോ? വള്ളത്തോൾസാഹിത്യത്തിലെ ദേശീയവസന്തത്തിന്റെ ഉച്ചശോഭ തുടങ്ങുന്നത് സാഹിത്യമഞ്ജരി നാലാം ഭാഗത്തിലാണ്. അതായത് 1924-ൽ. ആശാന്റെ ചരമവർഷമാണ് അത്. ദേശീയതകൊണ്ട് ആമഗ്നമാകാത്ത ഒരു യുഗത്തിലാണ് ആശാന്റെ സ്ഥിതി. എന്നിട്ടും വാച്യരീതിയിൽ ആശാന്റെ തൂലിക അല്പമൊന്നു ചലിക്കാതി രുന്നിട്ടില്ല. 'മണിമാല'യിലെ 'ഭാരതമയൂരം' നോക്കുക. 'അന്യൂനശ്രീയമ്മ ഭാരതഭൂമിതാനാനന്ദ വാസഭൂമി' എന്നീ വരികൾ ഏതു വള്ളത്തോൾ വരി കളോടും കിടനിൽക്കും. പക്ഷേ, കാളിദാസശിഷ്യനായ ആ കവിക്കു വാച്യ മാർഗ്ഗം തീരെ തൃപ്തികരമായിരുന്നില്ല. കേരളത്തിലെ ഒരവശസമുദായ ത്തിൽ പിറന്ന് ജാതിവിരോധത്തിൽ ശ്രദ്ധ ഊന്നി നിറുത്തുവാൻ പരിതോ വസ്ഥകൾ മുഴുവൻ നിർബ്ബന്ധിച്ച ആ കവി കാളിദാസന്റെ 'കുമാരസംഭവ' ത്തിലെ ഹിമാലയസംസ്കാരവും 'മേഘസന്ദേശ'ത്തിലെ വിന്ധ്യസംസ്കാ രവും ഉൾക്കൊണ്ട് സഹ്യന്റെ താഴ്വാരത്തണലിൽനിന്ന് അയവിറക്കിയ താണ്, 'നളിനി'യും 'ലീല'യും. ഈ രണ്ട് കൃതികളും 'ദുരവസ്ഥ'യും ചേർന്നാൽ ഹിമാലയം, വിന്ധ്യൻ, സഹ്യൻ, എന്നീ അസ്ഥികളാൽ ദൃഢാ വയവമായിക്കിടക്കുന്ന ഭാരതത്തിന്റെ പൂർണ്ണമായ ചിത്രം നമുക്ക് കിട്ടും.

'ഇങ്ങനെ ഭാരതത്തിന്റെ ഭൗതികൈക്യത്തെ സമർത്ഥിച്ച കവി ദിവാകര യോഗിയുടെ ഹൈന്ദവ സ്വഭാവത്തേയും ഉപഗുപ്തന്റെ ബൗദ്ധപ്രകൃതിയെയും രണ്ട് കൃതികളിലൂടെ വിസ്തരിച്ചുകൊണ്ട് ചിരന്തനേന്ത്യയുടെ മായാത്ത ആശയലോകത്തിന്റെ അതിരുകളും കുറിക്കുകയുണ്ടായി. ആശാന്റെ മൂകമായ ഈ ദേശീയതയെ കണ്ണും ചെവിയുമുള്ളവർ കാണാതേയും കേൾക്കാതെയും ഇരിക്കുമോ? പക്ഷെ ഈ പാരമ്പര്യത്തിൽ നമുക്ക് അധികം കൃതികൾ കൈവന്നിട്ടില്ല. ഈ പാരമ്പര്യത്തിലാണ് നമുക്ക് കൂടുതൽ കൃതികൾ കൈവരേണ്ടത്. വാചയിതാക്കളുടെ ഉള്ളിൽ ശോഭനമായ ദേശീയബോധത്തിന്റെ നെയ്ത്തിരി കെടാതെ കത്തിച്ചു നിറുത്തുവാൻ ഈ മൂകമായ നിമന്ത്രണത്തിനാണ് കഴിയുക, ഉച്ചണ്ഡമായ മുദ്രാവാക്യഘോഷണത്തിന്നല്ല. എന്നാൽ ഈ മാർഗ്ഗം പ്രയാസമേറിയതാണ് 'ദുർഗ്ഗം പഥസ്തൽ കവയോ വദന്തി.'

പക്ഷേ, വള്ളത്തോളിന്റേയോ ആശാന്റേയോ മാർഗ്ഗമല്ല, മൂന്നാമതൊന്നാണ് വേണ്ടതെന്ന് പുത്തൻ ഇന്റർനാഷണനലിസ്റ്റുകൾ, വളരെ തുറന്നല്ലെങ്കിലും ആപദ്ബോധം മനസ്സിൽ ഉയർത്തക്കവണ്ണം ഇന്നാട്ടിൽ സൂചിപ്പിച്ചുകഴിഞ്ഞിരിക്കുന്നു. അവർക്കെതിരെ വള്ളത്തോൾ വഴിക്കാരും ആശാൻവഴിക്കാരും ഏകോപിച്ചു പ്രവർത്തിച്ചേ പറ്റൂ. മറ്റൊരു നാട് ഇന്നാടിനെ ആക്രമിച്ചു കീഴടക്കുന്നത് വിമോചനമാണെന്നും പാരതന്ത്ര്യമല്ലെന്നുമുള്ള അവരുടെ ഞെട്ടിക്കുന്ന വ്യാഖ്യാനം സാധാരണമനുഷ്യർക്കു അജ്ഞേയമാണ്. 'സോവിയറ്റെന്നൊരു നാടുണ്ടത്രേ പോകാൻ കഴിഞ്ഞെങ്കിലെന്തു ഭാഗ്യം.' എന്നെഴുതുന്നവരെ പ്രോത്സാഹിപ്പിച്ചുകൂടാ. പക്ഷേ, നാമും അത്ര നിരപരാധരാണോ? പാമ്പിൻമുട്ടകളെ നെഞ്ചത്തുവെച്ച് നാം ലാളിച്ചു വിരിയിച്ചിട്ടില്ലെന്നു ഉറപ്പു പറയാമോ? 'ആഹ്ളാദിക്കൂ ഹൃദയമേ ആഹ്ളാദിക്കൂ, റഷ്യൻ സൈനികന് ജൈത്രപടഹമടിക്കൂ, എന്നീവരികളെ സാർവ്വദേശീയത്വമായും മനുഷ്യപ്രേമമായും സ്വാതന്ത്ര്യവാഞ്ഛയായും ഒരു കാലത്ത് വാഴ്ത്തിയ നമുക്ക് ഇന്ന് അതിൽ ദേശീയത്വവിരുദ്ധപ്രവണത കാണാനെങ്കിലും കഴിഞ്ഞിട്ടുണ്ടോ? ഏതു നാട്ടിലെ സൈനികന്റെ ജൈത്രപടഹമടിക്കാൻ ശ്രീ.ജി.ശങ്കരക്കുറുപ്പ് ചങ്ങലക്കിട്ട കൈകളോടുകൂടിയ നമ്മോട് വിളിച്ചു പറഞ്ഞുവോ ആ നാടിനെ സ്വന്തം നാടിനേക്കാൾ സ്നേഹിക്കുന്ന ഒരു കൂട്ടം അപഹാസ്യസിദ്ധാന്തവാദികൾ അത്തരം വരികളെ ദേശീയത്വവിരോധത്തിന്ന് പറ്റിയ ചട്ടുകങ്ങളായി മാത്രമേ കണ്ടിരുന്നുള്ളൂ. മറ്റൊരുദാഹരണംകൂടി പറയട്ടെ, മാവോവിന്റെ ചൈന ചിയാംഗ് കൈഷക്കിന്റെ പിടിയിൽനിന്നു വിമുക്തമായപ്പോൾ ഇവിടത്തെ അതേ 'മഹാകവി' ആശംസിച്ചു.

"ആവൂ സോദരി ചീനേ നീ സ്വതന്ത്രയായല്ലോ
ഭാവുകം പ്രാർത്ഥിക്കുന്നു നിന്റെ തോഴിയാമിന്ത്യ"

എന്ന്. നാം സ്തുതി പറഞ്ഞു, "ഹാ എന്തു സ്വാതന്ത്ര്യസ്നേഹം, എന്ത് ഇന്റർനാഷനിലിസം" എന്നൊക്കെ. ഇന്നത്തെ പശ്ചാത്തലത്തിൽ ആ

കവിത എവിടെ കിടക്കുന്നു, ചരിത്രത്തിന്റെ പീറച്ചവറ്റുകൊട്ടയിലല്ലാതെ? രാഷ്ട്രസീമാവികസനോദ്ദേശ്യം രക്തത്തിൽ കലർന്ന ഇംപീരിയലിസ്റ്റ് രാജ്യങ്ങളെ പ്രശംസിച്ച് പാട്ടുപാടുന്നവർ ദേശീയതയ്ക്കെതിരായി അപരാധം പ്രവർത്തിക്കുന്നു. അത്തരം അപരാധികൾക്ക് പൂമാല കൊടുക്കുന്ന നമ്മൾ ചെയ്യുന്ന അപരാധമാവട്ടെ, അതിരറ്റതാണ്.

ദേശീയത അപരാധമല്ല. ജോർജ് ഓർവൽ "ഇംഗ്ലണ്ട്, എന്റെ ഇംഗ്ലണ്ട്." എന്ന സരസമായ ഉപന്യാസത്തിൽ സമർത്ഥിച്ചതിൻവണ്ണം, ആ വികാരം മാർക്സ് പറഞ്ഞ വർഗ്ഗബോധത്തെക്കാളും ശക്തിമത്താണ്. അതിപ്രബലമായ ആ വികാരത്തിന്റെ ബലിപീഠത്തിൽ ബ്രഹ്മപ്രതിപാദകമായ വേദങ്ങൾപോലും സ്തുതിസുമങ്ങൾ അർപ്പിക്കുകയുണ്ടായി. "ജനനീ ജന്മഭൂമിശ്ച സ്വർഗ്ഗാദപി ഗരീയസി" എന്ന ചൊല്ല് പൊട്ടിവിടർന്നത് ആ മണ്ണിലാണ്. 'വസുധൈവ കുടുംബകം" എന്നും "സ്വദേശോ ഭുവനത്രയം" എന്നും യഥാർത്ഥമായ "ഇന്റർ നാഷനലിസം" പാടിയ നാട്ടിലാണ് അതു പൊട്ടിവിടർന്നത്. ദേശീയത ഉറച്ചാൽ മാത്രമേ സംസ്കാരപരിഷ്കാരങ്ങൾ അഭിവൃദ്ധിപ്പെടുകയുള്ളുവെന്ന് ചരിത്രകാരന്മാർ സിദ്ധാന്തിക്കുന്നു. ഹീബ്രു ജനതയ്ക്ക് മോസസ് തത്ത്വപ്രദാനം ചെയ്തെങ്കിലും അവർ ഒരു സംസ്കാരം സൃഷ്ടിച്ചത് ജോഷ്വാ അവരെ പാലസ്തീനിൽ കുടിയിരുത്തിയതിന്നു ശേഷം മാത്രമായിരുന്നു. നാടും നാടിനോടു കൂറുമില്ലാത്ത ജനത ചരിത്രവീഥിയിലെ തെണ്ടിപ്പട്ടിയായി കല്ലേറുകൊണ്ട് ചാവും. അവിടെ ഇന്ത്യയെ നമ്മുടെ ഇന്റർനാഷനലിസ്റ്റുകൾ എത്തിക്കാതിരിക്കട്ടെ. "ഭാരതീയസാഹിത്യകാരന്മാർ" എന്ന പദം ഉത്തരപദാർത്ഥ പ്രധാനമായ ഒരു സമാസംതന്നെയാണെങ്കിലും പൂർവ്വപദത്തിനും പ്രാധാന്യമുണ്ടെന്ന് നാം മറന്നുകളയരുത്. സ്വന്തം കുളത്തിലെ വെള്ളം അഞ്ജലീബന്ധത്തിലൊതുക്കി ഇന്ത്യയിലെ സപ്തനദികളുടെ ജലധാരകളെ അതിൽ ഇച്ഛാശക്തികൊണ്ടു ആവഹിച്ചു നിർത്തുന്ന ധ്യാനിയായ ബ്രാഹ്മണനെപ്പോലെ തങ്ങളുടെ കവിതകളിൽ ഭാരതീയത്വം എന്നും അദൃശ്യമായി അന്തർധാരയായി സ്ഥിതി ചെയ്യുവാൻ കേരളീയകവികൾ ശ്രദ്ധിച്ചാൽ ധാരാളമായി.

വ്യക്തിപ്രാഭവസിദ്ധാന്തം സാഹിത്യത്തിൽ

സാഹിത്യത്തിൽ ആശയവ്യഭിചാരം പരക്കെ നടക്കുന്നൊരു കാലമാണ് ഇന്ന്. ചിന്തയുടെ നാണയങ്ങളായ പദങ്ങളുടെ അതിസൂക്ഷ്മമായ അർത്ഥ വ്യത്യാസങ്ങളെപ്പറ്റി ഒരു നോട്ടവുമില്ലാത്ത എഴുത്തുകാർ വർദ്ധിച്ചു കൊണ്ടേയിരിക്കുന്നു. ഈ ശാപം ശക്തിപ്പെടുവാനുള്ള ഒരു കാരണം, അവനവന്ന് ഉപസ്ഥിതിയില്ലാത്ത വിഷയങ്ങളിൽ മുൻ പിൻ നോക്കാതെ എഴുത്തുകാരൻ ചാടിയിറങ്ങുന്നുവെന്നതത്രേ. സാഹിത്യത്തെ സംബന്ധി ച്ചേടത്തോളം ആശയവ്യഭിചാരം തൊഴിലെന്നോണം നടത്തികൊണ്ടിരിക്കു ന്നവർ നമ്മുടെ ബഹുകർത്തവ്യ വ്യഗ്രമായ രാഷ്ട്രീയ പ്രവർത്തകരാ കുന്നു. ഉദാഹരണമായിപ്പറയാവുന്നതാണ്, ഒരു പ്രമുഖനായ മാർക്സിസ്റ്റ് ഇതിനിടെ ഇറക്കുമതിചെയ്ത "വ്യക്തി പ്രാഭവസിദ്ധാന്തം"–'വ്യക്തി പ്രാഭവസിദ്ധാന്തവും സാഹിത്യകാരനും' എന്ന സഖാവ് ഇ.എം.എസ്. നമ്പൂതിരിപ്പാടിന്റെ ലഘുലേഖ നോക്കുക.

ആ ലഘുലേഖ വായിച്ചാൽ അറിയാം, വ്യക്തിപ്രാഭവം എന്ന പ്രയോഗംകൊണ്ടു പ്രതിഭയെയാണ് അദ്ദേഹം ഉദ്ദേശിക്കുന്നതെന്ന്. പ്രാചീ നവും പ്രചുരപ്രചാരവും അതിപരിചിതവുമായ ഒരു പദം ഉപേക്ഷിച്ചു പുതി യതും അപരിചിതവുമായ വേറൊരു പദം ഉപയോഗിക്കുമ്പോൾ, രണ്ടാ മത്തെ പദത്തിനു എന്തെങ്കിലുമൊരുമെച്ചം വേണ്ടതുണ്ട്. അതിവിടെയില്ല. നമ്പൂതിരിപ്പാടിന്റെ വ്യക്തിപ്രഭാവമല്ല. മമ്മടാകളുടെ പ്രതിഭ. ഇവ രണ്ടി നെയും സമീകരിച്ച ലേഖകൻ അക്ഷന്തവ്യമായ ഒരു ആശയ വ്യഭിചാ രത്തെ അഴിച്ചുവിട്ടിരിക്കുകയാണ്. ഇതുകൊണ്ട് ആർക്കാണ് പ്രയോജനം? വെള്ളം കലക്കിയാൽ മീൻ പിടിക്കാൻ സൗകര്യമാണുപോൽ!

മാർക്സിന്റെയും ലെനിന്റെയും പൊതുവിൽപറഞ്ഞാൽ കമ്മ്യൂണിസ ത്തിന്റെ എഴുത്തുകളിൽനിന്ന് എടുത്ത പദമാണ് വ്യക്തിപ്രാഭവ സിദ്ധാന്തം (Cult of the individual). ഇതും പ്രതിഭയും(Genious)ഒന്നല്ല, ഒരു ഞെട്ടിൽ വിടർന്നവയുമല്ല. രാഷ്ട്രീയാധികാര പ്രാബല്യം നിമിത്തം ഒരു വ്യക്തി മറ്റുള്ളവരെ താഴ്ത്തുകയും സേച്ഛാചാരിയായി മാറുകയും ചെയ്യുന്നതി നെയാണ് വ്യക്തിപ്രാഭവസിദ്ധാന്തം സൂചിപ്പിക്കുന്നത്. ജോസഫ് സ്റ്റാലിൻ, ക്രൂഷ്ചേവ് മുതലായ അനന്തരഗാമികളാൽ ആക്ഷേപിക്കപ്പെട്ടത് ഈ

സ്വേച്ഛാധികാര പ്രചാരം മുൻനിർത്തിയാണല്ലോ. സ്റ്റാലിന്ന് ആന്തരമായ നേതൃവൈഭവം ഉണ്ടായിരുന്നതിനെയല്ല അവർ എതിർത്തത്. അതു എതിർക്കപ്പെടേണ്ടതല്ല, വാഴ്ത്തപ്പെടേണ്ടതാണ്. അവർ എതിർത്തതു സ്റ്റാലിന്റെ സ്വേച്ഛാപ്രഭുത്വത്തെ (Despotism) ആണ്. പഴയൊരു വാക്കായ സ്വേച്ഛാപ്രഭുത്വത്തിന്നു കമ്യൂണിസ്റ്റു നേതാക്കൾ കൊടുത്ത പുതിയൊരു പേരുമാത്രമാണ് വ്യക്തിപ്രാഭവം.

ആ പഴയ സ്വേച്ഛാപ്രഭുത്വമാണ് പ്രതിഭയെന്നു ആർക്കും പറയുക. സാധ്യമല്ല-അയാൾ എത്ര അജ്ഞനാവട്ടെ! എന്നാൽ അതിന്നു വ്യക്തി പ്രാഭവം എന്ന പുതിയ പേരും കല്പിച്ചപ്പോൾ, പ്രതിഭയും അതും ഒന്നാണെന്നു സമർത്ഥിക്കാൻ വളരെ എളുപ്പമായി. ആശയവ്യഭിചാരത്തിന്റെ ശൃംഖല നീണ്ടുനീണ്ടു പോകുന്നതിന്റെ ചിത്രം നോക്കുക. "ഗ്രന്ഥം മൂന്നു പകർത്തുമ്പോൾ മുഹൂർത്തം മൂത്രമായീടും." എന്നു പറഞ്ഞ മട്ടിൽ, രാഷ്ട്രീയരംഗത്തിലെ സ്വേച്ഛാപ്രഭുത്വം കലാലോകത്തിലെ പ്രതിഭയാണെന്നുവന്നിരിക്കുന്നു. ശാന്തം പാപം!

ആ മാർക്സിസ്റ്റു ലഘുലേഖയിൽ, 'ചീത്തപ്പേര് കൊടുത്തതിന്നു ശേഷം നായയെ തൂക്കിക്കൊല്ലുക' എന്ന നയം നിപുണമായി അനുവർത്തിച്ചിട്ടുണ്ട്. പാവനമായ പ്രതിഭ മലീമസമായ സ്വേച്ഛാചാരിത്വമാണെന്നു വരുത്തിതീർക്കുന്ന ഒരു ചീത്തപ്പേരു അതിന്നിട്ടശേഷം, ലഘുലേഖാകാരൻ തുനിയുന്നത് പ്രതിഭയെ തൂക്കിലേറ്റുവാനാണ്. പ്രാചീനസാഹിത്യ വിമർശകന്മാർ വിവരിച്ച രീതിയിൽ പ്രതിഭയെന്നൊന്നില്ലെന്നും അതു-പ്രതിഭ അഥവാ വ്യക്തിപ്രഭാവം-ഭൗതികപദാർത്ഥങ്ങളുടെ പരസ്പരബന്ധത്തിൽനിന്നുളവാകുന്നതും സമുദായബന്ധങ്ങളാൽ നിർണ്ണയിക്കപ്പെടുന്നതും ആണെന്നും വാദിക്കപ്പെട്ടിരിക്കുന്നു.

അശാസ്ത്രീയവും കേട്ടുകേട്ടു ശ്രവണസ്നേഹമായിത്തീർന്നതുമായ ഈ വാദത്തിന്ന് എത്രയോ പ്രാവശ്യം മറുപടി പറഞ്ഞിട്ടുണ്ട്. ബുദ്ധിയും ബുദ്ധിയുടെ പ്രകാശഭേദങ്ങളായ പ്രതിഭ തുടങ്ങിയ. ഗുപ്തശക്തികളും ഭൗതികാണുക്കളുടെ അന്യോന്യസംയോഗത്തിൽനിന്നുണ്ടാവുന്നതാണോ? 'ഇലക്ട്രോണിക് ബ്രെയിലി' കണ്ടുപിടിക്കപ്പെട്ട ഈ കാലത്തു പോലും, മനുഷ്യബുദ്ധി ഭൗതികാണുസംയോഗംമൂലം ഉണ്ടാവുന്നതാണോ എന്നും ഉണ്ടാവുന്നുണ്ടെങ്കിൽ അതെങ്ങനെയാണെന്നും ശാസ്ത്രജ്ഞന്മാർ തീരുമാനിച്ചിട്ടില്ല. ഡോ:അലക്സിസ് കാറൽ, കെന്നത്ത് വാക്കർ തുടങ്ങിയവരുടെ ശാസ്ത്രീയോപന്യാസങ്ങളിൽനിന്ന് ഈ വസ്തുത വ്യക്തമായി ഗ്രഹിക്കാം. പത്തൊമ്പതാം നൂറ്റാണ്ടിൽ ഇതിനെപ്പറ്റി മാർക്സ് പറഞ്ഞിട്ടുണ്ടെന്നു കരുതുന്നവർ ഭ്രാന്തമായ ഏതോ ലോകത്തിൽ ജീവിക്കുകയാണ്. ഈ മാർക്സിസ്റ്റുലേഖനത്തിലും, ബുദ്ധി ഭൗതികാണു സംയോഗഫലമാണെന്നു തിട്ടപ്പെടുത്തിപ്പറഞ്ഞു കാണുന്നില്ല.

ഒന്നും തിട്ടപ്പെടുത്തിപ്പറയാനാവാത്ത കാലത്തോളം, പ്രതിഭ ദൈവദത്തമെന്നോ പ്രകൃതിസഹജമെന്നോ ശാസ്ത്രീയ ഗവേഷണാതീതമായ

ആദ്ധ്യാത്മിക ശക്തിയെന്നോ സങ്കല്പിക്കപ്പെടുന്നതിൽ തെറ്റുണ്ടെന്നു തോന്നുന്നില്ല. കോൾറിഡ്ജിനെപ്പോലുള്ള പാശ്ചാത്യവിമർശകരും മമ്മടനെപ്പോലുള്ള ഭാരതീയാലങ്കാരികന്മാരും പ്രതിഭയെ ഈ നിലക്കാണ് നോക്കിക്കണ്ടത്. മാർക്സിസ്റ്റു-ലെനിനിസ്റ്റു-സ്റ്റാലിനിസ്റ്റു ഗ്രന്ഥമഹാപ്രപഞ്ചത്തിലെ എല്ലാ വാക്യങ്ങളും ഒത്തുചേർന്നെതിർത്താലും, ഇന്നത്തെ നിലയ്ക്ക് അവരുടെ അഭിപ്രായങ്ങളെ തകർക്കുക ശക്യമല്ലെന്നു താല്പര്യം.

ഈ അജ്ഞാതപ്രഭവമായ പ്രതിഭ തികച്ചും വ്യക്തിഗതമായ ഒരു കഴിവാണ്. സമൂഹത്തിന്ന് അതിന്റെ ഉല്പത്തിയിൽ ഒന്നും ചെയ്യാനില്ല. ഉണ്ടെന്നു സ്ഥാപിക്കാൻ ലഘുലേഖാകർത്താവു വളരെ കഷ്ടപ്പെട്ടിട്ടുണ്ട്- മാർക്സ് എത്ര കഷ്ടപ്പെട്ടുവോ അത്രതന്നെ എന്നു പറയാം. പ്രതിഭയുടെ സമുദായപ്രഭാവത്തിന്നു ഒട്ടും അടിത്തറയില്ല. ഒരേ സമുദായ പരിതസ്ഥിതി ഉൾക്കൊള്ളുന്ന കലാകാരന്മാർ അതി വിഭിന്നമായ പ്രതിഭാശക്തിയുള്ളവരായിട്ടു കാണപ്പെടുന്നുണ്ട്. മഹാകവി കുമാരനാശാന്റെ കാലത്തു തുല്യമായ സാമൂഹ്യാവസ്ഥയിൽനിന്നുകൊണ്ടു കവിത രചിച്ച എത്രയോ പേരുണ്ടായിരുന്നു. അവരാരുമെന്തേ ആശാനൊപ്പം ഉയരാഞ്ഞത്? സമുദായവലയമാണ് പ്രതിഭയ്ക്ക് നിർണ്ണായകമെങ്കിൽ ചുരുങ്ങിയത് ഒരു ഡസൻ ആശാന്മാരെങ്കിലും അന്നു നമുക്കുണ്ടാകണമായിരുന്നു. ഉണ്ടായില്ല. എന്തുകൊണ്ട്? അവരുടെ നൈസർഗ്ഗികമായ ശക്തിയിലുള്ള ഊനാതിരേക വ്യത്യാസംകൊണ്ടുതന്നെ.

ഇതേപോലെ വള്ളത്തോളിന്റെയും ശങ്കരക്കുറുപ്പിന്റെയും ചങ്ങമ്പുഴയുടെയും സാഹിത്യജീവിതങ്ങളെ പഠിച്ചാൽ വ്യക്തിശക്തിയുടെ വ്യത്യാസം സമുദായപരിധിയെ അതിവർത്തിച്ചുകൊണ്ട് സാഹിത്യകാരന്മാരിൽ പ്രവർത്തിക്കുന്നുവെന്ന് മനസ്സിലാക്കാം.

പ്രതിഭയുടെ ഉദ്ഭവത്തിന്റെ കാര്യത്തിൽ സമുദായാവസ്ഥയ്ക്ക് ഒട്ടും സ്ഥാനമില്ലെന്നാണ് ഇത്രത്തോളം പറഞ്ഞത്. ഇതിനർത്ഥം പ്രതിഭാശാലിയായ കലാകാരനെ സമുദായാവസ്ഥ ഒരുതരത്തിലും പ്രേരിപ്പിക്കുന്നില്ലെന്നല്ല. പക്ഷേ, ഈ പ്രേരണ പ്രതിഭയുടെ ഉദ്ഭവത്തിന്നു ശേഷമുണ്ടാവുന്ന പരിണാമമമാണ്. അതിനാൽ സമുദായപ്രേരണയെ.......പ്രേരണയായി കണക്കാക്കുവാൻ പാടില്ല. പ്രസ്തുത ലഘുലേഖയിൽ ഈ തെറ്റ് വളരെയേറെ കടന്നുകൂടിയിട്ടുണ്ട്.

കാറ്റടിക്കുന്ന ഒരു പുൽമൈതാനത്തിൽവെച്ച് നിങ്ങൾ ഒരമ്പ് എയ്തുവെന്ന് കരുതുക. കാറ്റിന്റെ ഊക്കംകൊണ്ട് അമ്പിന്റെ ഗതി മാറിയെന്നുവരാം. അതിനാൽ കാറ്റാണ് അമ്പിനെ പറപ്പിക്കുന്നതെന്ന് ആരും വാദിക്കുന്നില്ല. അമ്പ് മുന്നോട്ട് പറക്കുന്നത് വില്ലു കുലച്ച മനുഷ്യഹസ്തത്തിന്റെ ശക്തിമൂലമാണ്. മാർഗ്ഗമദ്ധ്യത്തിൽ അത് കാറ്റിന്റെ ശക്തിക്ക് അല്പം വിധേയമായെന്നുമാത്രം. ഈ ദൃഷ്ടാന്തം കവിത്വഹേതുവായ പ്രതിഭയെപ്പറ്റി ചർച്ചചെയ്യുമ്പോൾ ഓർക്കാം. ഒരു അദൃശ്യഹസ്തത്തിന്റെ പ്രക്ഷേപശക്തി നിമിത്തം ചില വ്യക്തികൾക്ക് അസാമാന്യമായ കാവ്യ

രചനാവൈഭവം ജന്മായത്തമായിത്തീരുന്നു. എങ്കിലും ചുറ്റുപാടുള്ള സമുദായത്തിന്റെ സമ്മർദ്ദംമൂലം അവരുടെ കവിതകൾ ചില സവിശേഷ സ്വഭാവം കൈക്കൊണ്ടുപോകുന്നു. ആശാനും വള്ളത്തോളും തുഞ്ചത്തെഴുത്തച്ഛന്റെ കാലത്തു ജനിച്ചാലും മഹാകവികളായിരിക്കും. അവരുടെ ഈ മഹാകവിത്വത്തെ നിലനിർത്തുന്ന ഒരാശയാണ് അവരുടെ പ്രതിഭ. പക്ഷെ അക്കാലത്ത് ആശാൻ ഖണ്ഡകാവ്യങ്ങളോ വള്ളത്തോൾ ഭാവഗീതങ്ങളോ എഴുതുമെന്ന് കരുതിക്കൂടാ. ഈ വ്യത്യാസത്തെ ഉളവാക്കുന്ന അംശം സാമൂഹ്യ പരിതഃസ്ഥിതിയുടെ വ്യത്യാസവുമാണ്.

സമുദായപര്യന്താവസ്ഥകൾ പ്രതിഭയെ സൃഷ്ടിക്കുന്നു എന്ന് സമർത്ഥിക്കാനുള്ള വെമ്പലിൽ, നമ്മുടെ ലഘുലേഖയിൽ പല കൃസൃതി ച്ചോദ്യങ്ങളും ചോദിച്ചിട്ടുണ്ട്— ഗാന്ധിജിയും നെഹ്റുവും ഇന്ത്യയിലും ലെനിനും സ്റ്റാലിനും റഷ്യയിലും ജനിക്കുന്നതിനുപകരം മറിച്ചാണ് നടന്നിരുന്നതെങ്കിൽ സോഷ്യലിസ്റ്റ് വിപ്ലവം ഇന്ത്യയിലും സത്യാഗ്രഹപ്രസ്ഥാനം റഷ്യയിലും നടക്കുമായിരുന്നുവോ എന്നാണ് ഒരു ചോദ്യം. നടക്കില്ലെന്ന് ഉത്തരം പറയാൻ മടിക്കേണ്ടതില്ല. പക്ഷേ, റഷ്യയിൽ ഗാന്ധിജിയും നെഹ്റുവും ജനിച്ചിരുന്നുവെങ്കിൽ അതി മഹത്തായ എന്തെങ്കിലും സമുദായോദ്ധാരണ പ്രസ്ഥാനങ്ങളെ അവർ അവിടെ നയിക്കാതരിക്കുമായിരുന്നില്ല എന്നു പറയാനും മടിക്കേണ്ടതില്ല. ലെനിനും സ്റ്റാലിനും ഇന്ത്യയിൽ ജനിച്ചിരുന്നുവെങ്കിലും അവർ വിപ്ലവപ്രസ്ഥാനങ്ങളിലേതിന്റെയെങ്കിലും നേതാക്കളാകുമായിരുന്നു. അവരുടെ ബാഹ്യപ്രവൃത്തികൾ മാറുവാൻ സമുദായവിഭിന്നതകൾ കാരണമാണെങ്കിലും അവരുടെ ആന്തര സ്വഭാവത്തെ സ്ഥിരമായി നിർത്തുവാൻ അവരുടെ പ്രതിഭ കാരണമാകുന്നു.

സി.വി.രാമനെപ്പറ്റിയും ഒരു ബാലിശമായ ചോദ്യമുണ്ട്. അദ്ദേഹം അഞ്ചോപത്തോ നൂറ്റാണ്ടുകൾക്കുമുമ്പ് ജനിച്ചിരുന്നുവെങ്കിൽ "രാമൻ ഇഫക്ട്" കണ്ടുപിടിക്കപ്പെടുമായിരുന്നോ എന്ന്. ഇല്ലെന്ന് തന്നെ ഉത്തരം. പക്ഷേ, സി.വി.രാമന്റെ ബുദ്ധിവൈഭവവും ഗവേഷണ ചാതുര്യവും ഉള്ള ഒരു മഹാൻ ഏതു കാലത്ത് പിറന്നാലും, മനുഷ്യസമുദായം എന്നും സ്മരിക്കുന്ന എന്തെങ്കിലും അത്ഭുത തത്ത്വം അയാൾ കണ്ടുപിടിക്കുകതന്നെ ചെയ്യും.

കലാകാരന്മാർ പ്രതിഭയെപ്പറ്റി

തങ്ങളുടെ പണിപുരയിലേക്കു പലപ്പോഴും അമ്പരപ്പോടെയും അത്ഭുതത്തോടെയും, നോക്കിയ ലോകത്തിലെ മഹാന്മാരായ കലാകരന്മാർ അവിടെ ആധിപത്യപദവിയാർന്നുകൊണ്ടിരിക്കുന്ന പ്രതിഭയെക്കണ്ടു വർണ്ണിച്ചിട്ടുണ്ട്. കവികളും നോവലെഴുത്തുകാരും ഗായകന്മാരും ചിത്രകാരന്മാരും എല്ലാം അതിൽപ്പെടും.

ഷെല്ലി പ്രതിഭയെ തന്റെ ഒരു ഗദ്യ ഗ്രന്ഥത്തിൽ സമുദ്രതരംഗങ്ങളെ സഞ്ചയിപ്പിക്കുന്ന ഒരു സമീരണനോടു ഒരു പദ്യകൃതിയിൽ പെട്ടെന്നു ഭൂമിയിൽ നിപതിക്കുന്ന ഒരു നിഴലിനോടും ഉപമിച്ചിട്ടുണ്ട്. വിശ്വമഹാകവിയായ

ഗെഥെ പ്രതിഭയുടെ അനിവാര്യമായ കവന പ്രചോദനത്തെപ്പറ്റി പാടിയിട്ടുണ്ട്. നോവലെഴുത്തുകാരായ ഫ്ളാബർട്ടും ഇതേ രീതിയിൽ എഴുതിയ ആളാണ്. ബീഥോവനും മൊസാർട്ടും ഗായകന്മാരുടെ പ്രതിഭാസ്വഭാവത്തെ വിവരിച്ചു തന്നിരിക്കുന്നു. കോൾറിഡ്ജ് പ്രതിഭയിൽ അങ്ങേയറ്റത്തോളം വിശ്വസിക്കുന്നുണ്ടെന്നു അദ്ദേഹത്തിന്റെ ജീവചരിത്രകൃതി (Biographia Lieraria) തെളിവുതരുന്നുണ്ട്. ഭാരതീയാലങ്കാരികന്മാർക്കു പ്രതിഭ 'നൈസർഗ്ഗികകിയും 'നവനവോന്മേഷശാലീന'യുമാണ്.

ഇപ്രകാരം അന്തർദർശന ചതുരന്മാരായ കലാകാരന്മാർ മുഴുക്കെ ആരാധിച്ചുപോരുന്ന പ്രതിഭ വെറുമൊരു മൃഗതൃഷ്ണയാണെന്നു പറയുന്ന രാഷ്ട്രീയ സിദ്ധാന്തജന്യമായ ആന്ധ്യം ബാധിച്ച എഴുത്തുകാരുടെ ആശയങ്ങളും സാഹിത്യപ്രേമികൾ സൂക്ഷിച്ചെതിർക്കേണ്ടിയിരിക്കുന്നു. പക്ഷേ, അവർക്കുപോലും അനിഷേധ്യമാണ്. പ്രതിഭയുടെ പ്രഭാപ്രസരമെന്നു ചിലപ്പോൾ തെളിയാതെയുമില്ല. ഉദാഹരണത്തിന്നു, പ്രസ്തുത ലഘുലേഖാകർത്താവുതന്നെ പ്രതിഭയുടെ ഉണ്മയെപ്പറ്റി ഇത്രത്തോളം പറഞ്ഞുപോയിരിക്കുന്നു. ഓരോ വ്യക്തിക്കും അയാളുടേതായ സവിശേഷതകളുണ്ടെന്ന കാര്യം മാർക്സിസം-ലെനിനിസം നിഷേധിക്കുന്നില്ല. ഈ സവിശേഷതകളാണ് കലാകാരന്മാരേയും ശാസ്ത്രകാരന്മാരേയും തത്ത്വജ്ഞാനികളേയും രാജ്യതന്ത്രജ്ഞന്മാരേയും പടനായകന്മാരുമെല്ലാം മഹാന്മാരായ ചരിത്ര പുരുഷന്മാരാക്കുന്നതെന്ന കാര്യത്തിലും സംശയമില്ല. ഇത്തരം ചരിത്ര പുരുഷന്മാരുടെ ജീവിതവും പ്രവർത്തനവും ചരിത്രത്തിന്റെ ഗതിയെ ഒരതിർത്തിവരെ ബാധിക്കുമെന്ന വാസ്തവവും അനിഷേധ്യമാണ്.

എല്ലാം അനിഷേധ്യമാണ്! പക്ഷേ, ഈ ഖണ്ഡികയുടെ മുമ്പിലും പിന്നിലുമുള്ള എല്ലാ ഖണ്ഡികകളെക്കൊണ്ടും ലേഖകൻ ചെയ്തിരിക്കുന്നതും ഈ അനിഷേധ്യ വാസ്തവങ്ങളെ നിഷേധിക്കുക മാത്രമാണ്. ഉള്ളൂർ പാടിയതുപോലെ.

> "താരങ്ങൾപോലും വഴിമറുവോര-
> ച്ചണ്ഡാംശുവിൻ ഗോപ്രസരംമറയ്ക്കാൻ,
> പരസ്സഹസ്രം സുഷിരം കലർന്ന
> പടച്ചരം, ഹന്ത, ഭവാൻ പിടിപ്പൂ!"

കലയും മാർക്സിസവും

ഒരു പ്രബന്ധം കൊണ്ടു സമർത്ഥിക്കുവാൻ ഉദ്ദേശിക്കപ്പെടുന്ന ആശയത്തെ അതിന്റെ തുടക്കത്തിൽത്തന്നെ വിളിച്ചു പറയുന്നതു തികച്ചും ഭംഗിയുള്ള പ്രബന്ധരചനാരീതിയല്ലെന്ന് അറിയാമെങ്കിലും ഈ പ്രബന്ധത്തിന്റെ ജീവാതുവായ ആശയത്തെ ആദ്യമേ സ്പഷ്ടമായി ഉദ്ധരിക്കുവാൻ ഞാനാഗ്രഹിക്കുന്നു. ഇതാണ് ഈ ഉപന്യാസത്തിന്റെ സത്യപ്രതിജ്ഞ: (ആരും തെറ്റിദ്ധരിക്കാതിരിക്കട്ടെ) കലയും ബി.സി.ജിയും, കലയും ഭാരോദ്വഹനവും തമ്മിൽ പോഷ്യപോഷകരിത്യാ എന്തു ബന്ധമാണോ ഉള്ളത്, നെന്മണിത്തൂക്കമെങ്കിലും അതിൽക്കവിയുന്ന ബന്ധം കലയും മാർക്സിസവും തമ്മിലില്ല.

ഈ ബന്ധം വളരെ സാരവത്താണെന്ന് ആർക്കും ശഠിക്കുവാൻ കഴിയുകയില്ല. എന്തായാലും വലിയൊരു ചർച്ചയ്ക്കു വിഷയമാക്കത്തക്ക പ്രാധാന്യം അതിന്നില്ലെന്നു പറയാൻ നാം ഒട്ടും മടിക്കേണ്ട. ബി.സി.ജി.യും ഭാരോദ്വഹനവും ആവടിസോഷ്യലിസവും മനുഷ്യജീവിതത്തിന്റെ ചില വശങ്ങളേയും അംശങ്ങളേയും സ്പർശിക്കുന്നുണ്ട്. കലയാവട്ടെ, ഈ അല്പാംശങ്ങളെപ്പോലുള്ള അസംഖ്യം അല്പാംശങ്ങൾ ഇടതിങ്ങിക്കിടക്കുന്ന മനുഷ്യജീവിതമഹാസത്തയേ, ഭൂമിയെ സാഗരമേഖലയെന്നവണ്ണം, ഒരറ്റം തൊട്ടു മറ്റേയറ്റം വരെ പൊതിഞ്ഞു കഴിയുന്നു. അതിനാൽ ജീവിതത്തോടു സമവിസ്താരമായ കലയ്ക്കു നിയാമകമെന്തെന്ന ചർച്ചയിൽ ജീവിതത്തിന്റെ അല്പാംശങ്ങളായ ബി.സി.ജി.യേയും ഭാരോദ്വഹനത്തേയും ആവടിസോഷ്യലിസത്തേയും നാമാരും ഉൾപ്പെടുത്താറില്ല. മാർക്സിസവും ഈ പരിമിത ജീവിതസത്യങ്ങളിൽപ്പെടുന്നു. ജീവിതത്തിന്റെ സമഗ്രപ്രതിഭാസങ്ങളെ ഉള്ളടക്കുന്ന സത്യമാണ് അതെന്നു വാദിക്കണമെങ്കിൽ ആധുനികമായ പല വിജ്ഞാനപ്രവണതകളുടേയും നേരെ കണ്ണിറുക്കിയടയ്ക്കേണ്ടിവരും. ഇത്ര കൊടിയ വിജ്ഞാനഹത്യ നടത്തിയിട്ടും മാർക്സിസത്തിന്റെ അപ്രമാദിത്വത്തെ സ്ഥാപിച്ചിട്ട് എന്തു സ്വാരാജ്യമാണു സിദ്ധിക്കുകയെന്നു മനസ്സിലാകുന്നില്ല. മനുഷ്യജീവിതതത്വങ്ങളെ ആസകലം സംഗ്രഹിക്കുന്ന ഒരു വിജ്ഞാനതന്ത്രം ഇനിയും ഉണ്ടായിക്കഴിഞ്ഞിട്ടില്ലല്ലോ എന്നു ഖേദിച്ചുകൊണ്ടു സുപ്രസിദ്ധശാസ്ത്രജ്ഞനായ ഡോക്ടർ അലെക്സിസ് കാറൽ ഒരു മഹിതഗ്രന്ഥം തന്നെ

രചിച്ചിട്ടുണ്ട് – 'അജ്ഞാതനായ മനുഷ്യൻ' (Man the Unknown) സത്യോന്മുഖമായ ഈ കണ്ണീരൊഴുക്കിന്റെ മുമ്പിൽ മാർക്സിസത്തിന്റെ ആത്യന്തികസമ്പൂർണ്ണതയെന്ന മിഥ്യാസങ്കല്പം എത്ര നിമിഷമാണ് ഇളക്കം തട്ടാതെ നില്ക്കുക?

ആധുനികവിജ്ഞാനീയത്തോടു നേരിയൊരു കൂറെങ്കിലുമുള്ള ഏതാളും ഇതൊക്കെ അറിയാതിരിക്കുകയില്ല. എന്നിട്ടും നാമിന്നെത്തിയിരിക്കുന്നതു കലയും മാർക്സിസവും തമ്മിലുള്ള ബന്ധത്തെപ്പറ്റി ചർച്ച ചെയ്യുക എന്ന സ്ഥിതിയിലാണുതാനും. ഇതേ നമ്മൾ ബി.സി.ജി, ഭാരോദ്വഹനം, ആവടിസോഷ്യലിസം എന്നിവയും കലയും തമ്മിലുള്ള സംബന്ധത്തെപ്പറ്റി കളിയായിട്ടെങ്കിലും ചിന്തിക്കാറില്ല. കലയെ സംബന്ധിച്ചേടത്തോളം മാർക്സിസത്തിന്റെ നില ഇവയിൽനിന്നു വ്യത്യസ്തമാണെന്ന് ശപഥം ചെയ്യുന്നവരുണ്ട്. ജീവിതത്തേയും കലയേയും, എല്ലാറ്റിനേയും, ഉൾക്കൊള്ളുവാൻ കഴിവുറ്റ ആന്തരവിസ്തൃതിയുള്ളതാണുപോൽ മാർക്സിസത്തിന്റെ ഗർഭോദരം.

കാറൽ മാർക്സിനെ സഹസാ കലാകാരനും കലാവിമർശകനുമാക്കിത്തീർത്തുകൊണ്ടു കലയും മാർക്സിസവും പരസ്പരബന്ധമുള്ളതാണെന്നു സ്ഥാപിക്കാമെന്നു ചിലർ കരുതുന്നു. എത്രശുദ്ധമായ വിശ്വാസം! മാർക്സ് എഴുതിയ ഗ്രന്ഥങ്ങൾ അത്യുത്തമമായ കലാസൃഷ്ടികളാണത്രെ. വിവർത്തനത്തിലൂടെ മാത്രമേ മാർക്സ് നമ്മിൽ പലർക്കും പരിചിതനായിട്ടുള്ളൂ. അതിനാൽ അദ്ദേഹത്തിന്റെ ശൈലിയുടെ സൂക്ഷ്മതയെപ്പറ്റി നാം വല്ലതും പറയുന്നതു തെറ്റാവാനാണു കൂടുതലെളുപ്പം. എങ്കിലും മാർക്സിന്റെ ജർമ്മൻശൈലിയുടെ കാഠിന്യവും ദുർഗ്രഹതയും ഏതു വിവർത്തനത്തിൽനിന്നും വ്യക്തമാണ്. ഇതെന്റെ വ്യക്തിപരമായ ഒരനുഭവം കൂടിയാണെന്നു പറഞ്ഞുകൊള്ളട്ടെ. മാർക്സിന്റെ ശൈലിയുടെ കാർക്കശ്യം കുപ്രസിദ്ധമാണ്. ഇത്തരമൊരു ശൈലി കലാസുന്ദരമാണെന്നു സമ്മതിക്കണമെന്ന നിർബ്ബന്ധം കവിഞ്ഞൊരു ഹിംസയാകുന്നു.

ആ മഹാനായ സാമ്പത്തികചിന്തകൻ ഒരു മികച്ച കലാവിമർശകനുമാണത്രെ. മൂന്നു കാരണങ്ങൾ ഇതിന്ന് എടുത്തുകാണിക്കപ്പെട്ടിരിക്കുന്നു. 1. 'ക്യാപിറ്റൽ' മുതലായ കൃതികളിൽ പല നാടകങ്ങളിൽനിന്നും കാവ്യങ്ങളിൽനിന്നും എത്രയോ വിവരങ്ങൾ ഉദ്ധരിച്ചിട്ടുണ്ട്; 2. ക്രിസ്ത്യൻ കലയെപ്പറ്റി ഒരു പാഠപുസ്തകം എന്നൊരു ഗ്രന്ഥം മാർക്സ് എഴുതാൻ ഉദ്ദേശിച്ചിരുന്നു എഴുതിയിട്ടില്ല; 3. ബാൽസാക്കരെനെപ്പറ്റി മറ്റൊരു പുസ്തകം എഴുതാനും മാർക്സ് പ്ലാനിട്ടിരുന്നുപോൽ.!

വെറും ഉദ്ധരണങ്ങളും ഉദ്ദേശങ്ങളും ഒരാളെ കലാവിമർശകനാക്കുമോ? രീതിസൗകുമാര്യംമാത്രം ഒരാളെ കലാകാരനാക്കുമോ? ശില്പസൗന്ദര്യം വഴിഞ്ഞൊഴുകുന്ന ശൈലിയിൽ എഴുതിയ പ്ലാറ്റോവാണു കലയെപ്പറ്റി ഏറ്റവും വലിയ വിഡ്ഢിത്തം ആദ്യമായി പറഞ്ഞതെന്നു മാർക്സിന്റെ

രീതസൗകുമാര്യത്തെപ്പറ്റി— അതൊരു സത്യമാണെന്നുതന്നെ വെയ്ക്കുക -മുക്തകണ്ഠം പ്രശംസിക്കുന്നവർ ഓർക്കുന്നതു നന്ന്.

മാർക്സിനെപ്പറ്റിയുള്ള ഈ നിസ്സാരപ്രശംസകൾക്കു ചുറ്റും പ്രദക്ഷിണം വെയ്ക്കുന്നതിലും നല്ലതു കലയെപ്പറ്റി മാർക്സ് പ്രഖ്യാപിച്ച തത്വത്തെ പരിശോധിക്കുന്നതായിരിക്കും. പിന്നീടുവന്ന പ്ലെഖനോവ്, ലൈനിൻ, സ്റ്റാലിൻ എന്നവർതൊട്ടു റാൽഫ് ഫോക്സ്, ക്രിസ്റ്റഫർ, കോഡ്വൽ, ഹവാർഡ്, ഫാസ്റ്റ് എന്നിവർ വരെയുള്ള മാർക്സിസ്റ്റ് വിമർശകന്മാരുടെ അനന്തഫണതല്പമാണു മാർക്സിന്റെ ആ വചനം. മാർക്സിന്റെ 'ക്രിറ്റിക്കൽ ഓഫ് പൊളിറ്റിക്കൽ ഇക്കോണമി" എന്ന ഗ്രന്ഥത്തിന്റെ മുഖവുരയിൽ അതുകാണാം: "ജീവിതത്തിന്നാവശ്യമായ ഭൗതിക വസ്തുക്കളുടെ ഉല്പാദനസമ്പ്രദായം സാമൂഹ്യവും രാഷ്ട്രീയവും ബുദ്ധിപരവുമായ എല്ലാ പ്രവർത്തനത്തേയും നിയന്ത്രിക്കുന്നു. ബോധം ജീവിതത്തെ നിയമിക്കുകയല്ല, നേരെ മറിച്ചു സാമൂഹ്യജീവിതം ബോധത്തെ നിയമിക്കുകയാണ്." ഇവിടെ മാർക്സ് കലയെപ്പറ്റി തെളിയിച്ചു പറഞ്ഞിട്ടുണ്ടെന്ന് അവകാശപ്പെട്ടുകൂടാ. എങ്കിലും 'ബുദ്ധിപരമായ പ്രവർത്തനം' എന്ന പ്രയോഗത്തിൽ അദ്ദേഹം കലാപ്രവർത്തനത്തെ ഉൾപ്പെടുത്തിയിട്ടുണ്ടെന്നു വ്യാഖ്യാതാക്കൾ പറയുന്നതിനെ നമുക്കു കൈക്കൊള്ളാം.

രാമലക്ഷ്മണൻമാരുടെ മദ്ധ്യത്തിൽ നടന്നുകൊണ്ട് എപ്പോഴും ലക്ഷ്മണന്റെ രാമദർശനത്തെ തടഞ്ഞ സീതയെപ്പോലെ, ജീവിതാനുഭവത്തിന്റേയും കലാകാരന്റേയും ഇടയിൽ ഈ സാമ്പത്തികസിദ്ധാന്തം എന്നും മറയായി സഞ്ചരിച്ചുകൊള്ളണമെന്നാണു മാർക്സിസ്റ്റ് വിമർശകന്മാരുടെ തീർപ്പ്. ഈ സിദ്ധാന്തമായയുടെ സാഹചര്യമില്ലാതെ ജീവിതാനുഭവത്തെ നേരിട്ടു മുഖത്ത് അഞ്ചാതെ നോക്കാൻ മാർക്സിസ്റ്റ് ലേഖകൻ അധീരരാണ്. കീനുട്ട് ഹംസൺ പ്ലെഖനോവിനു റിച്ചാർഡ് സൻ റാൽഫ് ഫോക്സിനും എലിയട്ട് ഹവാർഡ് ഫാസ്റ്റിന്നും വള്ളത്തോൾ ഇന്ദുചൂഢനും അഹിതമായത് അവരുടെ മുമ്പിലുള്ള ഈ സദ്ധാന്തമായാഫലകത്തിന്റെ വക്രീകരണ പ്രവണത നിമിത്തമാകുന്നു. മാർക്സിസത്തിന്റെ കളരിയിൽ വെച്ചു ഹൃദയസ്പന്ദങ്ങളെ ചുവടും അടവും, തട്ടും തടവും, പരിശീലിപ്പിക്കാത്ത എഴുത്തുകാരൻ സത്യസന്ധമായ എഴുത്തുകാരനല്ല എന്നു മാത്രമാണ് ഈ നിലപാടിന് അർത്ഥം. ചങ്ങമ്പുഴ പാടിയതിൻവണ്ണം ('സ്വരാഗസുധ')

"മാർക്സിനെ മാനിക്കാൻ
തുയിലുണരൂ കവിമാതേ"

എന്ന മുദ്രവാക്യമേ കവിക്ക് ഉദ്ഘോഷിച്ചുകൂടൂ എന്നു വരുന്ന കാലം കവിതയുടെ വസന്തകാലമോ ദുരന്തകാലമോ എന്നു നമുക്കു ചിന്തിച്ചു നോക്കാം.

ഒരു സിദ്ധാന്തവും പൂർണ്ണമോ പൂർണ്ണസത്യപ്രകാശമോ അല്ല. "ശ്രുതയോ വിഭിന്നഃ" എന്ന വ്യാസോക്തി വിചാരലോകത്തിലെ ഈ മഹാ

സത്യത്തിന്റെ ഉദീരണമാണ്. ഇത്തരമൊരു പര്യന്താവസ്ഥയിൽ കലാകാരൻ അപൂർണ്ണസിദ്ധാന്തങ്ങളുടെ വാക്താവുന്നത് ഒട്ടും യുക്തിക്കു നിരക്കുകയില്ല. പിന്നെ എന്താണ് അയാൾ വേണ്ടത്? "മൗനം പണ്ഡിതലക്ഷണം" എന്ന പ്രമാണം മുൻനിർത്തി ചുണ്ട് പൂട്ടിയിരിക്കുന്നത് ഉചിതമായിരിക്കാമോ? കലാകാരൻ മുനിയാവുന്നത് ഒട്ടും നല്ലതാണെങ്കിലും മൗനിയായാൽ അയാൾ കലാകാരനല്ലാതാവുന്നു. അയാൾ സ്പന്ദിക്കുകയും പാടുകയും വേണം. സിദ്ധാന്തങ്ങളുടെ അക്ഷരമാലയും ശബ്ദകോശവും പഠിച്ച് അത് ഉരുവിടണമെന്നല്ല അതിനർത്ഥം; ഹൃദയത്തിന്റെ ഭാഷ പഠിച്ച് അതിലൂടെ സംസാരിക്കണമെന്നാണ്. കലാകാരന്റെ ഹൃദയം സിദ്ധാന്തത്തിന് അടിമയാവരുത്. സ്വതന്ത്രമായ ഹൃദയത്തിന്റെ മാത്രം സ്പന്ദമാണ് കല. മഹാകലാകാരന്മാരിലാരും ഈ ഹൃദയസ്വാതന്ത്ര്യത്തിന്റെ നടനവേദിയിൽനിന്ന് അണുപോലും വെളിയിൽ കാലു കുത്തിയവരല്ല. രാജപ്രസാദത്തിന്റെ ശ്ലക്ഷ്ണമായ വെണ്ണക്കൽപ്പടവിന്മേലിരുന്നുകൊണ്ടു നൃപാധിപത്യത്തിന്റെ ദുർന്നിവാരമായ അധഃപതനത്തിന്റെ മർമ്മഭേദകമായ ചിത്രം വരച്ച കാളിദാസനും ഹൃദയപ്രതിഷ്ഠിതനായ സർവ്വേശ്വരന്നു വേണ്ടിയാണ് താൻ പാടുന്നതെന്നു സാമ്രാജ്യമണ്ഡലനാഥനായ അക്ബറോടു തുറന്നു പറഞ്ഞ താൻസേനും ഈ ഹൃദയസ്വാതന്ത്ര്യത്തിന്റെ ശാശ്വതപ്രതികരണമാണ്.

സിദ്ധാന്തത്തിന്റെ മരുമരീചികയെ പിൻതുടർന്നാലാവട്ടെ കലാകാരൻ ഹതഭാഗ്യനായിത്തീരുന്നു. പലപ്പോഴും-എന്തിന്ന്, എല്ലായ്പ്പോഴുംതന്നെ -സ്വന്തം ആർദ്രഹൃദയത്തെ ഞെക്കിക്കൊല്ലുവാനും അതിന്റെ മന്ത്രാമന്ത്രണങ്ങളുടെ നേരെ ബധിരത ഭാവിക്കുവാനും സിദ്ധാന്താനുഗമനം കലാകാരനെ നിർബ്ബന്ധിക്കുന്നു. ചർച്ചാവിഷയമായ മാർക്സിസത്തെ പുരസ്കരിച്ചു ചിന്തിച്ചാൽ ഇത് എളുപ്പം തെളിയും. മാർക്സിസത്തെ പുന്തുടരുന്ന കലാകാരൻ ലെനിനിസത്തേയും സ്റ്റാലിനിസത്തേയും പിന്തുടരണം. അതുവഴി അയാൾ കമ്മ്യൂണിസ്റ്റുകക്ഷിയുടെ പിന്നാലേ പോകേണ്ടിവരുന്നു. അങ്ങനെയങ്ങനെ അയാൾ റഷ്യയുടെ വെറുംസ്തുതിപാഠകനായിമാറുന്നു. അത്തരം ച്യുതസർവ്വസ്വനായ ഒരു കലാകാരനു പിന്നെ ലജ്ജയോ അഭിമാനമോ സത്യപ്രേമമോ ഇല്ല. അയാൾ കക്ഷിതാൽപര്യത്തെ സമസ്ത്യോപരി അരിയിട്ടഭിഷേകം കഴിക്കുന്നു. കടലിൽ കുളിക്കാൻ പോകണമെന്നുദ്ദേശിച്ച ആൾ അവസാനം കയ്യിൽക്കോരിയ വെള്ളംകൊണ്ടു കുളിച്ചു തൃപ്തി നടിക്കുന്നു. മാർക്സിസത്തെ പുണർന്ന കലാകാരന്റെ കയ്യുകൾക്കിടയിൽ അവസാനം കിടന്നു പിടയുന്നത് കമ്മ്യൂണിസ്റ്റുകക്ഷിയുടേയും റഷ്യയുടേയും ജഡങ്ങളാണ്. ദുരന്തമായ ഈ വൈപരീത്യത്തെ നേരിടാൻ നമ്മുടെ കലാകാരന്മാർ ഒരുക്കമാണോ?

ഇതൊന്നും വ്യർത്ഥവാദങ്ങളല്ല. തെളിവുകൾ ഇതാ, മാർക്സിസത്തെ ജയിച്ചു മോക്ഷം നേടിയ റാൽഫ് ഫോക്സ് സധൈര്യം എഴുതി, "വിപ്ലവകാരിയായ ലേഖകൻ കക്ഷിലേഖകൻ ആണ്" എന്ന്? ഇവിടെ കക്ഷി എന്നുവെച്ചാൽ കമ്മ്യൂണിസ്റ്റ് കക്ഷി തന്നെ; ഒട്ടും സംശയിക്കാനില്ല. ഇനി

വല്ല സംശയമുള്ളവർ ഹവാർഡ് നേതൃത്വമാണ് ഏറ്റവും അനുസരണീയമായ നേതൃത്വമെന്നും "ലോകയാഥാർത്ഥ്യത്തിന്റെ ഹൃദയം" സോവിയറ്റു റഷ്യയാണെന്നും കമ്മ്യൂണിസത്തോട് എതിർപ്പുള്ള എഴുത്തുകാർ "സാഹിത്യത്തിന്റെ മാരകശത്രുക്കൾ" ആണെന്നും അദ്ദേഹം ചളുക്കമില്ലാതെ എഴുതി.

ഇത്രയും മാർക്സിസ്റ്റുവിമർശകരുടെ ഗതി. ഇനി മാർക്സിസ്റ്റുകളുടെ ഗതി നോക്കണം. "സോഷ്യലിസ്റ്റു കാലഘട്ടത്തിലെ ഏറ്റവും പ്രതിഭാശാലിയായ കവി" എന്നു സാക്ഷാൽ സ്റ്റാലിനിൽനിന്നു പ്രശംസാപത്രം നേടിയ മയക്കോവ്സ്കിയുടെചില കാവ്യഭാഗങ്ങൾ (ലെനിൻ- കെ.പി.ജി.യുടെ പരിഭാഷ) മാർക്സിസ്റ്റു കലാകാരന്റെ ഹൃദയത്തിലേക്കു വെളിച്ചം വീശുന്നതാണ്. സാമ്രാജ്യത്വ-മുതലാളിത്തശക്തികളെ തനി ജനകീയഭാഷയിൽ അദ്ദേഹം 'തൊലിയുരിച്ച് കാണിക്കുന്നു.

"കോളനി നേടിപ്പോകുമൊട്ടകങ്ങളേ കേൾപ്പിൻ
ഹേ മൃത്യുവർഷിക്കുന്ന കപ്പലിൻനിരകളേ!
നിങ്ങടെ പരിഷ്കാരം പരത്തിടുവിനുഷ്ണ
പ്പുണ്ണിനാൻ, ചമ്മട്ടിയാൽ, ബൈബിളനാരതം."

മാർക്സിസം കമ്മ്യൂണിസ്റ്റുകക്ഷിനയവും സോവിയറ്റുപ്രേരവുമെന്നതിൽ കവിഞ്ഞ മറ്റൊന്നുമല്ലെന്ന് ഇവ വിളിച്ചു പറയുന്നില്ലേ?

മാർക്സിസം പോലുള്ള സിദ്ധാന്തങ്ങളിൽ സത്യമില്ലെന്നല്ല ഇവിടെ വിശദീകരിച്ചതിന്റെ താൽപര്യം. എല്ലാ സിദ്ധാന്തങ്ങളേയും സത്യത്തിലേക്കുള്ള സോത്സാഹമായ തീർത്ഥയാത്രകളെന്ന നിലയ്ക്കു നോക്കുന്നവനാണ് ഈ ലേഖകൻ. അവയിൽ, എത്ര ബാലിശമായ സിദ്ധാന്തത്തിലും സത്യത്തിന്റെ ലേശാംശം പ്രതിബിംബിച്ചു കാണാം. അതോടൊപ്പം അസത്യത്തിന്റെ സമൃദ്ധാന്ധകാരവും. ഉദാഹരണത്തിനു മാർക്സിസത്തെത്തന്നെ നോക്കുക. അതിൽ സത്യമില്ലേ? സമുദായം വ്യക്തിയുടെ മാനസിക ജീവിതത്തെ പ്രചോദിപ്പിക്കുന്നുണ്ടെന്ന സത്യം അതിലടങ്ങിയിരിക്കുന്നു. പക്ഷേ, മാനസിക ജീവിതത്തിന്റെ നിയാമകശക്തി സമുദായത്തിലെ ഉല്പാദനോപകരണങ്ങളാണെന്നു പറഞ്ഞപ്പോൾ മാർക്സിസം അല്പസത്യമിശ്രമായ മഹാമിഥ്യയായി ഒരേ സമൂഹഘടനയിൽ പുലരുന്ന രണ്ടു വ്യക്തികൾ രണ്ടു രീതിയിൽ പെരുമാറുകയും വിചാരിക്കുകയും ചെയ്യുന്നത് മാർക്സിന്റെ സമൂദായനിയമനവാദത്തിന്റെ അടിത്തറ തകർക്കുന്ന വ്യക്തിഭേദത്തിനു വേണ്ടത്ര സ്ഥാനം അനുവദിച്ചില്ലെന്നതാണ്. അത്യുക്തിഭരിതമായ സമൂഹ്യവാദമെന്നു വിശേഷിപ്പിക്കാവുന്ന മാർക്സിന്റെ ദോഷം. ഇതേ തോതിൽ അസത്യമയമാണ് അത്യുക്തിഭരിതമായ വ്യക്തിത്വവാദവും. സിദ്ധാന്തഭ്രാന്തില്ലാത്ത സഹൃദയൻ രണ്ടിലേയും സത്യങ്ങളെ തന്റെ ഉള്ളറയിൽനിന്നു കൂട്ടിയിണക്കുകതന്നെ ചെയ്യും. ഉദാഹരണമായി ഹിപ്പൊളൈറ്റ് ടെയ്ൻ എന്ന പ്രശസ്ത ഫ്രഞ്ചുനിരൂപകനെ എടുക്കാം. പരിതസ്ഥിതി മനുഷ്യമനസ്സിനെ നിയന്ത്രിക്കുന്നുവെന്ന് വളരെ

പ്രഗല്ഭമായി വാദിച്ച അദ്ദേഹം മനുഷ്യമനസ്സ് പരിതസ്ഥിതിയെ നിയന്ത്രിക്കുന്നുണ്ടെന്നും വാദിച്ചത് തന്റെ ആദ്യത്തെ വാദത്തിലെ തെറ്റു മനസ്സിലാക്കിയതുകൊണ്ടാണ്. പക്ഷേ, ഈ തെറ്റ് മനസ്സിലാക്കിപ്പോയതിന്ന് അദ്ദേഹത്തിനു മാർക്സിസ്റ്റുവിമർശകനായ പ്ലെഖനോവിൽനിന്ന് ലഭിച്ചത് പൂമാലയല്ല, കല്ലേറായിരുന്നു. ടെയിനിനെ അദ്ദേഹം 'ആദർശവാദി' എന്നാക്ഷേപിച്ചു സമാധാനിച്ചു.

സൗന്ദര്യത്തിന്റെ ആസ്വാദനത്തിൽ സമുദായപ്രേരണയ്ക്കു പുറമേ മറ്റനേകം പ്രേരണകളും സഹജവാസനകളും അടങ്ങിയിരിക്കുന്നുവെന്നു തെളിയിക്കാൻ നമുക്കു പ്രകൃതിസൗന്ദര്യത്തെ പരീക്ഷിയ്ക്കുന്നത് യുക്തമായിരിക്കും. ഫ്യൂഡലിസം, ക്യാപ്പിറ്റലിസം എന്നീ പൂർവ്വചരിത്രഘട്ടത്തിലും കമ്മ്യൂണിസത്തിന്റെ ചരിത്രകാലത്തിലും പ്രകൃതിദൃശ്യങ്ങൾക്കും അവയുടെ സൗന്ദര്യത്തിന്നും വ്യത്യാസമില്ല. സമുദായമാണു സൗന്ദര്യബോധത്തിന്റെ സൃഷ്ടിഹേതുവെങ്കിൽ വിഭിന്ന സാമൂഹ്യവ്യവസ്ഥകളിൽ അതിന്നു ഈ ശാശ്വതികത്വം ഉണ്ടാവാൻ പാടില്ലല്ലോ മാർക്സിസ്റ്റു വിമർശകന്മാരിൽ പലരും ഒഴിഞ്ഞുമാറിയ ഈ ഗംഭീരപ്രശ്നത്തെ ക്രിസ്റ്റൊഫർ കോഡ്വൽ ഉന്നയിച്ചു കാണുന്നത് സന്തോഷകരമാണ്. പക്ഷേ, അതിനുള്ള അദ്ദേഹത്തിന്റെ ഉത്തരം എത്ര അപൂർണ്ണവും അതൃപ്തിജനകവുമാണ്! സമുദായജീവിയായ മനുഷ്യനല്ലാതെ മറ്റൊരു ജീവിയും പ്രകൃതിയിൽ സൗന്ദര്യം ദർശിക്കുന്നില്ലെന്നും ഈ യഥാർത്ഥ്യം സൗന്ദര്യബോധത്തിന്റെ സാമൂഹ്യാധിഷ്ഠാനത്തെ വെളിപ്പെടുത്തുന്നുണ്ടെന്നുമാണ് കോഡ്വല്ലിന്റെ ഉത്തരം. അദ്ദേഹത്തിന്റെതന്നെ വാക്കുകൾ ഉദ്ധരിക്കാം. "പ്രകൃതി പ്രകൃതിയിൽ സൗന്ദര്യം കാണുന്നില്ല, മൃഗങ്ങൾ പുഷ്പങ്ങളെയോ നക്ഷത്രങ്ങളെയോ നോക്കാറില്ല".

ഈ സമാധാനം തികച്ചും അശാസ്ത്രീയമാണെന്ന് മൊത്തത്തിൽ പറയാം. പ്രകൃതി പ്രകൃതിയെ ആസ്വദിക്കുന്നുണ്ട്. സമുദായജീവിയായ മനുഷ്യൻ മാത്രമല്ല ഈ വിസ്തൃതപ്രപഞ്ചത്തിലെ സൗന്ദര്യപിപാസു. ചന്ദ്രന്റെ ശുഭ്രരശ്മിപ്രകാശം മൃഗങ്ങളെ അവ്യക്താമോഘമായ ഏതോ മട്ടിൽ ഉച്ചലീപ്പിക്കുന്നുവെന്നു പ്രകൃതി നിരീക്ഷകന്മാർ രേഖപ്പെടുത്തിയിട്ടുണ്ട്. "പൂക്കുന്നിതാ മുല്ല പൂക്കുന്നിലഞ്ഞി പൂക്കുന്നു തേന്മാവ് പൂക്കുന്നശോകം" എന്നു കവി വാഴ്ത്തിയ പുഞ്ചിരി തൂകുന്ന മധുമാസം എല്ലാ ജീവജാലങ്ങളെയും ഉന്മദിപ്പിക്കുന്നു. പല പറവകളും വർണ്ണശബളതയോട് സവിശേഷമായ താൽപര്യം പ്രദർശിപ്പിക്കാറുണ്ടെന്ന് പക്ഷിശാസ്ത്രവിദഗ്ധന്മാർ ചൂണ്ടിക്കാട്ടുന്നു. ഗാനശ്രവണത്താൽ മൃഗങ്ങളും പാമ്പുകളും വനസ്പതികളും പ്രഹൃഷ്ടരാവുന്നു. പണ്ഡിത് ഓങ്കാരനാഥിന്റെ ഹൃദയഹാരിയായ ഗാനലഹരി വാടിയ ചെടിയുടെ നേരിയ ഞരമ്പിനെപ്പോലും ഉണർത്തിവിട്ടു. ശ്രീകൃഷ്ണഗാനത്തെപ്പറ്റി 'ഗോവൃന്ദമാനന്ദയൻ' എന്നും "ക്ഷോണീരുഹാൻ ഹർഷയൻ" എന്നും ഭക്തിവിവശനായിപ്പാടിയ ലീലാശുകൻ സ്ത്യഗാതാവാണ്. മാർക്സിസത്തെ രക്ഷിക്കാൻ ഈ സത്യങ്ങളെ അവിശ്വസിക്കണമെന്നു വരുന്നതു കഷ്ടാൽകഷ്ടതരമാണ്. സത്യം

ജയിക്കണമെന്നല്ലാതെ മാർക്സിസം ജയിക്കണമെന്നു നാർബ്ബന്ധിക്കുന്ന ആൾ കലാകാരനാണോ?

പ്രകൃതിസൗന്ദര്യാസ്വാദനത്തിലെന്നപോലെ കലാസൗന്ദര്യാസ്വാദനത്തിലും- കലാസൗന്ദര്യനിർമ്മാണത്തിലും എന്നിവിടെ കൂട്ടിച്ചേർക്കാം-- സമുദായപ്രേരണയ്ക്കു പുറമേ മനുഷ്യന്റെ വ്യക്തിഗതമായ നൈസർഗ്ഗിക പ്രേരണകൾക്കും വമ്പിച്ച സ്ഥാനവും സ്വാധീനശക്തിയുമുണ്ട്. സമുദായപ്രാധാന്യപരമായ മാർക്സിസം ഇവയെശ്ശാസ്ത്രദൃഷ്ട്യാ നോക്കിയാൽ സംഘജീവിതത്തിന്നുള്ള വാസന വ്യക്തിയുടെ പല വാസനകളിൽ ഒന്നു മാത്രമാണ്. അതിനാൽ കലയുടെ വിപണിയിൽ മാർക്സിസത്തിന്റെ സാമൂഹ്യവാദമാകുന്ന ഉറുപ്പികയ്ക്കു പതിനാറണ മുഴുവനും കിട്ടണമെന്ന ശാഠ്യം മാർക്സിസ്റ്റുകൾ വർജ്ജിക്കുകയും എല്ലാ സിദ്ധാന്തങ്ങളോടും അനുകമ്പയോടെ വർത്തിക്കുകയും ചെയ്യുന്നതു കലയ്ക്കും അവർക്കും നന്ന്. പ്രാചീനകാലം തൊട്ട് ഇന്നുവരെ ലോകത്തിന്റെ നാനാദേശങ്ങളിൽ പിറന്നു. സ്ഥിരയശഃസ്തംഭങ്ങളായ കലാരൂപങ്ങളെ സൃഷ്ടിച്ചുന്നതകലാകാരന്മാർ മാർക്സിസത്തിന്റെ കട്ടിൻക്കാലിൽ കെട്ടിനിർത്തപ്പെട്ടവരല്ലെന്ന അതിനഗ്നമായ ചരിത്രയാഥാർത്ഥ്യം ചരിത്രപഠനതല്പരായ മാർക്സിസ്റ്റുകൾ അറിയാതിരിക്കാൻ വഴിയില്ല. ചരിത്രം ഭൂതകാലയവനികനീക്കി അനാവരണം ചെയ്യുന്ന ദീർഘവിപുലമായ കലാവേദിയിൽ വാല്മീകി മുതൽ തോമസ് വരെയും പ്രാക്സിറ്റലസ് മുതൽ എപ്സ്റ്റൈറ്റുവരെയും ബേഥോവൻ മുതൽ ത്യാഗരാജൻ വരെയും മൈക്കൽ ആഞ്ചലോ മുതൽ അവനീന്ദ്ര നാഥടാഗോർ വരെയും അത്യന്തം വ്യത്യസ്തങ്ങളായ സിദ്ധാന്തവിശ്വാസാദികൾ ഉൾക്കൊണ്ട കലാകാരന്മാർ അണിനിരന്നിട്ടുണ്ടെന്ന അറിവുള്ള സഹൃദയർ ആരെങ്കിലും "മാർക്സിസം, മാർക്സിസം" എന്നിങ്ങനെ സർവ്വദാ ജപിച്ചിരിക്കുന്നുവെന്നു വിചാരിക്കാൻ ന്യായമില്ല. തുടക്കത്തിൽ ഈ പ്രബന്ധത്തിന്റെ സാരസർവ്വമായി അതുകൊണ്ടാണ് എഴുതിയത്. ബി.സി.ജീയും ഭാരോദ്വഹനവും ആവടിസോഷ്യലിസവും കലയെ എപ്രകാരം ബാധിക്കുന്നുവോ അത്രത്തോളമേ മാർക്സിസം കലയെ ബാധിക്കുന്നുള്ളു എന്ന്. ദീപ്തോജ്ജ്വലമായ കലയുടെ മുമ്പിൽ ഏതു രക്തസിദ്ധാന്തവാദിയും വീണ പൂവിനെ ചൂണ്ടിക്കൊണ്ട് ആശാൻ പറഞ്ഞവണ്ണം, 'ഏകാന്തശാന്തഹൃദയത്തോടെ വർണിക്കുന്നു.

"വൈരാഗ്യമേറിയൊരു വൈദികനാകട്ടെ, യേറ്റ
വൈരിക്കുമുമ്പുഴറിയോടിയ ഭീരുവാട്ടെ,
നേരെ വിടർന്നു വിലസീടുന്ന നിന്നെനോക്കി-
യാരാകിലെന്തു-മിഴിയുള്ളവർ നിന്നിരിക്കാം!"

അമേരിക്കയുടെ നിത്യസ്മിതം

ഫലിതസാഹിത്യം സാഹിത്യത്തിന്റെ വിശിഷ്ടമായൊരു ശൈലിയാണെങ്കിലും സർവ്വോത്തരമായ ശാഖയാണെന്നു പറയാൻ പ്രയാസമുണ്ട്. അതിനാൽ, എത്ര ഉന്നതന്മാരായാലും, അതതു സാഹിത്യങ്ങളിലെ അത്യുന്നതന്മാർക്കു ചുവട്ടിൽമാത്രമാണ് ഫലിതസാഹിത്യകാരന്മാർക്ക് എങ്ങും സ്ഥാനം കിട്ടാറ്. എത്ര മുന്തിയ ഫലിതനാടകകൃത്താണെങ്കിലും യൂറിപ്പിഡിസിന്റെയും സോഫോക്ലിസ്സിന്റെയും പന്തിയിൽ അരിസ്റ്റോഫനെസ്സിന്ന് ഇരിപ്പുറയ്ക്കില്ല. ഇതിഹാസകാരനായ ഹൊറാസിന്റെ മുമ്പിൽ വിനോദലേഖകനായ ഹൊറാസ് നിഷ്പ്രഭനാണ്. സ്വിഫ്റ്റും അഡിസനും എത്ര വലിയ പരിഹാസചതുരരായാലും ഷേക്സ്പിയർ, മിൽടൻ എന്നീ ഗിരിശിഖരങ്ങൾ അവർക്കു മുകളിൽ തിളങ്ങുന്നു. മലയാളവും ഈ കഥ തന്നെ പറയുന്നു. കുഞ്ചൻനമ്പ്യാർ എത്ര മഹാനായ കവിയാവട്ടെ, കൈരളിയുടെ അഗ്ര്യപീഠങ്ങൾ എഴുത്തച്ഛന്നും ചെറുശ്ശേരിക്കും നല്കപ്പെട്ടതിന്നുശേഷമേ നമ്പ്യാരുടെ പീഠത്തെപ്പറ്റി ചോദ്യം ഉയരുകയുള്ളൂ.

മിക്കവാറും വ്യത്യാസമില്ലാത്ത ഈ വിശ്വസാഹിത്യതത്ത്വത്തെ വ്യാകോപിപ്പിക്കുന്ന ഒരു പ്രതിഭാസമാണ് അമേരിക്കയുടെ ഫലിതസാഹിത്യകാരനായ മാർക്ക് ട്വൈൻ. അമേരിക്കയുടെ സാഹിത്യത്തിൽ അദ്ദേഹത്തിന്റേതിലും മഹിതവും ഉജ്ജ്വലവുമായ മറ്റൊരു നാമധേയമില്ല. ഹെമിങ്ങ്വേയെപ്പോലുള്ള പ്രഗത്ഭന്മാർ അദ്ദേഹത്തിന് അവിടെ പ്രഥമസ്ഥാനം തന്നെ നല്കുന്നു. വാൾട്ട് വിറ്റ്മാൻ തൊട്ടു റോബർട്ട് ഫ്രോസ്റ്റ് വരെയുള്ള കവികളുടെയും വാഷിങ്ടൻ ഇർവിങ്ങ് തൊട്ടു വില്യം സരോയൻ വരെയുള്ള കഥാകൃത്തുക്കളുടെയും ഹാത്തോൺ തൊട്ടു ഫോക്ക്നർവരെയുള്ള നോവലിസ്റ്റുകളുടെയും ഇടയിൽ നോക്കിയാൽ ഈ പേരോളം മാഹാത്മ്യമുള്ള ഒന്നു കണ്ടുകിട്ടാനിടയില്ല. ലോകത്തിലെ ഫലിതസാഹിത്യത്തിലെ അനന്വയമാണ് മാർക്ക് ട്വൈൻ.

എന്തുകൊണ്ടാണ്—ചോദ്യം സ്വാഭാവികമാണ്— സാഹിത്യത്തിലെ വലിയൊരു നിയമത്തിന്റെ ഏകമായ അപവാദമായിത്തീരത്തക്കവണ്ണം, സാഹിത്യശൃംഗത്തിന്റെ അത്യുച്ചകോടിയിൽ പ്രതിഷ്ഠ നേടാൻ മാർക്ക് ട്വൈനിന്നു കഴിഞ്ഞത്? അദ്ദേഹത്തിന്റെ ജീവിതത്തിന്റെ സവിശേഷത

കൊണ്ടെന്നു വേണം ഊഹിക്കുക. മറ്റെല്ലാ ഫലിതസാഹിത്യകാരന്മാരുടെയും ജീവിതങ്ങൾ സൂക്ഷ്മമായി പരിശോധിച്ചു കൊണ്ടല്ല പറയുന്നതെങ്കിലും, ട്വൈനിന്റെ ജീവിതം തന്നെയായിരുന്നു സാഹിത്യം. ജീവിതസാഹിത്യങ്ങളുടെ ഈ അഭേദം എന്താണ്? അസംസ്കൃതമായ ജീവിതം അപ്പടി സാഹിത്യത്തിന്റെ ഉള്ളടക്കമാക്കിയാൽ, സാഹിത്യവും അസംസ്കൃതമായിരിക്കുമെന്നല്ലാതെ, ജീവിതത്തിന്നോ സാഹിത്യത്തിന്നോ അതുകൊണ്ട് ഒരു മെച്ചവും ലഭിക്കുകയില്ല. ജീവിതത്തിന്നും സാഹിത്യത്തിന്നും ഇടയിലുള്ള അമൂർത്തവ്യതിരേകത്തെ ട്വൈൻ പരിഹരിച്ചതു മേല്പറഞ്ഞ വിധത്തിലല്ല, തന്റെ ജീവിതത്തെ മുഴുവനും സാഹിത്യാനുഭൂതിയാക്കി രൂപാന്തരപ്പെടുത്തിക്കൊണ്ടാണ്. മറ്റു സാഹിത്യകാരന്മാർ സാഹിത്യാനുഭൂതിയുടെ സൃഷ്ടിയുടെ സന്ദർഭത്തിൽ തള്ളിക്കളയുന്ന ജീവിതാംശങ്ങളുടെ തോതിനേക്കാൾ എത്രയോ കുറവുമാത്രമേ ട്വൈനിന്നു തള്ളിക്കളയേണ്ടിവന്നുള്ളൂ എന്നു സാരം. ഇങ്ങനെ ജീവിതത്തിന്റെ അത്യല്പസ്പന്ദങ്ങളെപ്പോലും സാഹിത്യാനുഭൂതിയാക്കിമാറ്റി കലാശില്പങ്ങൾ ആവിഷ്ക്കരിക്കാൻ സാധിച്ചതിനാൽ മാർക്ക് ട്വൈൻ ഏറ്റവും വലിയ സാഹിത്യകാരന്മാരുടെ കൂട്ടത്തിലേക്ക് ഉയർന്നുചെന്നു.

മാർക്ക് ട്വൈൻ–വെറുമൊരു തൂലികാനാമമാണ് അത്. മിസ്സിസ്സിപ്പി എന്ന മഹാനദിയുടെ ശീതളിമയേറ്റു ലസിക്കുന്ന മിസ്സൂറി എന്ന സ്റ്റേറ്റിലെ ഹാനിബാൾ എന്ന കൊച്ചുപട്ടണത്തിൽ വളരുകയും 1835 തൊട്ടു 1910വരെ ജീവിക്കുകയും ചെയ്ത സാമുവൽ ലാൻലോൺ ക്ലമൻസ് എന്ന മനുഷ്യന്റെ ജനകായത്തമായ നാമധേയത്തെ വാട്ടിയുണക്കുവാൻ പോരുന്ന ദീപ്തി മാർക്ക് ട്വൈൻ എന്ന ആ പ്രതിഭായത്തമായ കൃത്രിമനാമധേയത്തിന്നുണ്ടായിരുന്നു. പുഴകളിൽ സഞ്ചരിക്കുന്ന വള്ളങ്ങളിലെ ജോലിക്കാർ ഉപയോഗിച്ചുവന്നിരുന്ന ഒരാജ്ഞാശബ്ദമാണ് 'മാർക്ക് ട്വൈൻ'— രണ്ടാമതും ശ്രദ്ധിക്കുക എന്നോ വീണ്ടും കുറിക്കുക എന്നോ അർത്ഥം പറയാം. നദിയിൽ രണ്ടു'ഫാതം(ആറടിയാണ് 'ഫാതം') ആഴം കാണുമ്പോഴാണ് നാവികന്മാർ ഈ വാക്കുകൾ ഉച്ചത്തിൽ പറയാറ്. ജീവിതത്തിന്റെ പ്രതിദിന സ്പന്ദനങ്ങൾ സാഹിത്യാനുഭൂതികളുടെ പര്യായമാണെന്നു കണക്കാക്കിയ ഒരെഴുത്തുകാരന്റെ ധീരമായ വീക്ഷണം ഇ തൂലികാനാമവരണത്തിൽ അടങ്ങിയിട്ടില്ലെന്നു പറയാമോ? മിസ്സിസ്സിപ്പിയുടെ തീരത്തിൽവെച്ചു തന്റെ കൗമാരത്തിൽ കാതിന്നും കരളിന്നും ഇമ്പമിയറ്റിയ ആ നാവികന്മാരുടെ താരസ്വരം തന്റെ ആത്മാവിഷ്കാരങ്ങളുടെ ബാഹ്യമുദ്രയായി അദ്ദേഹം കൈക്കൊണ്ടപ്പോൾ അതുതന്നെ അർത്ഥപൂർണ്ണമായ ഒരു സാഹിത്യശില്പമായി മാറി. അദ്ദേഹത്തിന്റെ എഴുത്ത്, ഒരിക്കൽ ശ്രദ്ധിച്ചാൽ വീണ്ടും ശ്രദ്ധിക്കാതെ നിവൃത്തിയില്ലെന്നു പറയാവുന്നേടത്തോളം, അർത്ഥപൂർണ്ണമായിരുന്നു. ഇന്നും ലോകം അതു ശ്രദ്ധിച്ചുകൊണ്ടേയിരിക്കുന്നു.

മാർക്ക് ട്വൈൻ ജീവിതത്തെ സ്നേഹിച്ചുതുടങ്ങിയതു മിസ്സിസ്സിപ്പിയെ സ്നേഹിച്ചതിന്നുശേഷവും അതിന്റെ ഫലവുമായിരിക്കാം. തന്റെ മുമ്പിൽ

പകലെ വിശാലമോഹനമായും രാവിൽ സ്വപ്നസങ്കല്പസാന്ദ്രമായും ഒഴുകിക്കൊണ്ടേയിരുന്ന ആ വിശ്വോത്തരതരംഗിണി അദ്ദേഹത്തിന്നു മനുഷ്യന്റെ യാത്രയുടെ പ്രതിരൂപമായിരുന്നു— കളിദാസന്നു ഗംഗയും ഭവഭൂതിക്കു ഗോദാവരിയും രവീന്ദ്രന്നു പദ്മയും എന്നതുപോലെ. അദ്ദേഹത്തിന്റെ ചെറുപ്പത്തിലെ അത്യുത്കടമായ ആഗ്രഹം മിസ്സിസ്സിപ്പിയിൽ ഒരു ബോട്ടുഡ്രൈവറായി പ്രവർത്തിക്കണം എന്നായിരുന്നു— ടൈ്വനിന്റെ ആത്മകഥയും 'മിസ്സിസ്സിപ്പിയിലെ ജീവിതം' ('Life on the Mississippi') എന്ന പുസ്തകവും നോക്കുക. മൂന്നു കൊല്ലം ആ ജോലി എടുക്കാൻ അദ്ദേഹത്തിന്നു ഭാഗ്യമുണ്ടായിരുന്നു. അന്നു കണ്ടുമുട്ടിയവരല്ലാതെ തന്റെ കൃതികളിൽ വേറൊരു കഥാപാത്രവും ഇല്ലെന്നു ടൈ്വൻ അവകാശപ്പെടുന്നു.

ജലത്തിന്റെ മുകളിൽനിന്നു മനുഷ്യനെ സ്നേഹിക്കാൻ പഠിച്ച മാർക്ക് ടൈ്വൻ സ്ഥലത്തെ മറക്കുകയുണ്ടായില്ല. അവിടെയും അദ്ദേഹം പല പല പ്രവൃത്തികൾ ചെയ്തു കഴിഞ്ഞുകൂടി. പുകബോട്ടിന്റെ പൈലട്ടാകുന്നതിന്നുമുമ്പ് അച്ചടിവേലക്കാരനും അതിൽ പിന്നീടു പടയാളിയും എണ്ണത്തൊഴിലാളിയുമായിരുന്നു അദ്ദേഹം. എല്ലാറ്റിന്നും ഒടുവിൽ പത്രപ്രവർത്തകനായി. ധനലാഭം കൂടുതലുണ്ടായിരുന്നതിനാൽ അതിലങ്ങുറച്ചുനിന്നു. നാനാമുഖനായ മനുഷ്യപുത്രനെ അടുത്തറിയാൻ ഈ അവസരങ്ങൾ അദ്ദേഹത്തെ സഹായിച്ചു. അവനെ സ്നേഹിക്കുവാൻ അവ അദ്ദേഹത്തെ പഠിപ്പിക്കുകയും ചെയ്തു.

രൂഢമൂലമായ ഈ സമസ്യഷടിപ്രേമംമൂലം സാധാരണമനുഷ്യന്റെ ഓരോ വാക്കും നോക്കും വീർപ്പും അദ്ദേഹത്തിന്നു പ്രിയതരമായി. അവ ശ്രദ്ധാപൂർവ്വം അദ്ദേഹം ഉറ്റുനോക്കി മനസ്സിലുറപ്പിച്ചു. മാർക്ക് ടൈ്വനിന്റെ സാഹിത്യവിജയത്തിന്നു നിദാനം സുസൂക്ഷ്മമായ ഈ മനുഷ്യപരിചയമാണ്. അദ്ദേഹത്തിന്റെ കൃതികളിലെ സംഭാഷണങ്ങളും ഫലിതങ്ങളുമെല്ലാം ജീവിതത്തിൽനിന്ന് ആക്രീതങ്ങളായ ശുദ്ധപ്രതിച്ഛായകളത്രേ. അക്കാലത്തു ജീവസന്ധാരണത്തിന്നായി കാലിഫോർണിയ തുടങ്ങിയ അതിർത്തിദേശങ്ങളിൽ പ്രകൃതിയോടു സമരംചെയ്തു പ്രയത്നധീരനായി കഴിഞ്ഞുപോന്ന അമേരിക്കക്കാരന്റെ ഉള്ളുതുറന്ന ചിരിയും തമാശയും കലർപ്പെന്ന്യേ സാഹിത്യത്തിൽ മാർക്ക് ടൈ്വൻ അവതരിപ്പിച്ചു. ആ അമേരിക്കക്കാരൻ താൻ നേടിയതിൽ കൂടുതൽ വാക്കിൽ പ്രകടിപ്പിക്കുന്ന രസികനായിരുന്നു. 'പുളു' എന്നു നാം പറയാറുള്ള നെടുങ്കൻകഥകൾ (Tall tales) പറയുകയാണ് അവന്റെ പ്രധാനവിനോദം. അവയ്ക്കു സാഹിത്യരൂപം നല്കിയെന്നതാണ് അമേരിക്കൻസാഹിത്യത്തിന്നു മാർക്ക് ടൈ്വനിന്റെ സംഭാവന. നാടോടിക്കഥകൾ ഏറെയില്ലാത്ത താരതമ്യേന ഇളയൊരു നാടായ അമേരിക്കയ്ക്കു ടൈ്വനിന്റെ സാഹിത്യം ദേശീയനാടോടിക്കഥകളെ പ്രദാനംചെയ്തു. ചാറൽസ് നീഡർ പറയുന്നു: "നാടോടിക്കഥകളോട് ഏറ്റവും അടുത്തിരിക്കുന്ന നമ്മുടെ എഴുത്തുകാരൻ ടൈ്വൻ ആണ് —നമ്മുടെ നാടോടിക്കഥാകാരൻതന്നെ."

ശ്രോതാക്കളുടെ സമൂഹത്തിലാണ് ട്വൈനിന്റെ സ്വർഗ്ഗാത്മകഭാവന സമൃദ്ധശക്തിയോടെ പ്രവർത്തിച്ചത്. കഥ ആഖ്യാനംചെയ്യുന്നവന്റെ സ്വഭാവം അതാണ്. അദ്ദേഹം സമർത്ഥനായ ഒരു വാഗ്മിയായിരുന്നു എന്ന് ഇവിടെ ഓർക്കുന്നതു കൊള്ളാം. വാഗ്മീത്വവും പത്രപ്രവർത്തനശീലവും സാധാരണത്വവും അദ്ദേഹത്തിന്റെ കഥകളെ വളരെ ആകർഷകങ്ങളാക്കി ത്തീർത്തു. ഈ സ്വഭാവങ്ങൾമൂലം അമേരിക്കയിലെ ഇംഗ്ലീഷെഴുത്തിന്റെ നിലവാരം അദ്ദേഹം താഴ്ത്തിക്കളഞ്ഞു എന്നു പരാതിപ്പെട്ട വിമർശക ന്മാർ ഉണ്ടായിട്ടുണ്ട്.– ജോൺ നിക്കോളിനെപ്പോലുള്ളവർ. ആ അപായ ത്തിൽ അദ്ദേഹം അമേരിക്കൻസാഹിത്യത്തെ നിപതിപ്പിച്ചേനേ, മറുവശത്ത് അത്യുത്കൃഷ്ടമായ മനുഷ്യസ്നേഹവും ജീവിതബന്ധവും അദ്ദേഹം എഴു തിയതിന്നെല്ലാം ഭാവോജ്ജ്വലത പ്രദാനംചെയ്തിരുന്നില്ലെങ്കിൽ. “ലോക ത്തിൽ ദുഷ്ടന്മാരില്ല” എന്ന് ആത്മകഥയിൽ പ്രഖ്യാപിച്ച ആശയം ലോക ത്തോടു ട്വൈനിനുള്ള സഹാനുഭൂതിയെ വിളംബരപ്പെടുത്തുന്നു. എഴുത്തു കാരനായ ട്വൈനിന്റെ രക്ഷാകവചം ഈ വിശ്വാസമാണ്.

അതിശയോക്തിയും അതിവചനപ്രിയവുമാണ് ട്വൈനിന്റെ എഴുത്തി നുള്ള കാതലായ ദോഷം. തന്റെ സ്ഥായിയായ വാചാലത ആവശ്യമില്ലാതെ വാക്കുകളും വാക്യങ്ങളും പെരുപ്പിച്ചുകൊണ്ടു പോകാൻ അദ്ദേഹത്തെ പ്രേരിപ്പിച്ചു. തുടർക്കഥകൾ എഴുതേണ്ടിവന്നതിനാൽ ഈ ദോഷം പെരു കുകയും ചെയ്തു. അതിശയോക്തിയാവട്ടെ, അമേരിക്കയിലെ ആദ്യകാ ലസാഹിത്യകാരന്മാരിൽ മിക്കപേരെയും ബാധിച്ച രോഗമാണ്. തത്ത്വ ജ്ഞാനിയായ എമേഴ്സന്റെ എഴുത്തിൽപ്പോലും ഈ ന്യൂനത സൂക്ഷ്മ ദൃക്കുകൾക്കു കാണാം. “മാർബിൾപോലെ ചായംതേച്ച ഒരു വടി എന്നു പറഞ്ഞ് അവർ നിർത്തുകയില്ല. “മാർബിൾപോലെ ചായംതേച്ച ആ വടി” വെള്ളത്തിൽ മുങ്ങുകയും ചെയ്തു” എന്നുകൂടി പറഞ്ഞാലേ അന്നത്തെ അമേരിക്കക്കാരന്റെ മട്ടാവുകയുള്ളൂ ‘ചാടുന്ന തവള’ (“The Jumping Frog”), “വണ്ടികളിലെ നരഭോജനം” (“Cannibalism in the cars”)തുടങ്ങി കുലുകുലെ പൊട്ടിച്ചിരിപ്പിക്കുന്ന ട്വൈനിന്റെ കഥകളിൽ ഈ അതിശ യോക്തിയുടെ പരമാവധി കണ്ടെത്താം. പക്ഷേ, അതു വെറുമൊരു ദോഷ മാണെന്നു ശപഥംചെയ്യാമോ?

മാർക്ക് ട്വൈനിന്റെ എഴുത്തുകൾക്കു രൂപസൗഷ്ഠവവും അംഗോപാംഗ ങ്ങളുടെ സമീചീനഘടനകൊണ്ടുണ്ടാകുന്ന ചതുരശ്രശോഭയും കുറയു മെന്ന ആക്ഷേപം കേട്ടിട്ടുണ്ട്. ഈ പറയപ്പെട്ട ദോഷം തന്റെ ഏറ്റവും മികച്ച ഒരു ഗുണമാണെന്നാണ് ട്വൈൻ അഹങ്കരിച്ചുപോന്നത്. ജീവിതത്തെ അപ്പടി സാഹിത്യമാക്കി പരിവർത്തിപ്പിച്ച ട്വൈനിന്റെ ലേഖനങ്ങളിൽ ജീവിതത്തിന്റെ അനിവാര്യപ്രകൃതിയായ രൂപശൂന്യത കാണാതിരിക്കുമോ? കാണും എന്നും അതു തന്റെ എഴുത്തിൽ അനുസ്യൂതം പരന്നുകാണാൻ താൻ പാടുപെടാറുണ്ടെന്നും ആത്മകഥയിൽ ട്വൈൻ പറയുന്നു– “എഴുത്ത് ഒരു നദിയെപ്പോലെ അങ്ങുമിങ്ങും വളഞ്ഞുതിരിഞ്ഞ് ഒഴുകിപ്പോകണം!”

തന്റെ പ്രേമത്തെ പിടിച്ചടക്കിയ മിസ്സിസ്സിപ്പിനദിയെ സദാ നോക്കി നോക്കി അദ്ദേഹത്തിന്റെ മനസ്സിൽ, സ്വാഭാവികത ഋജുത്വത്തിന്നെതിരാണ് എന്ന ആശയം ഊന്നിനിന്നുപോയതാവാം. "തികഞ്ഞ ഔചിത്യദീക്ഷയോടെ സാഹിത്യഗുണങ്ങൾ കലർത്തി എഴുതുന്ന കൃതിക്കു ദോഷമൊന്നുമില്ല, അത് ആകെ ദോഷമാണെന്ന ദോഷമല്ലാതെ" എന്നു പറയുന്നു, മാർക്ക് ട്വൈൻ.

കൃതികൾ

മേല്പറഞ്ഞ സ്വാഭാവികവക്രരീതിയിൽ എഴുതിയാലും സാഹിത്യം സൃഷ്ടിക്കാമെന്നതിന്നു ദൃഷ്ടാന്തമാണ് ട്വൈനിന്റെ 'ഹക്കിൾബറി ഫിന്നിന്റെ വിക്രമങ്ങൾ' ('The Adventures of Huckleberry Finn') എന്ന കൃതി. അദ്ദേഹത്തെ അമരനാക്കിയ മൂന്നു കൃതികളുടെ ഇടയിൽ ഉത്തമം ഇതാണ്. മറ്റു രണ്ടെണ്ണം: 'ടോംസോയറിന്റെ വിക്രമങ്ങൾ'('The Adventures of Tom Sawyer'), ' മിസ്സിസ്സിപ്പിയിലെ ജീവിതം' ('Life on the Mississippi') അവസാനം പറഞ്ഞ കൃതി സ്വാനുഭവങ്ങളാൽ സുന്ദരമായ ഒരാഖ്യാനമാണ്. അതിലെ പ്രധാനകഥാപാത്രം വേഗവതിയായ മിസ്സിസ്സിപ്പി നദിതന്നെ. ടോംസോയറിന്റെ കഥ വിശ്വവിദിതമാണല്ലോ. ബാലസാഹിത്യത്തിൽ അത് ഒരപൂർവ്വരചനയാണ്. സ്വന്തം ബാല്യത്തിലെ വിനോദ സാഹസങ്ങളുടെ ശാലീനമായ ഒരു വിവരണമാണ് അത് എന്നു പറഞ്ഞാൽ ആ കൃതിയുടെ മുഴുവൻ വിവരണം ആകയില്ല. മുമ്പു ബാലകഥകളിലെ നായകൻ ഗുണസമ്പന്നനായ ഒരു മാതൃകാജീവിയായിരുന്നുവെങ്കിൽ ഇതിലെ കഥാപാത്രം ലൗകികസ്വഭാവത്തിൽനിന്ന് ഏറ്റക്കുറച്ചിൽ ഒട്ടുമില്ലാത്ത ഒരു സാധാരണജീവിയാണ്, കുട്ടികളുടെ മാനസസാമ്രാജ്യത്തിന്റെ അധിനായകന്മാരിൽ ഒരാളാണ്, അന്നെന്നപോലെ ഇന്നും ടോം സോയർ.

പ്രസ്തുതകഥയുടെ ഒരനുബന്ധം എഴുതണം എന്ന നിലയ്ക്കാണ് ഹക്ക്ൾബറി ഫിന്നിന്റെ കഥ എഴുതിയതെങ്കിലും, ഫലത്തിൽ അതു മാർക്ക് ട്വൈനിന്റെ സർവ്വോത്തരകൃതിയായിക്കലാശിച്ചു. 'വിദ്യാഭ്യാസം പഠിച്ചിട്ടില്ലാത്ത' അപരിഷ്കൃതനായ ഒരു കാടൻ ചെറുക്കന്റെ കണ്ണിലൂടെ കണ്ട തനിപ്പച്ചയായ ജീവിതാനുഭവങ്ങൾ അവന്റെതന്നെ ചൂടും ചൊടിയുമുറ്റ ഗ്രാമീണശൈലിയിൽ ആവിഷ്കരിച്ച ട്വൈൻ വിശ്വസാഹിത്യത്തിലെ ഒരദ്ഭുതമാണ് ഈ കൃതിയിൽ സാധിച്ചിരിക്കുന്നത്. ഹക്ക്ൾബറി ഫിൻ എന്ന അസംസ്കൃതനായ കുട്ടി, അവനേറ്റവും പ്രിയപ്പെട്ട ജിം എന്ന കാപ്പിരി, വിശ്വമഹാവഞ്ചകരായ ഒരു രാജാവും ഒരു പ്രഭുവും, വിരുതനായ ടോം സോയർ എന്നീ കഥാപാത്രങ്ങൾ ജീവിക്കുന്ന മനുഷ്യരെക്കാൾ നിങ്ങളെ ഹഠാദാകർഷിക്കും. വീടുവിട്ടു പോകുന്ന ഹക്ക് ഒടുക്കം തിരിച്ചെത്തുമ്പോഴേക്ക്, അന്നത്തെ അമേരിക്കൻജീവിതത്തിന്റെ നിമ്നതലങ്ങളിലെ സാധാരണച്ഛായകളെല്ലാം നിങ്ങളുടെ ഹൃദയത്തിൽ മായാത്ത വണ്ണം

പറ്റിപ്പിടിച്ചുനില്ക്കും. മിസ്സിസ്സിപ്പിയെപ്പോലെ ശാഖോപശാഖാഞ്ചിതവും ഉദാരമനോഹരവുമായ ഒരു കൃതി എന്ന് അതു വായിച്ചുകഴിയുമ്പോൾ നിങ്ങൾ അഭിപ്രായപ്പെടും.

ഈ കഥാപാത്രങ്ങളിലൂടെ പ്രത്യക്ഷപ്പെടുന്ന മാർക്ക് ട്വൈനിന്റെ സർഗ്ഗ പ്രതിഭ മുടിചൂടി നില്ക്കുന്നത്, അതിലെ സരളപ്രസന്നവും ശക്തോജ്ജ്വലവുമായ ഗദ്യശൈലിയിലാണ്. അമേരിക്കക്കാരന്റെ അഥവാ അമേരിക്കയുടെ ശൈലി എന്ന് അതു വിളികൊണ്ടു. അമേരിക്കൻസാഹിത്യം ആരംഭിക്കുന്നത് ഈ കൃതി മുതല്ക്കാണെന്നു പറയുന്നു, ഹെമിങ്ങ് വേ. ട്വൈനിനെ ആചാര്യനായിക്കണ്ടു സ്വന്തം ശൈലി രൂപപ്പെടുത്തിയ ഹെമിങ്ങ് വേയുടെ ഈ പ്രശംസയിൽ വളരെ വലിയൊരു സത്യം അടങ്ങിയിരിക്കുന്നു. ട്വൈനിന്റെ ശൈലി വിവർത്തനസഹമല്ലെങ്കിലും ഒരു ഭാഗം ഇവിടെ തർജ്ജമ ചെയ്തു ചേർക്കട്ടെ.

"രണ്ടു മൂന്നു പകലും രാവും കഴിഞ്ഞു. അവ നീന്തി മറഞ്ഞുവെന്നാണ് പറയേണ്ടത്. അത്ര പതുക്കെ, ശാന്തമായും സുന്ദരമായും, അവ ഇഴഞ്ഞുപോയി. ഞങ്ങൾ നേരം കൂട്ടിയത് ഇപ്രകാരമായിരുന്നു. ഒരു പാടു കൂറ്റൻ പുഴയാണ് അവിടെയെത്തിയാൽ കാണുക—ചിലപ്പോൾ ഒന്നര നാഴികയോളം വീതിയുണ്ടാവും. രാത്രി ഞങ്ങൾ തുഴഞ്ഞുപോകും. പകൽ ഒളിക്കും. രാവു തീരാറായാൽ തുഴച്ചിൽ നിർത്തി കെട്ടിയുറപ്പിക്കും—മിക്കപ്പോഴും ഒരു ഉരുത്താവളത്തിനടുത്തുള്ള അനക്കമില്ലാത്ത വെള്ളത്തിൽ. പിന്നീടു കൊച്ചുപരുത്തിച്ചെടികളും അറളിയും മുറിച്ചെടുത്ത് അതുകൊണ്ടു ചങ്ങാടം മൂടിവെയ്ക്കും. മീൻപിടിക്കാൻ വലയിടുകയായി പിന്നെ. തുടർന്നു പുഴയിലിറങ്ങി ഒന്നു നീന്തി ആകെ ഉന്മേഷത്തോടെ ശരീരം തണുപ്പിക്കും. അനന്തരം മുട്ടോളംമാത്രം വെള്ളമുള്ള മണൽത്തിട്ടിൽ നിന്നുകൊണ്ടു ഞങ്ങൾ പുലർവെളിച്ചം വരുന്നതു നോക്കിക്കാണും. ഒരിടത്തും ഒച്ചയില്ല—തികഞ്ഞ നിശ്ശബ്ദത. ഉലകാകെ ഉറങ്ങുകയാണോ എന്നു തോന്നും. ചിലപ്പോൾ മാത്രം മാക്രിത്തവളകൾ മുക്രയിടും. വെള്ളത്തിനുമേലെ നോക്കുമ്പോൾ ആദ്യം കാണുക മങ്ങിയ ഒരു വരയാണ്—അതു മറുവശമുള്ള കാടാണ്. മറ്റൊന്നു തെളിഞ്ഞുകാണാൻ വയ്യാ. തുടർന്ന് ആകാശത്തിൽ ഒരു പ്രദേശത്തു നേരിയൊരു വെട്ടം തെളിയും. പിന്നെ അതു വട്ടത്തിൽ പരന്നുതുടങ്ങുകയായി. അനന്തരം പുഴ അകലെനിന്നു തൊട്ടു തെളിയുന്നു. കറുപ്പുനിറം പോയി ചാരനിറമാകുന്നു. വളരെയകലെ കറുപ്പുപുള്ളികൾ നീങ്ങുന്നതു നിങ്ങൾക്കു കാണാം— കച്ചവട വള്ളങ്ങളും മറ്റും. നീണ്ടു കറുത്ത വരകളും കാണാം— മരത്തറിപ്പങ്ങൾ. ചിലപ്പോൾ പങ്കായത്തിന്റെ കിരുകിരുശബ്ദം കേൾക്കാം; ഇടകലർന്നു പല ഒച്ചയും. തീരെ അനക്കമില്ലാത്തതിനാൽ അതിദൂരത്തിൽനിന്നുപോലും ശബ്ദങ്ങൾ വന്നണയും. ക്രമത്തിൽ നിങ്ങൾ ജലത്തിൽ ഒരു രേഖ കാണും. വെള്ളത്തിലുള്ള മരക്കുറ്റിമേൽ ഒഴുക്കു ചെന്നടിച്ചതുകൊണ്ട് അങ്ങനെ കാണുന്നതാണ്. പിന്നെ വെള്ളത്തിൽനിന്നു മൂടൽമഞ്ഞു ചുരുണ്ടു പൊങ്ങുന്നതും കിഴക്കു തുടുക്കുന്നതും പുഴയ്ക്കും തുടുപ്പു കയറുന്നതും കാണാം."

ഇത്രയേറെ ഉദ്ധരിച്ചുപോയതിന്നു ക്ഷമാപണം വേണ്ടല്ലോ!

ഈ ഹക്ക്ൾബെറിക്കഥയ്ക്കു പല വിശേഷങ്ങളുമുണ്ട്. അതിന്റെ ശൈലിയുടെ സവിശേഷതയ്ക്കുപുറമെ അതിലെ കഥാപാത്രങ്ങളുടെ സവിശേഷതയും ഓർമ്മിക്കേണ്ടതാണ്. വാൾട്ട് വിറ്റുമാൻപോലും പറഞ്ഞത് "ഉന്മേഷപ്രദരും ദുഷ്ടരും യഥാർത്ഥരു" മായ വ്യക്തികളാണ് അതിലെ കഥാപാത്രങ്ങൾ എന്നാണ്. അമേരിക്കൻസാഹിത്യത്തിൽ ആദ്യമായി നീഗ്രോവിനെ, വർഗ്ഗത്തിന്റെ പ്രതിനിധി ആയിട്ടല്ല, മനുഷ്യവ്യക്തി എന്ന നിലയ്ക്ക് അവതരിപ്പിക്കാൻ സാധിച്ചതു മാർക്ക് ട്വെനിന്നാണ്; അത് ഈ കൃതിയിലെ ജിം എന്ന കാപ്പിരിയിലൂടെയുമാണ്. പിന്നെ അതു ഫാഷനായി മാറി. ഇങ്ങനെ ശൈലിയിലും വസ്തുവിലും അന്യാദൃശമായ പ്രസ്തുതകൃതി അമേരിക്കൻ സാഹിത്യത്തിന്റെ തുഞ്ചത്തു തത്കർത്താവിനെ പ്രതിഷ്ഠിച്ചു.

ഇത്ര വ്യക്തിത്വവിലാസമുള്ള എഴുത്തുകാർ അധികമില്ല. ഏത് എഴുത്തുകാരനും ഇതരഭിന്നമായ ഒരു വ്യക്തിത്വം ഉണ്ടാകാതിരിക്കില്ല. ഈ നിസ്തുലതയാണല്ലോ സാഹിത്യകാരന്റെ പ്രാണൻ. ഇമ്മട്ടിൽ നിസ്തുലമായ വിശ്വസാഹിത്യകാരന്മാരുടെയിടയിൽ അതീവനിസ്തുലനാണ് മാർക്ക് ട്വെൻ. ഭാവരൂപങ്ങളിൽ അദ്ദേഹത്തിന്റെ കൃതികൾ തികച്ചും അനന്യഗതമായ ഒരു മണ്ഡലത്തിൽ നില്ക്കുന്നു. അദ്ദേഹത്തിന്റെ ഏതു വാക്യം നിങ്ങൾ വായിച്ചുകൊള്ളൂ, പൂർവ്വാപരബന്ധമൊന്നുമില്ലെങ്കിലും, അതിന്റെ കർത്തൃത്വം തനിയെ വിശദമായിക്കൊള്ളും. ഈ വ്യക്തിത്വവിലാസം ഒരനുഗ്രഹം തന്നെയാണ്.

"ഏഴരമണിക്കു വാതിലുകൾ തുറക്കും; എട്ടുമണിക്കു കുഴപ്പം തുടങ്ങും"—തന്റെ ഒരു പ്രസംഗത്തിന്നു ട്വെൻ എഴുതിക്കൊടുത്ത പരസ്യവാചകമാണ് ഇത്. അദ്ദേഹത്തിന്റെ ഫലിതത്തിന്റെ മുഴുവൻ ആസ്വാദ്യതയും അടങ്ങിയ ഒരു പ്രയോഗം! എട്ടുമണിക്കുശേഷമുള്ള ആ കുഴപ്പമുണ്ടല്ലോ, ഇത്രയും രസകരമായൊരു കുഴപ്പമുണ്ടല്ലോ, ഇത്രയും രസകരമായൊരു കുഴപ്പം സാഹിത്യപ്രപഞ്ചത്തിൽ നിങ്ങൾ അധികം അനുഭവിച്ചെന്നുവരില്ല. അമേരിക്കയുടെ ശാശ്വതസ്മിതമാണ് അത്.

എന്താണ് അസ്തമിച്ചത്?

സമത്വത്തിന്റെയും സ്വാതന്ത്ര്യത്തിന്റെയും ദർശനം ഒരുനാളും അസ്തമിക്കില്ല. ബുദ്ധിപരമായ സിദ്ധാന്തങ്ങളും പ്രായോഗിക വ്യവസ്ഥിതികളും തകർന്നേക്കും. സമത്വത്തിനും സ്വാതന്ത്ര്യത്തിനും വേണ്ടിയും, ഹിംസയ്ക്കും മർദനത്തിനും എതിരായിട്ടുമല്ലാതെ എഴുത്തുകാരന് എഴുതാൻ സാധ്യമല്ല. എത്ര പരാജയപ്പെട്ടുവെന്ന് റിപ്പോർട്ട് ചെയ്യപ്പെട്ടാലും സമത്വത്തിനും സ്വാതന്ത്ര്യത്തിനും വേണ്ടിയുള്ള സമരങ്ങൾ അവസാനിക്കുകയില്ല.

പതനം

റഷ്യയിലെ കമ്യൂണിസ്റ്റ് ഭരണത്തിന്റെ പതനമാണ് ഇന്നത്തെ ഏറ്റവും പ്രധാനമായ വാർത്ത. ഈ വാർത്തയ്ക്ക് ഇത്ര വലിയ പ്രാധാന്യം കൈവന്നത് റഷ്യയിൽ നേരത്തെ കമ്യൂണിസ്റ്റ് ഭരണം സ്ഥാപിതമായതും മറ്റൊരു മഹാവാർത്തയായി രൂപംകൊണ്ടതു കാരണമായിരുന്നു. ആശയം ചരിത്രമായി രൂപംകൊണ്ടു എന്നതുകൊണ്ടാണ് ഇവരണ്ടും വാർത്തകളുടെയും വാർത്തയായിത്തീരാൻ കാരണം. ചരിത്രസംഭവങ്ങൾ, സാധാരണമായി, വികാരങ്ങളുടെ സൃഷ്ടികളാണ്. പരിനിഷ്ഠിതമായ ഒരു ചരിത്രലക്ഷ്യം മുമ്പിൽ കണ്ടുകൊണ്ട്, സമൂഹത്തിന്റെ പരിണാമഗതിയിലെ യാദൃച്ഛികതകളെ ഒഴിവാക്കി, ശാസ്ത്രീയമായ പുരോഗതി ഉളവാക്കി എന്നതാണല്ലോ റഷ്യൻ വിപ്ലവത്തിന്റെ അന്യാദൃശത്വം. ഇപ്പോഴത്തെ റഷ്യൻ വിപ്ളവം അങ്ങനെയല്ലെന്ന് തെളിയിച്ചു. ഇരുപതാം നൂറ്റാണ്ടിലെ ഏറ്റവും മഹത്തായ രണ്ടുവാർത്തകൾ റഷ്യൻ വാർത്തകളായത് ഈ വിധത്തിലാണ്.

ഇത്രയുംപറഞ്ഞത്, റഷ്യയിൽ കമ്യൂണിസത്തെ ലാക്കാക്കി നടന്ന ഭരണപരീക്ഷണത്തെപ്പറ്റിയാണ്. കമ്യൂണിസത്തെപ്പറ്റിയല്ല. നാം ഇപ്പോൾ സൈബീരിയൻ ചക്രവാളത്തിൽ നിഴലിച്ചുകണ്ട അസ്തമയശോണിമ കമ്യൂണിസത്തിന്റെ ചിതയിൽനിന്ന് ഉളവായതല്ല, ഒരു ഭരണകൂടത്തിന്റെ തകർച്ചയിൽനിന്ന് പൊങ്ങിപ്പരന്നതാണ്. എന്താണ് അവിടെ അസ്തമിച്ചതെന്നുതന്നെ പലർക്കും മനസ്സിലായിട്ടില്ലെന്ന് തോന്നുന്നു.

ഭരണകൂടങ്ങൾ എവിടെയും തകർന്നുകൊണ്ടേയിരിക്കും-റഷ്യയിൽ മാത്രമല്ല, പക്ഷേ തത്ത്വദർശനങ്ങൾ തകരുന്നില്ല. കമ്യൂണിസത്തിൽ

ദർശനപരമായ ഒരു സത്യമുണ്ട്. അത് എന്നും നിലനിൽക്കും. പക്ഷേ, അതിൻ സ്വഭാവത്തിൽ ബുദ്ധിപരവും പ്രയോഗത്തിൽ സാമൂഹികവും ഭരണപരവുമായ ചില വശങ്ങളുണ്ട്. അവ കാലഗതിയുടെ ഉലച്ചലിൽപെട്ട് ഉടഞ്ഞുപോയതിൽ ആശ്ചര്യപ്പെടാനില്ല. മനുഷ്യ സമൂഹത്തെ രണ്ടു വർഗ ങ്ങളുടെ സംഘട്ടനഭൂമിയായിക്കണ്ടതും ആ സംഘട്ടനത്തിന്റെ ആന്ത്യന്തിക വിജയം ഹിംസയിൽ ഉറപ്പിച്ചു നിർത്തിയതും, അതിന്റെ നേതൃത്വം ഒരു കക്ഷിയിലും അതിന്റെ ഉച്ചിയിലിരിക്കുന്ന കുറച്ച് വ്യക്തികളിലും ഒതുങ്ങി യതും കമ്യൂണിസത്തിന്റെ മൗലികദർശനത്തെ പൊതിഞ്ഞുനിന്ന സിദ്ധാന്തങ്ങളുടെയും സമ്പ്രദായങ്ങളുടെയും കാലികതയെ തെളിയി ക്കുന്നു.

ഇപ്പറഞ്ഞവയേയല്ല, ദർശനത്തിന്റെ ശ്രേഷ്ഠതയെയാണ് സാഹിത്യ കാരൻമാർ എന്നും സ്വാഗതം ചെയ്തത്. ആ ദർശനത്തിന് മങ്ങലേറ്റത് ഏതു നിമിഷത്തിലാണോ, ആ നിമിഷത്തിൽ എഴുത്തുകാരൻ ദുഃഖിച്ചു തുടങ്ങിയിരുന്നു. മഹാനായ ഫ്രഞ്ചുസാഹിത്യകാരൻ ആൻദ്രേ ജീദ് റഷ്യൻ വിപ്ലവത്തെ ഒരു ദർശനസാക്ഷാൽക്കാരമെന്ന നിലയിൽ ആദ്യം അഭി വാദ്യം ചെയ്തു. ബ്രെഹ്തിനെയും നെരൂദയെയും കമ്യൂണിസം ആകർഷി ച്ചത് അതാണ്.

പക്ഷേ, സ്റ്റാലിൻയുഗത്തിന്റെ കരാള കഥകൾ കുറച്ചെങ്കിലും നേരിട്ട റിഞ്ഞപ്പോൾ ജീദ് ദുഃഖിച്ചു പിന്തിരിഞ്ഞു.

“Return from the U.S.S.R.” ‘After thoughts on the U.S.S.R.’എന്ന രണ്ടു കൃതികൾ (ഡി.ബുസ്സിയുടെ തർജിമ) കാണുക. “തോറ്റ ദൈവം” (The God that failed) എന്ന ബിംബകൽപന എഴുത്തുകാർ ഉണ്ടാക്കിയ താണ്–ആർതർ കൊയ്സ്ലരും ഇഗ്നേഷ്യോ ഡിലോണിയും സ്റ്റീഫൻ സ്പെൻസറും മറ്റും ചേർന്ന്.

ഇവരേക്കാളെല്ലാം മുമ്പ് കമ്യൂണിസത്തിന്റെ ഘടനയിലെ പൊരുത്ത ക്കേടും വൈരുദ്ധ്യവും ഏറ്റവും ലളിതമായി നമുക്ക് പറഞ്ഞുതന്നത് മഹാ ത്മാഗാന്ധിയാണ്. അത് ബോൾഷെവിസം എന്നാണ് അറിയപ്പെട്ടിരുന്നത്. (1903 മുതൽ 1917വരെ നിലനിന്ന സോഷ്യൽ ഡമോക്രാറ്റിക് കക്ഷിയിലെ ഭൂരിപക്ഷവിഭാഗം ബോൾഷെവിക്കും, ന്യൂനപക്ഷം മെൻഷെവിക്കും ആയി രുന്നു. 1918നുശേഷം കമ്യൂണിസ്റ്റുകക്ഷി അംഗം എന്ന അർഥം ബോൾഷെ വിക്കിന് കൈവന്നു. ക്രമേണ അത് കാലഹരണപ്പെട്ട ഒരു പദമായി ത്തീർന്നു.) ഗാന്ധിജി ബോൾഷെവിസം എന്നും കമ്യൂണിസം എന്നും ആദ്യ കാലങ്ങളിൽ മാറിമാറി ഉപയോഗിച്ചിരുന്നുവെന്ന് കാണാം. കമ്യൂണിസ ത്തിന്റെ നല്ല അർഥത്തിൽ താൻ കമ്യൂണിസം ജീവിതത്തിൽ പ്രാവർത്തിക മാക്കാൻ ശ്രമിക്കുകയാണെന്ന് ഗാന്ധിജി ‘യങ് ഇന്ത്യയിൽ (1931 മാർച്ച് 26) എഴുതിയത് സുപ്രസിദ്ധമാണ്. പക്ഷേ, തങ്ങളുടെ ആശയം നടപ്പിലാ ക്കാനുള്ള കുറുക്കുവഴിയായി ശത്രുക്കളെ കശാപ്പ് ചെയ്യുന്ന ഹിംസാമാർഗം കൈക്കൊള്ളുന്നതിനെ അദ്ദേഹം വിട്ടുവീഴ്ചകൂടാതെ അപലപിച്ചു. (യങ്

ഇന്ത്യ 1924 ഡിസംബർ 11) സ്വകാര്യസ്വത്ത് ഇല്ലാതാക്കുന്നുവെന്ന് കേട്ട് ഗാന്ധിജി പേടിച്ചില്ല. തന്റെ 'അപരിഗ്രഹം' എന്ന ആശയത്തിന്റെ പ്രായോഗിക രൂപമാണ് അത് എന്നു ഗാന്ധിജി വ്യക്തമാക്കി. ('യങ് ഇന്ത്യ 1928 നവംബർ 15) വർഗരഹിതസമുദായം എന്ന ആദർശം സാക്ഷാൽക്കരിക്കപ്പെടേണ്ടതാണെന്ന് അദ്ദേഹം സമർത്ഥിച്ചു. മനുഷ്യരെല്ലാം ജന്മനാ സമന്മാരാണെന്നും എത്രയോ കാലമായി മനുഷ്യൻ ഈ ദൈവനീതിയെ നിഷേധിക്കുകയാണെന്നും അദ്ദേഹം വിശ്വസിച്ചു. (ഹരിജൻ 1937 മാർച്ച് 13.) ഇത്രത്തോളം അദ്ദേഹം കമ്യൂണിസ്റ്റായിരുന്നു.

പക്ഷേ, മനുഷ്യന്റെ സ്വഭാവം മാറ്റാൻ കൊലയാണ് ഏറ്റവും പറ്റിയ മാർഗം എന്നു കരുതുന്നവരോട് അദ്ദേഹം ഇങ്ങനെ പറഞ്ഞു. 'മനുഷ്യരുടെസ്വഭാവരീതികളെ നശിപ്പിക്കാതെ മനഷ്യരെ നശിപ്പിക്കുവാൻ തുനിയുന്നവർ ക്രമേണ അവരേക്കാൾ ചീത്തയാവുന്നു. അവർക്ക് തിന്മയുടെ വേര് എന്താണെന്ന് അറിഞ്ഞുകൂടാ. (യങ് ഇന്ത്യ 1927 മാർച്ച് 17).

നീണ്ടകാലത്തേക്ക് ബോൾഷെവിസ്റ്റ് രീതി റഷ്യയ്ക്ക് ഗുണകരമാകുമോ എന്നു ഗാന്ധിജി 1924-ൽ സംശയം പ്രകടിപ്പിച്ചു. അതൊരു മഹാപ്രവചനമായി കലാശിച്ചല്ലോ, പക്ഷേ, ഗാന്ധിജിയെയും അനുയായികൾ തെറ്റിദ്ധരിച്ചു. താനൊരു കമ്യൂണിസ്റ്റാണെന്ന് ഗാന്ധിജിയെക്കൊണ്ട് പറയിച്ച ആ മനുഷ്യ സമത്വദർശനത്തിന്റെ മഹിമ അവർ മറക്കുകയും ഇന്ത്യൻ ജനാധിപത്യ വാദിയായാൽ കമ്യൂണിസ്റ്റ് വിരോധി ആയിരിക്കണമെന്നു കരുതുന്ന ഒരു അവിവേകത്തിൽ അവർ എത്തിച്ചേരുകയും ചെയ്തിരിക്കുന്നു. നമുക്കിവിടെ തെരഞ്ഞെടുപ്പു വർത്തമാനത്തിൽ കവിഞ്ഞ് ഒരു തത്ത്വചിന്തയുമില്ലല്ലോ.

സമത്വദർശനവും അതിന്റെ നിറവേറലിന്നുള്ള അവിരാമമായ പ്രയത്നവും എന്ന കമ്യൂണിസ്റ്റ് സങ്കൽപ്പത്തിന് നാശമില്ല. മറ്റു പാർശ്വവാദങ്ങളെല്ലാം നശിക്കും. കേരളത്തിലെ വലിയ കവികൾ സമത്വവാദികളായിരുന്നു. എന്നാൽ റഷ്യയുടെ പേരിൽ സ്തുതിപാടിയവരെ ഇന്ന് ആരും ഓർക്കുന്നില്ല. അതുകൊണ്ട് ഇന്ന് റഷ്യ വീണുകിടക്കുമ്പോൾ അത്തരക്കാർ റഷ്യയെ അവഹേളിച്ചുകൊണ്ട്, ആത്മനിന്ദയെ സത്യവാദത്തിന്റെ മൂടുപടമണിയിക്കുന്നതും നാമിന്നു കാണുന്നു.

മനുഷ്യമോചനത്തിന്റെ ഒരു ആശയവും മരണമടയുന്നില്ല. ഇലകൊഴിയാം, കൊമ്പ് ഉണങ്ങാം, വേരു കരിഞ്ഞുപോവില്ല. ആശയത്തിന്റെ ഒരു വിപ്ലവവും പരാജയപ്പെടുകയില്ല. കാരണം അത് വെളിയിൽ വാടിപ്പോയാലും മനസ്സിന്റെ ഉള്ളിൽ ഇടതടവില്ലാതെ അസ്വാസ്ഥ്യത്തിന്റെ അലകൾ ഉയർത്തിക്കൊണ്ടിരിക്കുന്നു. ഫ്രഞ്ചുവിപ്ലവം പരാജയപ്പെട്ടോ? പരാജയപ്പെടുമെന്ന് താണ ചരിത്ര ക്ലാസ്സുകളിൽവെച്ച് ചെറിയ ചരിത്രാധ്യാപകർ പഠിപ്പിച്ചേക്കാം. നെപ്പോളിയന്റെ പ്രതിവിപ്ലവം വിപ്ളവത്തിന്റെ അവസാനം കുറിച്ചെന്നു നാം കേട്ടു. പക്ഷേ, നെപ്പോളിയൻ ഇന്ന് ഒരു വെറും പേരും ഫ്രഞ്ചുവിപ്ളവം ഒരു വിമോചനകഥയുടെ നിത്യസ്പന്ദനവുമാണ്.

അതുകൊണ്ട് വേഡ്സ് വർത്ത് അതിനെപ്പറ്റി പാടി. ബുദ്ധമതം ഇന്ത്യയിൽനിന്ന് ഒളിച്ചോടി എന്നും ചരിത്രത്തിൽ കണ്ടേക്കാം. പക്ഷേ, ഇന്ത്യയുടെ ഹൃയത്തിൽ ധൂമനാളങ്ങൾ ഉയർത്തിയ യജ്ഞസംസ്കാരത്തിന്റെ ഇരുട്ടിൽനിന്ന് ഭാരതാത്മാവിനെ പ്രത്യുദ്ധരിച്ച ബുദ്ധദർശനം, ഏതു ബ്രാഹ്മണ സംസ്കാരത്തിന്റെ നേട്ടത്തേക്കാളും, കാലം ചെല്ലുംതോറും, തെളിഞ്ഞുവരുന്നു. വേദാന്തം പഠിച്ച ആശാൻ 'കരുണ' രചിച്ച് നിർവാണം പൂകി. പുതിയ ലോകക്രമത്തെപ്പറ്റി ചിന്തിക്കുമ്പോൾ ഓർടെഗയുടെയും ഷുമാക്കറുടെയും മനസാങ്കണത്തിൽ ബുദ്ധന്റെ ചിന്തകൾ നൃത്തംചെയ്യുന്നു.

ഗോർബച്ചെവും യെൽട്സിനും എല്ലാം നിഴൽനാടകത്തിലെ കഥാപാത്രങ്ങളാണ്. വിശ്വപുരോഗതിയിൽ സമത്വദർശനത്തിന്റെ പ്രായോഗികമൂല്യം തെളിയിക്കാൻ നടന്ന പ്രഥമപരീക്ഷണത്തിന്റെ കഥ എന്നും മനുഷ്യ ചിത്തങ്ങളെ ഉണർത്തുകതന്നെ ചെയ്യും—ബുദ്ധദർശനവും ഫ്രഞ്ചുവിപ്ലവവും പോലെ. കമ്യൂണിസം മുതലാളിത്തത്തിന്റെ ഉള്ളിലെ പരിഷ്കാരങ്ങളായി വിജയിച്ചുകൊണ്ടിരിക്കും. ഗാന്ധിജിയെപ്പോലെ നാമെല്ലാം ആ സമതാദർശനത്തെ വിലമതിക്കുന്നവരാണ്. റഷ്യൻ പരീക്ഷണം പരാജയപ്പെട്ടെങ്കിൽ, പിന്നീടും ആ ദർശനത്തെപ്പറ്റി പാടാൻ യഥാർത്ഥ കവികൾക്കേ കഴിയുകയുള്ളൂ. വേഡ്സ്വർത്തും ആശാനും ചരിത്രത്തിൽ പരാജയപ്പെട്ട മഹാദർശങ്ങൾക്കുവേണ്ടി, മഹത്തായ കവിതകൾ രചിച്ചതുപോലെ മഹാസാഹിത്യകാരന്മാർ ഇനിയും മനുഷ്യസമത്വത്തെപറ്റി പാടിക്കൊണ്ടുതന്നെ ഇരിക്കും. അസമത്വത്തെയും മനുഷ്യചൂഷണത്തെയുംപറ്റി പാടാൻ ഒരിക്കലും സാഹിത്യകാരന്മാരെ കിട്ടില്ല. അതുപോലെതന്നെ സ്വാതന്ത്ര്യത്തെപ്പറ്റി പാടാനല്ലാതെ സ്വാതന്ത്ര്യനിഷേധത്തെയും മാനവദർശനത്തെയും പറ്റി പാടാൻ എഴുത്തുകാരൻ ഒരു കാലത്തും ഉണ്ടാവില്ല.

കാരണം എഴുത്തുകാരൻ വാർത്തകൾക്കപ്പുറത്തു നോക്കുന്നു. സാഹിത്യവും ജേർണലിസവും തമ്മിലുള്ള വ്യത്യാസമാണ് ഇത്.

ജനാധിപത്യം പ്രായോഗികതലത്തിൽ

ഗാന്ധിജിയുടെ പ്രസിദ്ധമായ ഒരുദാഹരണമാണ് യൂക്ലിഡിസിന്റെവരയുടെ നിർവചനം. ഒരാദർശം തത്ത്വത്തിൽനിന്ന് പ്രയോഗത്തിലേക്ക് എത്തുമ്പോൾ അതിന്ന് വന്നുചേരുന്ന വ്യത്യാസത്തിന് ഉദാഹരണമായിട്ട് അദ്ദേഹം പലപ്പോഴും ചൂണ്ടിക്കാണിച്ചത്, യൂക്ലിഡ് എന്ന ഗണിതശാസ്ത്രജ്ഞൻ നിർവചിച്ച വരയ്ക്ക് വീതിയില്ലെങ്കിലും വീതിയില്ലാത്ത ഒരു വര വരയ്ക്കാൻ നമുക്ക് ഒരിക്കലും സാദ്ധ്യമല്ലെന്ന വസ്തുതയാണ്. മനുഷ്യൻ സ്വന്തം ഉയിർകൊടുത്ത് സാക്ഷാൽക്കരിച്ച ആദർശമായാലും ശരി, പ്രയോഗത്തിൽ അതിന്റെ രൂപം മൗലികമായ രൂപത്തിൽനിന്ന് വളരെ ഭിന്നമായിരിക്കും. മനുഷ്യജീവിതത്തിലെ മഹാദുഃഖങ്ങളിൽ ഒന്നാണ് ഈ തത്ത്വപ്രയോഗവ്യതിരേകം.

ജനാധിപത്യവും ഈ ദുഃഖസത്യത്തിന് ഉദാഹരണമായി കിടക്കുന്നു. തത്ത്വത്തിൽ അതിനെക്കവിയുന്നൊരു മാനുഷികബന്ധമില്ല. ന്യൂട്ടൺ, കാന്റ്, റൂസ്സോ എന്ന മൂന്നു മഹാശയന്മാരാണ് ജനാധിപത്യത്തിന്റെ ത്രിമൂർത്തികൾ എന്ന് ടി.ജി.വെൻസൺ 'The Vocabulary of politics' എന്ന ഗ്രന്ഥത്തിൽ പറയുന്നുണ്ട്. ചിലർ പെട്ടെന്ന് വിസ്മയിച്ചേക്കും, ന്യൂട്ടനും മറ്റും ഇതിൽ കാര്യമെന്തെന്ന്; റൂസ്സോവിനെപ്പറ്റി അത്രതന്നെ തോന്നിയില്ലെങ്കിലും ശാസ്ത്രത്തിന്റെയും തത്ത്വചിന്തയുടെയും അത്യുന്നതശിഖരകോടികൾ ജനാധിപത്യത്തിൽ ഉരുമ്മിനിൽക്കുന്നുവെന്ന് കാണിക്കാനാണ് ന്യൂട്ടനെയും കാന്റിനെയും ആ പണ്ഡിതൻ എടുത്തു പറഞ്ഞത്. മനുഷ്യന്റെ ഏറ്റവും കവിഞ്ഞ യുക്തിബോധവും ആദർശ പ്രതിപത്തിയും പരിവർത്തനവാഞ്ഛയും ജനാധിപത്യത്തിൽ കൃതാർത്ഥമാക്കപ്പെട്ടിരിക്കുന്നു. അവയുടെ പ്രതിപുരുഷന്മാരെന്ന നിലയ്ക്കാണ് ആ മൂന്നു മഹാശയന്മാരുടെ പരാമർശം. യുക്തിബോധവും ചിന്താശക്തിയും ഉള്ള മനുഷ്യന്ന് ആരും യജമാനനായില്ല. അയാൾ തനിക്കു താൻപോന്നവനാണ്. യുക്തിചിന്തയില്ലാത്ത ആട്ടിൻപറ്റങ്ങൾ ആട്ടിടയന്ന് കീഴ് വഴങ്ങിക്കഴിയുന്നതുപോലെ മനുഷ്യൻ പരാധീനപ്രകൃതിയായി കഴിയുകയില്ല. അപ്പോൾ ഒരുകൂട്ടം മനുഷ്യരെ ആട്ടിൽപറ്റങ്ങളാക്കി സ്വയം ഇടയനായി കഴിയാൻ വെമ്പുന്ന സ്വേച്ഛാധിപത്യ സമ്പ്രദായം യുക്തിബോധമുറച്ച ഒരു പക്വമായ സമുദായത്തിന്ന് ചേർന്നതല്ല. അതിന്ന് ചേർന്നത് മനുഷ്യന്റെ സ്വാപ്രത്യയ

മഹത്വത്തിൽ അടിയുറച്ച ജനാധിപത്യം തന്നെയാണ്. റൂസ്സോ ഈ അംശ ത്തെക്കുറിച്ച് വിസ്തരിച്ചെഴുതിയിട്ടുണ്ട്. പതിനെട്ടാം നൂറ്റാണ്ടിന്റെ ഒടുവിൽ ഫ്രാൻസും അമേരിക്കയും ഈ മനുഷ്യമാഹാത്മ്യത്തിന്റെ ഭാഷ ഉച്ചത്തിൽ സംസാരിച്ചു. "മനുഷ്യൻ എല്ലായിടത്തും സ്വതന്ത്രനായി ജയിക്കുന്നു" എന്ന്. ഫ്രാൻസിൽനിന്ന് റൂസ്സോ വിളംബരംചെയ്തപ്പോൾ "എല്ലാ മനുഷ്യരും തുല്യരായി സൃഷ്ടിക്കപ്പെട്ടിരിക്കുന്നു" എന്ന് അമേരിക്ക യിൽനിന്ന് ജഫേഴ്സൻ പ്രഖ്യാപിച്ചു. സ്വതന്ത്രരും തുല്യരുമായ മനുഷ്യ രുടെ വീക്ഷണമാണ് ജനാധിപത്യം.

ഈ ജീവിതവീക്ഷണത്തെ ഒരു ജീവിതരീതിയാക്കിയാലേ ജനാധിപ ത്യത്തിന് ചാരിതാർത്ഥ്യമുള്ളൂ. ജീവിതരീതിയാകണം എന്നുണ്ടെങ്കിൽ, വ്യക്തിജീവിതത്തിലെന്നപോലെ സമൂഹജീവിതത്തിലും അതിന്റെ അതി പ്രസരം ഉണ്ടാവണം. ഏറ്റവും ഉയർന്ന വ്യക്തികൾ വളരെമുമ്പേ ഈ വീക്ഷണമുള്ളവരായി അറിയപ്പെട്ടിട്ടുണ്ട്. സോക്രട്ടീസും ഋഷികളും അങ്ങ നെയായിരുന്നു. ഗീതാകാരൻ അത്തരക്കാരനായിരുന്നു. "ഞാൻ ഉപദേശി ച്ചതെല്ലാം നീ സ്വയം വിമർശിച്ച് ഇഷ്ടംപോലെ പ്രവർത്തിക്കുക".

"വിമൃശ്യൈതദർശേർഷേണ
യഥേച്ഛസി തഥാ കുരു"

എന്ന് പ്രഖ്യാപിക്കണമെങ്കിൽ, ഓരോ വ്യക്തിയുടെയും ആത്മസത്തയെ വിലവെക്കുന്ന ഒരാചാര്യനല്ലാതെ സാധിക്കുമോ? ഇതാണ് സാരത്തിൽ ജനാധിപത്യം.

ഈ വീക്ഷണത്തെ വ്യക്തിതലത്തിൽനിന്ന് സമൂഹതലത്തിലേക്ക് എങ്ങനെ പരാവർത്തനം ചെയ്യാം? ജനാധിപത്യത്തിന്റെ ഏറ്റവും വലിയ പരീക്ഷണം ഈ പ്രശ്നത്തിലടങ്ങിയിട്ടുണ്ട്. ഇന്നും ആ പരീക്ഷണം വിജ യിച്ചിട്ടില്ല. അതിനെ പരാജയപ്പെടുത്തുന്ന ശക്തികൾ മുന്നേറുകയല്ലേ എന്ന് സൂക്ഷ്മനിരീക്ഷകന്മാർ ശങ്കിക്കുകയാണ്. സമൂഹജീവിതത്തിൽ അത് പരാ വർത്തനം ചെയ്യപ്പെടണമെങ്കിൽ, മനുഷ്യരുടെ സർവ്വംകഷമായ സമൂഹ ബന്ധം എന്നൊന്നുണ്ടെങ്കിൽ അതാണ് ഭരണകൂടം, അപ്പോൾ ജനാധി പത്യം പ്രയോഗത്തിൽ ഭരണപരമായിത്തീർന്നിരിക്കുന്നു. അങ്ങനെ നാം സാധാരണമായി ജനാധിപത്യചിന്തയിൽ സോക്രട്ടീസിനെയും ഗീതാകാര നെയും കാന്റിനെയും വിസ്മരിച്ച് ഭരണപരമായ കലാപകലഹങ്ങളിൽ ഏർപ്പെട്ടുപോകുന്നു. ഭരണപരമായ ബഹളങ്ങൾ തങ്ങൾക്കുള്ളതല്ലെന്നും രാഷ്ട്രീയപ്രവർത്തകന്മാർക്കു മാത്രമുള്ളതാണെന്നും കരുതി സാഹിത്യ കാരന്മാർ മുതലായ വിഭാഗത്തിൽ പെടുന്ന ബുദ്ധിജീവികൾ അവ യിൽനിന്ന് തീണ്ടപ്പാടകലെ നിൽക്കുകയും ചെയ്യുന്നു. യൂക്ലിഡിന്റെ വര യുടെ കഥ ഞാൻ അവരെ ഓർമ്മിപ്പിച്ചുകൊള്ളട്ടെ. വീതിയുള്ളതൊന്നും വരയല്ലെന്ന് ധരിക്കുന്നത് പ്രായോഗിക ജീവിതത്തിൽ ശരിയാവാത്തതു പോലെ, ഭരണപരമായ ചിന്ത രാഷ്ട്രീയകക്ഷികൾക്കു മാത്രമുള്ളതാ ണെന്ന് അവരും മറ്റുള്ളവരും ധരിക്കുന്നതും പ്രായോഗിക ബുദ്ധിയല്ലതന്നെ.

ആധുനിക മനുഷ്യന്റെ സമസ്തവികാരവും ജനാധിപത്യത്തിന്റെ അന്തരീക്ഷത്തിൽ മാത്രമേ സഫലമാകയുള്ളൂവെന്ന് ഇന്ന് ലോകം മുഴുവൻ അംഗീകരിച്ചുകഴിഞ്ഞിട്ടുണ്ട്. ജനാധിപത്യശത്രുക്കൾപോലും ജനാധിപത്യ വേഷം അണിയാൻ ശ്രമിക്കുന്നുവെന്നതണ് അതിന്റെ ഏറ്റവും വലിയ തെളിവ്. ഡമോക്രസി മുതലാളിത്തത്തിന്റെ സ്വഭാവമാണെന്ന് തെളിയിക്കാൻ ശ്രമിച്ച കമ്മ്യൂണിസ്റ്റുരാജ്യങ്ങൾ ആ യത്നത്തിൽ പരാജയപ്പെട്ടുവെന്നാണല്ലോ, സ്വയം പീപ്പിൾസ് ഡമോക്രസി എന്ന് വിളിക്കാൻ അവർ നിർബന്ധിക്കപ്പെട്ടതിൽനിന്ന് നാം മനസ്സിലാക്കേണ്ടത്. ഡമോക്രസി സോഷ്യലിസത്തിന് വിരുദ്ധമല്ല, മറിച്ച് ഒരു അനുകൂല ഘടകം മാത്രമാണ്. ജനാധിപത്യത്തിന് എന്തെങ്കിലും എതിരുണ്ടെങ്കിൽ സ്വേഛാധിപത്യമാണ്. മറ്റുതരത്തിൽ ചിന്തിക്കുന്നവർ ആട്ടംകാണാതെ കളികാണുന്നവരാണ്. അവരെ മണ്ടന്മാരെന്ന് വിളിക്കാൻ പ്രൊ.വെൽഡൺ മടിച്ചിട്ടില്ല, ഞാൻ അദ്ദേഹത്തെ അനുകരിക്കുന്നില്ലെങ്കിലും.

ഇന്നത്തെ ലോകത്തിൽ ജനാധിപത്യത്തിന്റെ കാതലായ മനുഷ്യമാഹാത്മ്യത്തെയും വ്യക്തിപ്രാധാന്യത്തെയും സ്വതന്ത്രചിന്തയെയും പരിപാലിക്കുന്നതിന് ഏറ്റവും പറ്റിയ സമ്പ്രദായം പാർലമെന്ററി ഡമോക്രസിയാണെന്ന് ഏറെക്കുറെ സമ്മതിക്കപ്പെട്ടുകഴിഞ്ഞിട്ടുണ്ടല്ലോ. പണ്ട് ഇതു സംബന്ധിച്ച് ഈ ഏകകണ്ഠത്വത്തിൽ ലോകം എത്തിയിരുന്നില്ല. പഴയ ഏതൻസിലെ ഡമോക്രസി പാർലമെന്ററിരീതിയിലുള്ളതായിരുന്നില്ല, എന്നാലും ഡമോക്രസിയായിരുന്നു. പക്ഷേ, ഒരു കൊച്ചുനഗരമല്ല ഇന്നത്തെ മഹാരാഷ്ട്രങ്ങൾ. അവിടങ്ങളിൽ പ്രാതിനിധ്യതത്വത്തിൽ അധിഷ്ഠിതമായ നിയമസഭാ ജനാധിപത്യമേ പ്രായോഗികമാകയുള്ളൂ. വ്യക്തിവൈവിധ്യത്തിന് പ്രവേശംകൊടുക്കുമാറ് അവിടെ ബഹുകക്ഷികൾ പ്രവർത്തിക്കുന്നു. അതുമൂലം മരിപ്പിക്കുന്ന ഏകസ്വരത്വം ജനാധിപത്യത്തിൽ അനുഭവപ്പെടുന്നില്ല. ജനാധിപത്യത്തിൽ ഓരോ കക്ഷിക്കും സധൈര്യം ഗീതാകാരനെപ്പോലെ "വിമൃശ്യൈതദശേഷേണയഥേഛസിതഥാകുരു" എന്നു പറയാൻ കഴിവുണ്ട്, സ്വേഛാധിപത്യത്തിൽ മന്ത്രം ഒന്നുമാത്രമേയുള്ളു– "ഹിരണ്യായനമഃ." പലകാലത്തും പലദേശത്തുമായി പല ഹിരണ്യന്മാർ ഉണ്ടായേക്കാമെന്നല്ലാതെ, ഒരുകാലത്ത് ഒരു ദേശത്ത് ഒന്നിലേറെ ഹിരണ്യന്മാരെ സ്വേഛാധിപത്യം അനുവദിക്കുന്നില്ല.

ജനാധിപത്യവാദിയായ സാഹിത്യകാരൻ ഈ ഹിരണ്യ മതത്തിന്റെ ബദ്ധശത്രുവാണ്. ജെഫേഴ്സന്റെ പ്രതിജ്ഞ അയാളുടെ വിശ്വാസപ്രമാണമാകുന്നു. "I have sworn at the altar of God eternal hoslility against every form of tyranny over the mind of man' പക്ഷേ, മനുഷ്യ പ്രതിഭയുടെ ഈ സനാതനപ്രതിജ്ഞയിൽ പങ്കുചേരാൻ കഴിയാതെ ക്ലേശിക്കുന്ന സഹോദരന്മാർ ഇന്ന് ചില നാടുകളിലുണ്ട്. 'മഞ്ഞുരുകിവരുന്നു'എന്ന് പറയപ്പെടുന്ന റഷ്യയിൽ ഇപ്പോഴും അത്തരം മർദ്ദിത മനുഷ്യസഹസ്രങ്ങൾ ഉണ്ടത്രെ; എന്നാൽ ചൈനയിൽ സഹസ്രങ്ങളല്ല കോടികളാണ് ഞരങ്ങി

ക്കഴിയുന്നത്. 1953-ൽ ചൈന സന്ദർശിച്ച രാജാഹതീസിങ്ങിനോട് കൊമൊ-ജോ എന്ന കവി പറഞ്ഞതിതാണ്: "ചൈനയിലെ എഴുത്തുകാരന് സ്വാതന്ത്ര്യമുണ്ട്. പക്ഷെ തൊഴിലാളികളുടെയും കൃഷിക്കാരുടെയും പടയാളികളുടെയും താൽപര്യങ്ങൾ അയാൾ സംരക്ഷിക്കണം." ഇതെന്ത് സ്വാതന്ത്ര്യമാണെന്ന് മനസ്സിലാക്കാൻ നമുക്ക് പ്രയാസമാണ്. "വൃത്തം വരഞ്ഞോളൂ, പക്ഷേ, ചതുരത്തിലാവണം" എന്ന് കുട്ടിയെ ശാസിച്ച ഭ്രാന്തനായൊരദ്ധ്യാപകനെ തോൽപിക്കുന്ന അനുശാസനമാണ് കൊമൊ-ജോ പുറപ്പെടുവിച്ചത്. തന്റെ സ്വരമല്ലാതെ, മറ്റൊരു സ്വരം കേൾക്കാൻ വയ്യാത്ത ഒരു പിശാചിനെയാണ് കൊമൊ-ജോ സേവിക്കുന്നത്. അപരസ്വരം ഉയർത്തുന്ന തൊണ്ടയെ അതിന് ഞെരിക്കണം. 1954-ൽ ചൈന സന്ദർശിച്ച ബ്രിട്ടീഷ് ലേബർകക്ഷി മിഷ്യനിലെ ഒരംഗം, ഇംഗ്ലണ്ടിൽ ലേബർകക്ഷിക്ക് നേടാൻ കഴിഞ്ഞത്ര ഗുണങ്ങൾ ചൈനയിൽ കമ്മ്യൂണിസ്റ്റുകക്ഷിക്ക് നേടാൻ കഴിഞ്ഞില്ലെന്ന് ആക്ഷേപിച്ചപ്പോൾ കിട്ടിയ മറുപടി ഇതായിരുന്നുപോൽ—"പക്ഷേ, നിങ്ങൾ അവിടെ ബൂർഷ്വാമാരെ നശിപ്പിച്ചിട്ടില്ലല്ലോ."

ഈ മറുപടിയുടെ ഭാഗത്താണോ സാഹിത്യകാരനും ചിന്തകനും ബുദ്ധിജീവിയും ചേരേണ്ടത്? ആ ദുർഭൂതം വരുന്നതിനുമുമ്പ് ഈ ചോദ്യത്തിനു ഉത്തരം എന്തെന്ന് തീരുമാനിക്കുന്നതായിരിക്കും നല്ലത്. ഇല്ലെങ്കിൽ ഉത്തരം നമുക്കുവേണ്ടി അതുതന്നെ തീരുമാനിച്ചുകളയും. കമ്യൂണിസം വന്നു കഴിഞ്ഞാൽ പിന്നെ ബുദ്ധിജീവികൾ തങ്ങളുടെ പാരതന്ത്ര്യത്തിന് നീതീകരണം കണ്ടെത്തുകയാണ് പതിവെന്നും അതിനെതിരായി പ്രവർത്തിക്കുന്ന ബുദ്ധിജീവികൾ അപ്പോൾ വളരെ കുറവായിരിക്കുമെന്നും കിഴക്കൻ യൂറോപ്യൻ നാടുകളിലെ അനുഭവങ്ങൾ വച്ചുകൊണ്ട് ക്രെസ്ലോമിലോ 'The Capital Mind 'എന്ന ഗ്രന്ഥത്തിൽ പ്രസ്താവിച്ചിട്ടുണ്ട്. മസ്തിഷ്ക്കപ്രക്ഷാളനം സംഭവിക്കുന്നതിനുമുമ്പ് മസ്തിഷ്ക്കപ്രക്ഷാളനത്തെക്കുറിച്ച് ചിന്തിച്ച് നാട്ടിന് നേതൃത്വം കൊടുത്താൽ, പ്രക്ഷാളനം ചെയ്തുചെയ്ത് മസ്തിഷ്ക്കം മറ്റു വല്ലവരുടെയും ആയിപ്പോകുന്നത് തടയുവാൻ നമുക്കു സാധിച്ചേക്കും. ബുദ്ധിജീവികൾ തങ്ങളുടെ ആദർശാത്മകത്വം മുഴുവൻ വലിച്ചെറിയണമെന്ന് കമ്യൂണിസം ആവശ്യപ്പെടുന്നു. ചൈനീസ് കമ്യൂണിസ്റ്റുകക്ഷിയുടെ ഭരണഘടനയിൽ ഇതൊരു വകുപ്പായി എഴുതിചേർക്കുകപോലും ചെയ്തിട്ടുണ്ട്. ചെഞ്ചീനയുടെ മാർക്സിസ്റ്റ് ആചാര്യനായ ലിയു ഷാവോചി ചീനക്കമ്മ്യൂണിസ്റ്റു കക്ഷിയുടെ ഭരണഘടനയെപ്പറ്റി വിസ്തരിച്ചെഴുതിയ "On the party" എന്ന വ്യാഖ്യാനഗ്രന്ഥത്തിലും ഈ ആശയം ഊന്നിപറഞ്ഞു കാണാം. അങ്ങനെ ആദർശാത്മകത്വം പോയിട്ടില്ലാത്തവരുടെ മസ്തിഷ്ക്കം പ്രക്ഷാളനം ചെയ്യപ്പെടും. ഈ ക്രിയയുടെ ദാരുണതയെന്തെന്ന് എഡ്വാർഡ് ഹണ്ടറും കിയർമാനും തങ്ങളുടെ പ്രസിദ്ധഗ്രന്ഥങ്ങളിൽ വിവരിച്ചിട്ടുണ്ട്. അത് അനുഭവിക്കുന്നതുവരെ അങ്ങനെയൊന്നില്ലെന്ന് വിചാരിച്ചിരിക്കുന്നത് ബുദ്ധിജീവികളല്ല, വിഡ്ഢിജീവികളാണ്.

അപ്പോൾ ചൈനയെപ്പോലുള്ള ഒരു കമ്യൂണിസ്റ്റ് രാജ്യം, ജനാധിപത്യത്തിൽ വിശ്വാസം അർപ്പിച്ച ഇന്ത്യയെപ്പോലൊരു രാജ്യത്തെ ആക്രമിച്ചാൽ, അത്, വെറും ഭൂപരമായ ഒരാക്രമണം മാത്രമല്ല, ആദർശപരമായ ആക്രമണം കൂടിയാണ്. ഭൂപരമായ ആക്രമണം അവസാനിച്ചാലും ആദർശപരമായ ആക്രമണം എന്നും അവിടെയുണ്ടാവും. ബുദ്ധിജീവികളുടെ തലച്ചോറിനെയാണ് അത് ആദ്യം വെല്ലുവിളിക്കുന്നത്. അതിനാൽ ജനാധിപത്യത്തിന്റെ പരീക്ഷണ സന്ദർഭങ്ങളിൽ ഏറ്റവും ജാഗരൂകരായിരിക്കേണ്ട ജനവിഭാഗം സാഹിത്യകാരന്മാരും മറ്റുമാണ്. അവർ ഒടുങ്ങാത്ത ഒരു സമരത്തിന്റെ മുന്നണിയിൽ നിലയുറപ്പിച്ചിട്ടുള്ള സനാതന ജവാന്മാരാണ്. ജനാധിപത്യത്തെപ്പറ്റി മിണ്ടിപ്പോയാൽ സാഹിത്യത്തിന്റെയും സംസ്ക്കാരത്തിന്റെയും ചരിത്രം അപകടത്തിലാവും എന്നും അതിന് രാഷ്ട്രീയക്കാർക്കേ അധികാരമുള്ളുവെന്നും അവർ കരുതുന്നത് ആത്മഹത്യയായേക്കും. സത്യവും സത്യത്തിന്റെ സത്യവുമുള്ളതുപോലെ, രാഷ്ട്രീയവും രാഷ്ട്രീയത്തിന്റെ രാഷ്ട്രീയവുമുണ്ട്. രാഷ്ട്രീയത്തിൽ നാം പോയില്ലെങ്കിലും രാഷ്ട്രീയത്തിന്റെ രാഷ്ട്രീയത്തിൽ നമുക്കു പ്രവേശിക്കാതെ നിവൃത്തിയില്ല. ജനാധിപത്യം രാഷ്ട്രീയമല്ല, രാഷ്ട്രീയത്തിന്റെ രാഷ്ട്രീയമാണ്. അത് വൈറ്റമിൻ പോലെയാണ്. അത് പലതരം ഭക്ഷ്യവസ്തുക്കളിൽ അടങ്ങിയിരിക്കും. ആ ഭക്ഷ്യവസ്തുക്കൾ കച്ചവടക്കാർ വിൽക്കുമെങ്കിലും അവയിലടങ്ങിയ വൈറ്റമിനെക്കുറിച്ച് പ്രബോധിപ്പിക്കാൻ ഭക്ഷ്യശാസ്ത്രജ്ഞൻ വേണം. അതുപോലെ വിവിധ രാഷ്ട്രീയ കക്ഷികളുടെ വാക്താക്കൾ പ്രസംഗംമൂലം നടത്തട്ടെ. നമുക്ക് അതിലടങ്ങിയ ജീവാംശത്തിന്റെ മഹത്വത്തെക്കുറിച്ച് ഉച്ചത്തിൽ വിളിച്ചുപറയേണ്ട കടമയുണ്ട്. നമ്മുടെ തൂലികയും നാവും നാം എപ്പോഴും സാഹിത്യത്തിനുവേണ്ടി മാത്രമല്ലല്ലോ ഉപയോഗിക്കാറ്. റോഡിലും അങ്ങാടിയിലും നാം അവ ഉപയോഗിക്കാറുണ്ട്. അതുപോലെ രാഷ്ട്രീയരംഗത്തിൽനിന്നുകൊണ്ട് ജനാധിപത്യത്തിനുവേണ്ടി സ്വല്പമൊന്നു എഴുതുകയോ പറയുകയോ ചെയ്താൽ സരസ്വതീദേവി കലഹിച്ചോടിക്കളയുകയില്ല. അതിനാൽ ജനാധിപത്യത്തിന്റെ പ്രായോഗിക രംഗമായ രാഷ്ട്രീയവേദിയിൽ ബുദ്ധിജീവിയും പ്രയോഗിക വേഷം ധരിച്ച് പ്രവേശിക്കണമെന്ന് എനിക്കു തോന്നുന്നു.

ഭാരതത്തിൽ ജനാധിപത്യത്തിന്റെ ഭാവി

രണ്ടാം ലോകമഹായുദ്ധം കഴിഞ്ഞയുടനെ യുനെസ്കൊ ജനാധിപത്യത്തിന്റെ ചരിത്രത്തിൽ ശ്രദ്ധേയമായൊരു വൈജ്ഞാനികപരീക്ഷണം നടത്തുകയുണ്ടായി— കിഴക്കും പടിഞ്ഞാറും ഉള്ള വിദ്വാന്മാർക്കും ചിന്തകന്മാർക്കും ജനാധിപത്യത്തെപ്പറ്റിയുള്ള അഭിപ്രായമെന്തെന്ന് ഈ വിശ്വസംസ്ക്കാരസഭ അന്വേഷിക്കുകയുണ്ടായി. ജനാധിപത്യവിരുദ്ധമായ ഒരഭിപ്രായംപോലും അവർക്ക് പരിശോധനയിൽനിന്ന് ലഭിക്കുകയുണ്ടായില്ലത്രേ. ലോകത്തിൽ ഇന്നോളം ഒരു സിദ്ധാന്തത്തെപ്പറ്റിയും ഇത്ര നിരപവാദമായ ഐകകണ്ഠ്യം ഉണ്ടായതായി അറിവില്ല. ജനാധിപത്യത്തിന്റെ ഈറ്റില്ലമായ എതൻസിലെ ചിന്താനേതാക്കളായ പ്ലാറ്റോവും അരിസ്റ്റോട്ടിലുംപോലും, തദ്ധ്യത്തിൽ, ജനാധിപത്യവിരുദ്ധരായിരുന്നുവെന്ന് ഓർക്കുമ്പോളാണ് ആധുനികകാലത്തെ ഈ ജനാധിപത്യപ്രേമം നമ്മെ വിസ്മയിപ്പിക്കുന്നത്. എന്തിന്ന്, ഹിറ്റ്ലറും മുസ്സോളിനിയും സ്റ്റാലിനും മാവോവും അയൂബും എല്ലാം ജനാധിപത്യത്തിന്റെ പേരിൽ സംസാരിച്ചവരോ സംസാരിച്ചുകൊണ്ടിരിക്കുന്നവരോ ആണല്ലോ.

അങ്ങനെ സാർവ്വജനീനമായ ജനാധിപത്യാദരത്തിന്റെ ഒരു യുഗത്തിലാണ് ഭാരതവും ജനാധിപത്യപരീക്ഷണം നടത്താനൊരുമ്പെട്ടത്. ആ പരീക്ഷണത്തിന്റെ മദ്ധ്യത്തിൽ വെച്ചാണ് നാം ചിന്തിക്കുന്നത്, ജനാധിപത്യത്തിന്ന് ഇവിടെ ഭാവിയുണ്ടോ എന്ന്. തീർച്ചയായും, ആ ശങ്കയ്ക്ക് എന്ത് സമാധാനം കണ്ടെത്തിയാലും ശരി, ജനാധിപത്യത്തിന് ഇന്ത്യയിൽ 'വർത്തമാനം' കുറെയെങ്കിലും പരുങ്ങലിലാണെന്ന് അതുതെളിയിക്കുന്നുണ്ട്. വർത്തമാനകാലം നഷ്ടപ്പെടുമ്പോൾ ജാതകപരിശോധന ചെയ്യുന്ന വ്യക്തിയും വർത്തമാനത്തിൽ അസംതൃപ്തമാകുമ്പോൾ ഭാവി പരിചിന്തനം ചെയ്യുന്ന രാഷ്ട്രവും ഒരേ വീക്ഷണത്തിൽ കഴിയുന്നുവെന്ന് പറയേണ്ടതില്ലല്ലോ.

എന്താണ് ഇവിടെ വർത്തമാനകാലത്തിന്ന് പിശക്? പ്രത്യക്ഷമാണ് അത്— വർഗ്ഗീയത, വിഭാഗീയത, അഴിമതി,സ്വഭാവച്യുതി തുടങ്ങി ഒരു നൂറുകൂട്ടം ദോഷങ്ങൾ നാടെങ്ങും അലച്ചാർത്തു തുടങ്ങിയിരിക്കുന്നു.

സുശക്തമായ ഒരു സ്വേച്ഛാധിപത്യത്തിന്നേ ഈ ദേശവ്യാപകമായ അപകടത്തെ ഇല്ലായ്മചെയ്യാൻ കഴിയുകയുള്ളു എന്ന് ചിലരെങ്കിലും, ചില പ്പോഴെങ്കിലും, ഈ നാട്ടിൽ ചിന്തിക്കാതിരിക്കുന്നില്ല. ആ ക്ഷുബ്ധവിചാര ത്തിന്റെ ഒരു മാറ്റൊലിയല്ലേ നമ്മുടെ ഈ ചർച്ചയും?

ഇന്ത്യയിലെന്നല്ല ലോകത്തിലാകമാനം തന്നെ ഭാവി ജനാധിപത്യ ത്തിന്നേ ഉള്ളുവെന്ന്— ജനാധിപത്യത്തിൽ മാത്രമേ ലോകത്തിന്ന് ഭാവി യുള്ളുവെന്നു മാത്രമല്ല—വിശ്വസിക്കുന്ന ഒരുവനാണ് ഈ ലേഖകൻ. കാരണങ്ങൾ ഇല്ലാതില്ല ഈ വിശ്വാസത്തിന്. ഏറ്റവും പ്രധാനമായി എനിക്ക് ചൂണ്ടിക്കാണിക്കാനുള്ളത് ചരിത്രപരമായ ഒരു കാരണമാണ്. ലോകം, പ്രൊഫസർ ബ്രൈസ് പ്രസ്താവിച്ചതുപോലെ, ജനാധിപത്യത്തെ സാർവ്വലൗകികമായിത്തന്നെ സമാദരിക്കുന്ന ഇന്നത്തെ നിലയിലെത്തിയത് രാജകീയമോ കക്ഷിപരമോ വ്യക്തിപരമോആയ പലതരം സ്വേച്ഛാധിപത്യ ങ്ങളെ പല കാലങ്ങളിലും ദേശങ്ങളിലുമായി പരീക്ഷിച്ചുപരീക്ഷിച്ചു കൊള്ളില്ലെന്നുകണ്ട് വലിച്ചെറിഞ്ഞതിനുശേഷമാണ്. ഇന്ന് സ്വേച്ഛാധിപ ത്യങ്ങൾ വല്ലേടങ്ങളിലും ഉണ്ടെങ്കിൽ, അവ മനുഷ്യശരീരത്തിലെ ചില ലുപ്താവയവങ്ങൾക്കൊപ്പം രാഷ്ട്രീയ മണ്ഡലത്തിൽ നിലനില്ക്കുന്ന ക്ഷീണപ്രതിഭാസങ്ങളാണ് എന്ന് കാണാം. അവയ്ക്ക് ഭൂതകാലമേയുള്ളു; വർത്തമാനമില്ല! എന്നിട്ടുവേണ്ടേ ഭാവിയുണ്ടാവാൻ? സംഘടിത സ്വേച്ഛാ ധിപത്യങ്ങളെല്ലാം എത്ര ക്ഷണികങ്ങളായിരുന്നുവെന്നും അതിനാൽ കമ്മ്യൂണിസ്റ്റ് സ്വേച്ഛാധിപത്യത്തിനും ഇവിടെ നിലനില്പില്ലെന്നും ബർട്രാണ്ട് റസ്സൽ ചരിത്രവസ്തുതകൾവെച്ചുകൊണ്ട് തെളിയിച്ചത് ഞാനി വിടെ ഓർമ്മപ്പെടുത്തിക്കൊള്ളട്ടെ. (ജോർജ്ജ് ഓർവല്ലിനെയും ഹക്സ്ലീ യേയുംപോലുള്ളവർ സംഘടിത സ്വേച്ഛാധിപത്യം ഈ സാങ്കേതിക ശാസ്ത്രീയദശയിൽ അതിഭീഷണങ്ങളായി വികസിക്കുമെന്ന് ഭയപ്പെട്ടതിന്ന് നിശിതമായ ചരിത്രബോധത്തിന്റെ പിൻബലമില്ല, ഭാവനാനിഷ്ഠതമാത്ര മേയുള്ളൂ) വാക്കുപറയാൻ ആരംഭിക്കുന്ന കാലംതൊട്ട് മനുഷ്യസമത്വത്തി ന്റെയും നീതിയുടെയും ആശയങ്ങൾ അതിസാധാരണങ്ങളായി കേട്ടും പറഞ്ഞുംവരുന്ന ഒരു നവീന പുരുഷാന്തരത്തിൽ ജനാധിപത്യത്തിന്റെ വൈചാരികവും വൈകാരികവുമായ അന്തരീക്ഷം തികച്ചും സാന്ദ്രീഭവിച്ചു രൂപംകൊണ്ടു കഴിഞ്ഞിരിക്കുകയാണ്. ആ അന്തരീക്ഷത്തിൽ ജനാധിപത്യ ത്തിന്ന്, ബാഹ്യമായ പരിക്കുകൾ എത്ര പറ്റിയാലും, പ്രാണഹാനി നേരിടുക യില്ല.

ലോകംമുഴുവൻ ജനാധിപത്യത്തിന്റെ കരവലയത്തിന്നുള്ളിൽകിടന്ന് ആലിംഗനബദ്ധമായി കഴിയുമ്പോൾ ഭാരതത്തിന്ന് അതനുഭവിക്കാൻ കഴി യാതെ പോകുമോ? ഇന്ത്യയിലും ജനാധിപത്യാനുകൂലമായ അന്തരീക്ഷം പതുക്കെയെങ്കിലും തളരാതെ ഉടലെടുത്തു വരികയാണ്. സ്വാതന്ത്ര്യ പ്രസ്ഥാനത്തിനുമുമ്പിലുണ്ടായ വിവേകാനന്ദൻ, ശ്രീനാരായണൻ മുതലായ ആധ്യാത്മികനേതാക്കളുടെ ഐക്യദർശനം, സ്വാതന്ത്ര്യ

പ്രസ്ഥാനത്തിന്റെ സ്വേച്ഛാഭരണവിരോധം, അതിന്നുശേഷം ഭരണഘടനയിൽ ബീജാവാപംചെയ്യപ്പെട്ടതും നാടാകെ കാട്ടുതീപോലെ പടർന്നുപിടിച്ചുകൊണ്ടിരിക്കുന്നതുമായ തുല്യാവകാശബോധം എന്നിവയുടെ പശ്ചാത്തലത്തിൽ, ഇവിടെ അവശേഷിച്ചുകിടക്കുന്ന വർഗ്ഗീയതയുടെയും ധനമോഹത്തിന്റെയും കപാലാസ്ഥികൾ ആരെയും വളരെക്കാലം പേടിപ്പിച്ചകറ്റാൻ മതിയായവയല്ല എന്നു കാണാം. ഇവിടെ ജനാധിപത്യത്തിന്ന് വിപരീതമായ ശക്തികൾ ഭൂതകാലത്തിന്റെ ഒരു മൂലയ്ക്കുള്ള ഏതോ പ്രേതഭൂമിയിൽനിന്ന് പൊങ്ങിച്ചലിക്കുന്ന ചില നിഴലുകൾ മാത്രമാണ്. എന്നാൽ ജനാധിപത്യത്തിന്ന് അനുകൂലമായ പ്രവണതകൾ പുതിയ ജീവിതത്തിന്റെ മുഗ്ദ്ധപ്രേരണമൂലം ഉദയാചലത്തിന്നപ്പുറത്തുചെല്ലാൻ കോപ്പിട്ടിറങ്ങിയ ഒരു മഹാജനതയുടെ ജീവിതോത്സാഹത്തിന്റെ പ്രകടനമാണ്. നിഴലുകളോടുള്ള സമരത്തിൽ കതിരുകൾ തോല്ക്കുന്നതായി അല്പ സമയം തോന്നിയേക്കാം. എന്നാലും അനിരുദ്ധമായ ഒരു വിശ്വചരിത്രപ്രചോദനംമൂലം ആ സ്ഥിതി ആകെ മാറുകയും ഇന്ത്യയിൽ ജനാധിപത്യത്തിന്റെ വയലുകളും തൊഴിൽശാലകളും എങ്ങും വളർന്നുവരികയും ചെയ്യുമെന്ന് കരുതുന്നതിൽ ഒരു യുക്തിഭംഗവും ഇല്ലെന്ന് ഞാൻ വിശ്വസിക്കുന്നു. ഇത്തരമൊരു വിശ്വാസത്തിന്റെ അടിസ്ഥാനത്തിലല്ലാതെ ഭാവിയെപ്പറ്റി ഒന്നുമെഴുതാൻ എനിക്ക് വയ്യ.

വർഗ്ഗീയത ദേശീയതലത്തിൽ

ഇന്ന് ഇന്ത്യയിൽ ഏറ്റവും അടിയന്തരമായും ഏറ്റവും വേഗത്തിലും ഏറ്റവും നന്നായും നിർമ്മിക്കപ്പെടേണ്ട വസ്തു ഏതാണെന്നു ചോദിച്ചാൽ, അമിതമായ അഭിപ്രായപ്രകടനസ്വാതന്ത്ര്യത്തിന്റെ സുഖവും ദുഃഖവും ഒരേയവസരത്തിൽ അനുഭവിച്ചുപോരുന്ന നമുക്ക് അതിവിചിത്രങ്ങളായ അസംഖ്യം ഉത്തരങ്ങൾ കേട്ട് അന്ധാളിക്കേണ്ടിവരും. കാർഷിക വീക്ഷണമുള്ള ഒരാൾ അരിയെന്നോ, ഗോതമ്പെന്നോ അതിന് ഉത്തരം പറയുമ്പോൾ വ്യവസായതല്പരനായ ഒരു വ്യക്തി യന്ത്രസാമഗ്രികൾ എന്നാവാം ഉത്തരം കൊടുക്കുന്നത്. മദ്യം എന്നുവരെ ഈ ചോദ്യത്തിന്ന് ഉത്തരം നൽകാൻ മടിക്കാത്ത ഉശിരന്മാർ ഈ നാട്ടിൽ ഉണ്ടായിക്കൂടായ്കയില്ല. എന്നാൽ ഈ നാട്ടിലെ ദൂരദർശികളായ രാഷ്ട്രനേതാക്കൾ പ്രസ്തുത ചോദ്യത്തിന് നൽകിയ സമാധാനം ഇതൊന്നുമല്ല. അത് 'ഇന്ത്യക്കാരൻ' എന്നാണ്. ഇന്ന് ഇന്ത്യയിൽ ഏറ്റവും അടിയന്തിരമായി നിർമ്മിക്കപ്പെടേണ്ടത് ഇന്ത്യക്കാരൻ എന്ന വസ്തുവാണെന്ന് പറയാൻ പ്രയാസമുണ്ട്; പറഞ്ഞാൽ മനസ്സിലാക്കാനും. കാരണം ഇന്ത്യക്കാർ ഇന്നിവിടെ, ഭാഗ്യത്തിന്നോ, നിർഭാഗ്യത്തിന്നോ, ധാരാളമോ, ധാരാളത്തിലധികമോ ഉണ്ട്; ഉണ്ടായിക്കൊണ്ടിരിക്കുന്നുമുണ്ട്. ഇന്ത്യയിൽവന്നു പിറന്നുപോയതുകൊണ്ട് ഇന്ത്യക്കാർ എന്ന് ഭൂമിശാസ്ത്രപരമായ അർത്ഥത്തിൽ, വിളിക്കപ്പെടുന്നവരാണ് ഇക്കൂട്ടർ—അതായത്, നമ്മളൊക്കെത്തന്നെ. വെറും ജന്മംകൊണ്ട് ഇന്ത്യക്കാരായ ഇവരെയാണ് ഏറ്റവും അടിയന്തിരമായി നിർമ്മിക്കേണ്ടത് എന്ന് ആരും പറയുകയില്ലല്ലോ. ജന്മംകൊണ്ടല്ല, ജീവിതംകൊണ്ട് ഇന്ത്യക്കാരാകാൻ അർഹത നേടിയവരെപ്പറ്റിയാണ്, 'ഏറ്റവും വേഗത്തിൽ സൃഷ്ടിക്കപ്പെടേണ്ടവർ' എന്ന് നേരത്തെ പറഞ്ഞുവെച്ചത്. ഇന്ത്യയിൽ ജനിച്ചുവെന്നതുകൊണ്ടല്ല, ഇന്ത്യ അവരിൽ ജീവിക്കുന്നുവെന്നതുകൊണ്ടാണ് അവർ ഇന്ത്യക്കാരാവുന്നത്. ഇന്ത്യയിൽ ജനിച്ച എല്ലാവരിലും ഇന്ത്യ ജീവിക്കുന്നില്ല. എന്തുകൊണ്ട് ജീവിക്കുന്നില്ല? നമ്മുടെ ദേശീയ ജീവിതത്തെ, അതിന്റെ പരമ്പരാഗതവും അത്യാധുനികവുമായ എല്ലാ ചരിത്രമണ്ഡലങ്ങളിലും, സങ്കോചിപ്പിച്ച് വികൃതമാക്കി നിർത്തുന്ന ജുഗുപ്സാവഹമായ ഒരു യാഥാർത്ഥ്യമാണ് ഈ ചോദ്യത്തിന്നു സമാധാനമായി ചൂണ്ടിക്കാട്ടാനുള്ളത്—അതാണ് വർഗ്ഗീയത!

നൂറ്റാണ്ടുകളിലൂടെ നൂറായിരം തവണ ശപിക്കപ്പെട്ട ഈ വർഗ്ഗീയത ഏറ്റവും ഒടുവിൽ ഇന്ത്യയുടെ നാമത്തിൽ ഉഗ്രമായി ശപിക്കപ്പെട്ടത് അടുത്തുനടന്ന ദേശീയോദ്ഗ്രഥന സമിതിയുടെ ശ്രീനഗർ സമ്മേളനത്തിൽ വെച്ചാണെന്ന് നാമാരും മറക്കാറായിട്ടില്ലല്ലോ. 'ഇന്ത്യ ഏതെല്ലാം സനാതനദർശനങ്ങൾക്കുവേണ്ടി നിലകൊണ്ടോ അവയ്ക്കുവേണ്ടി ജീവിക്കുന്നയാളാണ് ഇന്ത്യക്കാരൻ' എന്ന ഡോ.രാധാകൃഷ്ണന്റെ ഉദാരമായ നിർവചനത്തെ അവിടെവെച്ച് ഇന്ത്യാ പ്രധാനമന്ത്രി പുനഃപ്രകാശനം ചെയ്യുകയുണ്ടായി. ആ നിർവ്വചനം നേരെ ചൂണ്ടുന്ന ഭാരതത്തിന്റെ ശാശ്വതാത്മാവ് ചിരന്തനമായ വേദകാലത്തിൽപ്പോലും ഇന്ത്യയിൽ ഒരു ഏകജനതയുടെ 'സമാനമനസ്സി'ന്നുവേണ്ടി ധ്യാനത്തിന്റെ മൗനഭാഷയിൽ പ്രാർത്ഥിച്ചുപോന്നു, വൈദിക യുഗത്തിലും ഇന്ത്യയിൽ അനൈക്യത്തിന്റെ പ്രവണതകൾ ഉണ്ടായിരുന്നിരിക്കണം. ദേശീയോദ്ഗ്രഥന കൗൺസിലോ പ്രധാനമന്ത്രിയോ പാർലിമെന്റോ ഒന്നും ഇല്ലായിരുന്ന ആ വിദൂരകാലത്തു യുവഹൃദയങ്ങളിലെ അത്യുത്തരങ്ങളായ അഭിലാഷങ്ങളും സങ്കല്പങ്ങളും, ഋഷികൾ എന്ന് അറിയപ്പെടുന്ന ചിന്താനേതാക്കളുടെ പ്രാർത്ഥനകളിലൂടെയാണ് പ്രകടമായത്. അല്പാല്പമായ ജാതിവ്യത്യാസവും ആര്യന്മാരുടെ ദസ്യുവിരോധവും നടമാടുന്നതിന്റെ നടുവിൽനിന്നുകൊണ്ടാണ് അവർ ജനതയുടെ 'സമാനമനസ്സി'ന്നുവേണ്ടി ധ്യാനത്തിന്റെ മൗനഭാഷയിൽ പാടിയത്. ആ നാദം അശോകചക്രവർത്തിയുടെ ശിലാശാസനങ്ങളിൽ ആവർത്തനകാന്തി കലർത്തിക്കൊണ്ട് പ്രത്യക്ഷപ്പെട്ടു. 'സമവായ ഏവ സാധു' എന്ന ആ ചെറിയ അശോകശാസനമെങ്കിലും നാം ഇവിടെ പ്രണാമങ്ങളോടെ ഓർക്കേണ്ടിയിരിക്കുന്നു. ഋഗ്വേദത്തിലെ 'സമാനമനസ്സി'ന്നും അശോകശാസനങ്ങളിലെ 'സമവായ'ത്തിന്നും ഇന്നത്തെ ഭാഷയിലുള്ള അർത്ഥം "വൈകാരികമായ ദേശീയോദ്ഗ്രഥനം" എന്നാണെന്ന് എടുത്തു പറയേണ്ടല്ലോ.

പക്ഷേ, പിന്നെ എത്രയോ നൂറ്റാണ്ടുകളിൽ ഈ നാദം പ്രതിധ്വനിപോലുമില്ലാതെ ഇവിടെ നിലച്ചുപോയി. അന്യോന്യം ആക്രമണത്തിന് ഉൽസുകരായ രാജാക്കന്മാരുടെ സമരജ്വരംകൊണ്ടു ചൂടുപിടിച്ച ഇന്ത്യയിൽ വളരെക്കാലം സമൂഹജീവിതം വികാസം പ്രാപിക്കുന്നതിനു പകരം സങ്കോചിച്ചു നശിക്കുകയാണുണ്ടായത്. ഹൈന്ദവ വർഗ്ഗീയത ജാതിവ്യവസ്ഥയുടെ ക്രൂരരൂപം കൈക്കൊണ്ട് ഇന്ത്യയിലെ മനുഷ്യനെ ഇന്ത്യക്കാരനല്ലാതാക്കി മാറ്റിക്കളഞ്ഞു. ഈ സംവിധാനത്തിന്റെ മദ്ധ്യത്തിലാണ് ആദ്യം ഇസ്ലാമും പിന്നെ ഇംഗ്ലണ്ടും ഇങ്ങോട്ടു കടന്നുവന്നത്. 'സമവായ ഏവസാധു' എന്ന സന്ദേശം ഇന്ത്യ മറന്നതുമൂലമാണ് ആ രാജ്യത്തെ കീഴടക്കുവാൻ തനിക്കു കഴിഞ്ഞത് എന്നു മനസ്സിലാക്കിയ ഇംഗ്ലണ്ട് ഹൈന്ദവ വർഗ്ഗീയതയുടെ ജാതിരൂപത്തെ ഒരു വശത്തും ഹിന്ദു-മുസ്ലിം മതവ്യത്യാസത്തെ മറുവശത്തും താലോലിച്ചു വളർത്തിയെടുക്കുവാൻ ഏറ്റവും വിദഗ്ദ്ധമായി പരിശ്രമിക്കുകയുണ്ടായി. അങ്ങനെ ഇവിടെ കടുത്ത 'അസമാനമനസ്സും' അസമവായവും വളർന്ന് ഇന്ത്യൻ രാഷ്ട്രശരീരത്തിലെ കുഷ്ഠരോഗം എന്നു വിളിക്കാവുന്ന

വർഗ്ഗീയതയുടെ രണ്ടു രൂപങ്ങൾ— അതായത് ഹിന്ദുപക്ഷത്തിലെ ജാതി പരമായ വർഗ്ഗീയതയും ഹിന്ദു-മുസ്ലിം ഭിന്നതയിൽ നിന്നുണ്ടായ മതവർഗ്ഗീയതയും— എല്ലാ ദേശീയപുരോഗതിയേയും നശിപ്പിക്കുമാറ് ആഴത്തിൽ ഇറങ്ങിച്ചെന്നത് ഇങ്ങനെയായിരുന്നുവെന്നു ചുരുക്കിപ്പറയട്ടെ.

ഇന്ത്യയിലെ വർഗ്ഗീയപ്രശ്നത്തെക്കുറിച്ച് ചിന്തിക്കുമ്പോൾ ബ്രിട്ടനെ വാതോരാതെ പഴിക്കുന്ന് ഒരു പ്രവണത നമ്മിൽ മിക്കവർക്കുമുണ്ട്. അതത്ര ശരിയോ? മുറിവുള്ളേടത്തിലൂടെ മാത്രമേ രോഗബീജം കടക്കുകയുള്ളു. ജാതിയുടേയും മതത്തിന്റേയും ഭേദബുദ്ധി നേരത്തെ രാഷ്ട്രത്തിന്റെ മാംസത്തിൽ പലേടത്തും അഗാധവ്രണങ്ങൾ ഉണ്ടാക്കിക്കഴിഞ്ഞിരുന്നു ഇന്ത്യയിൽ. ആ വ്രണങ്ങളിലുള്ള മാലിന്യങ്ങൾ അവിടെത്തന്നെ നിർത്തിക്കൊണ്ട് നല്ല നനുത്ത പട്ടുതുണികൊണ്ട് അവ മൂടിക്കെട്ടുകമാത്രമേ ബ്രിട്ടൺ ചെയ്തുള്ളു. ഹിന്ദുക്കൾക്കും മുസ്ലിംകൾക്കും പ്രത്യേക നിയോജകമണ്ഡലങ്ങൾ മുതലായ വ്യവസ്ഥകൾ, ബ്രിട്ടൻ പഴയ വ്രണം അതേപടി കെട്ടി നിർത്താൻ ഉപയോഗിച്ച പട്ടുതുണിക്കഷണങ്ങളായിരുന്നു. ഇന്ത്യയിലെ വർഗ്ഗീയതയെക്കുറിച്ച് സവിശേഷമായ പഠനം നടത്തിയ ഭരതൻകുമരപ്പ, ഗാന്ധിജി ഹിന്ദു-മുസ്ലിം അനൈക്യത്തെക്കുറിച്ച് എഴുതിയ പ്രബന്ധങ്ങൾ എല്ലാംകൂടി സമാഹരിച്ചു പ്രസിദ്ധീകരിച്ച 'Communal Unity' ('സാമുദായികൈക്യം' എന്ന ഗ്രന്ഥത്തിന്റെ പ്രസ്താവനയിൽ ഈ വാസ്തവം ചൂണ്ടിക്കാണിച്ചിട്ടുണ്ട്. ഗാന്ധിജി 'യങ്ങ് ഇന്ത്യ'യിൽ (1924 മെയ് 29) ഇതേ വാസ്തവം മറവില്ലാതെ തുറന്നു പറയുകയുണ്ടായി: 'കാഫർ എന്നത് ഒരു നിന്ദാപദമാണെങ്കിൽ, ചണ്ഡാലൻ എന്നത് അതിനെക്കാൾ അത്ര നിന്ദാസൂചകമല്ല! ലോകത്തിലെ മതങ്ങളുടെ ചരിത്രത്തിൽ, നാം താണജാതിക്കാരോടു കാണിച്ച നീചമായ പെരുമാറ്റത്തിന്നു തുല്യമായി ഒന്നും കാണില്ല.'

ചണ്ഡാലനേയും കാഫറിനേയും നായാടുന്നത് നന്നെന്നുകരുതി മുറപോലെ നാം മനുഷ്യനായാട്ടുമായി ജീവിച്ചപ്പോൾ, നായാടുന്നവനേയും നായാടപ്പെടുന്നവനേയും നായാടുകയായിരുന്നു ബ്രിട്ടീഷുകാരൻ. അവൻ ഇന്ത്യയിൽ നടത്തിയ ഏറ്റവും മികച്ച നായാട്ട് ഈ നായാട്ടാണ്— നരനായാട്ട്; നരിനായാട്ടല്ല! ഈ കാട്ടിനുള്ളിലെ കലാപത്തിലാണ് ഗാന്ധിജി പ്രത്യക്ഷപ്പെടുന്നത്. എല്ലാ സമുദായങ്ങളും ജാതികളും പരസ്പരഭയമെന്യെ സമഭാവനയിൽ പുലരുന്ന ഒരു ഇന്ത്യയെ താൻ വിഭാവനം ചെയ്യുന്നുവെന്ന് 1920 ഒക്ടോബർ 6-ാംനുയിലെ 'യങ്ങ് ഇന്ത്യ'യിൽ ഗാന്ധിജി തന്റെ വിശ്വാസപ്രമാണം വിളംബരംചെയ്തു. ആ സമഭാവനയുടെ ആകാരമാർന്ന അവതാരമായിരുന്നു ആ ചെറിയ മനുഷ്യൻ. ഒരു മുസ്ലിമിന്റെ കേസ്സ് വാദിക്കാൻ തെക്കെ ആഫ്രിക്കയിലേക്കു പോയ അദ്ദേഹം ഭംഗി കോളനികളിൽ പാർത്തും മുസ്ലിംപള്ളികളുടെ രക്ഷയ്ക്കു വേണ്ടി കാവൽനിന്നും, വർഗ്ഗീയമൈത്രിയുടെ അനശ്വരതാരകമായി വിരാജിക്കുവാനായി, വർഗ്ഗീയതയുടെ വെടിയുണ്ടകൾ മാറോടണച്ചു മരണത്തെ വരിച്ചു. വർഗ്ഗീയസൌഹാർദ്ദത്തിന്റെ സ്ഥാപനത്തിന്ന് ഒരു വഴിയേ ഉള്ളുവെന്ന് ഗാന്ധിജി ആദ്യംതൊട്ടേ പ്രഖ്യാപിച്ചു—"അതു ഒരു പൊതു

ഉദ്ദേശവും പൊതുലക്ഷ്യവും പൊതു ദുഃഖങ്ങളും ഉണ്ടായിരിക്കുക എന്നതാണ്." (യങ്ങ് ഇന്ത്യ, 25-22-1920). മുസ്ലിങ്ങളുടെ ഖിലാഫത്തു പ്രസ്ഥാനത്തിൽ കോൺഗ്രസ്സിനെക്കൊണ്ടു പങ്കെടുപ്പിച്ചത് ഗാന്ധിജി ഈ പൊതു ലക്ഷ്യ പരിപാടിയെ രൂപപ്പെടുത്തുന്നതിന്നായിരുന്നു. ഗോസംരക്ഷണത്തിന്നുള്ള ഹിന്ദുക്കളുടെ പരിശ്രമം മുസ്ലിംസഹകരണമില്ലെങ്കിൽ തോറ്റു തുന്നം പാടുമെന്നു ഗാന്ധിജി അന്നേ പറഞ്ഞിരുന്നു. 1921-ൽ തന്നെ സാധു വാസ്വാനി ഗോസംരക്ഷണത്തിന് ഒരു പ്രസ്ഥാനം അന്നു തുടങ്ങിയപ്പോൾ ഈ സഹകരണതത്ത്വം ഗാന്ധിജി വ്യക്തമാക്കുകയുണ്ടായി.

ഗാന്ധിജി ഹിന്ദു-മുസ്ലിം ഐക്യത്തിന്ന് അടിസ്ഥാനമായി നിർദ്ദേശിച്ച പൊതുലക്ഷ്യതത്ത്വവും സഹകരണവുമാണ് സ്വാതന്ത്ര്യം നേടിയ ഭാരതത്തിന്റെ ഭരണഘടനയുടെ ആണിക്കല്ലുകളിൽ ഒന്നായ മതനിരപേക്ഷത അഥവാ സെക്കുലറിസം. മതഭേദങ്ങളെ വകവെക്കാതെ ഭരണകൂടം എല്ലാ പൗരന്മാരേയും ഒരേ നീതിയുടെ ചരടിൽ കെട്ടിനിർത്തുമെന്ന ദേശീയ പ്രതിജ്ഞതയുടെ പാവന നാമമാണ് സെക്കുലറിസം. ഇവിടത്തെ വിദ്യാലയങ്ങളും എല്ലാ പൊതുസ്ഥാപനങ്ങളും അതിന്റെ അന്തരീക്ഷത്തിൽ പുലരുന്നു. ഇന്ത്യൻനാഷണൽ കോൺഗ്രസ്സ് മഹാത്മാവിനോടുള്ള തീർത്താൽ തീരാത്ത കടപ്പാട് വീട്ടിത്തീർക്കാമെന്ന് വിശ്വസിക്കുന്നത് സെക്കുലറിസം നിലനിർത്തുമാറ് വർഗ്ഗീയതയോട് സന്ധിയില്ലാത്ത സമരം ചെയ്യാനുള്ള ഭീഷ്മവ്രതം പരിപാലിച്ചുകൊണ്ടാകുന്നു.

പക്ഷേ, സ്വതന്ത്ര ഭാരതത്തിൽ ഇന്ത്യൻ നാഷണൽ കോൺഗ്രസ്സ് മാത്രമല്ലല്ലോ രാഷ്ട്രീയ കക്ഷിയായുള്ളത്. സ്വാതന്ത്ര്യ പൂർവ്വദശയിലെ വർഗ്ഗീയതയുടെ തൊപ്പിയണിഞ്ഞ അരാഷ്ട്രീയ കക്ഷികൾ ഇന്ന് ഇന്ത്യൻ ഭരണഘടനയുടെ സ്വച്ഛന്ദസാഹചര്യത്തിൽ രാഷ്ട്രീയകക്ഷികളെക്കാൾ രാഷ്ട്രീയ കക്ഷികളായി രംഗത്ത് പ്രത്യക്ഷപ്പെട്ടിരിക്കുകയാണ്. മുസ്ലീം ലീഗ്, ഹിന്ദുമഹാസഭ എന്നിവയുടെ ചരിത്രം ഇവിടെ പഠനീയമാണ്. ലീഗിനെ ആദ്യം നോക്കാം. ഇന്ത്യയിലെ മുസ്ലിംകൾ ഹൈന്ദവരിൽനിന്ന് ഒരു ജനതയെന്ന നിലയിൽ വിഭിന്നരാണെന്നും തികച്ചും അശാസ്ത്രീയവും ചരിത്രവിരുദ്ധവുമായ ദ്വിരാഷ്ട്ര സിദ്ധാന്തം തന്റെ നിഷേധാത്മകമായ രാഷ്ട്രീയ ലീലയുടെ കൊടിയടയാളമായി പാറിച്ചുയർന്നുവന്ന മുഹമ്മദലി ജിന്ന ഇന്ത്യയിലെ മുസ്ലിം ജനതയ്ക്കുവേണ്ടി പകുത്തുവാങ്ങിയ പാക്കിസ്ഥാന്റെ ജനനത്തിനുശേഷവും അവശിഷ്ട ഭാരതത്തിലെ ചില മുസ്ലിംകൾ പഴയ ലീഗിന്റെ ശവശരീരത്തെ രാഷ്ട്രീയദുർമ്മോഹത്തിന്റെ എണ്ണപ്പാത്തിയിലിട്ട് പ്രദർശനത്തിന്നു വെച്ചതാണല്ലോ ഇന്നത്തെ അഖിലേന്ത്യാ മുസ്ലീംലീഗ്. തലപോയതിന്നുശേഷം വാൽ തലയായി പ്രവർത്തിക്കുന്ന ഒരത്ഭുതജീവിയാണ് ഇന്ത്യൻ രാഷ്ട്രീയ പ്രപഞ്ചത്തിലെ ലീഗ്. വർഗ്ഗീയത മാത്രമേ അവർക്ക് രാഷ്ട്രീയക്കച്ചവടത്തിൽ മുടക്കുമുതലുള്ളൂ—എത്ര വമ്പിച്ച ലാഭമുള്ള മുതൽമുടക്കെന്നോ!

ഹിന്ദുമഹാസഭയാകട്ടെ, സ്വാതന്ത്ര്യപ്രാപ്തിക്കുശേഷം തന്റെ പ്രാണചൈതന്യത്തെ ജനസംഘത്തിന്നും ആർ.എസ്സ്.എസ്സിനും പകുത്തു

കൊടുത്തിരിക്കയാണെന്നുതോന്നുന്നു. പാക്കിസ്ഥാനും ഇന്ത്യയിലെ ലീഗും നിലനിൽക്കുന്ന കാലത്തോളം ഇവരുടെ ഹൈന്ദവ വർഗ്ഗീയത അസ്തമിക്കുകയില്ലെന്ന് വിചാരിക്കണം. അവയെ ചൂണ്ടിക്കാട്ടിക്കൊണ്ട് തങ്ങളുടെ നിലനില്പിനെ ഇന്ത്യയിലെ ചിലരുടെ ദൃഷ്ടിയിലെങ്കിലും ന്യായീകരിച്ചു കൊടുക്കുവാൻ ഇന്ന് അവർക്ക് പ്രയാസമില്ല. കേരളത്തെപ്പോലെ അവർക്ക് ആദ്യകാലത്ത് കാലുകുത്തുവാൻ പ്രയാസമായിരുന്ന ഒരു സംസ്ഥാനത്തിൽ ഇന്നവർക്ക് കുടികിടപ്പിന്ന് സ്ഥലം ലഭിച്ചിരിക്കുന്നത് തെളിയിക്കുന്നത് ഈ വസ്തുതയെല്ലാതെ മറ്റൊന്നുമില്ല.

'തൃണമില്ലാത്തേടത്തു വീണ തീ അവിടെത്തന്നെ കെട്ടടങ്ങിക്കൊള്ളും' എന്ന് സംസ്കൃതത്തിൽ ഒരു ചൊല്ലുണ്ടല്ലോ. അതുപോലെ ഈ കക്ഷികളുടെ വർഗീയത ആളിപ്പടർന്നു കത്താൻ സഹായിച്ചുകൊണ്ടിരിക്കുന്നത് തൃണസമാനങ്ങളായ ആ വർഗ്ഗീയതക്ക് കൂട്ടുനിന്നു പ്രവർത്തിക്കുന്ന പ്രതിപക്ഷ കക്ഷികളത്രേ. സ്വാതന്ത്ര്യസമരകാലത്തിൽ വർഗ്ഗീയതക്കെതിരായി കോൺഗ്രസ്സിൽ നിന്നുകൊണ്ട് ശബ്ദമുയർത്തിയ നേതാക്കൾ മാറിയ പരിതഃസ്ഥിതിയിൽ മറുകക്ഷികളുടെ നേതൃത്വത്തിലേക്ക് കവിണയടിവഴി ചെന്നുവീണപ്പോൾ, പഴയ ആദർശം അവരിൽനിന്ന് തെറിച്ചുപോയതുപോലെ തോന്നുന്നു. എസ്സ്.എസ്സ്.പി-യിലും, പി.എസ്സ്.പി-യിലും, സ്വതന്ത്ര പാർട്ടിയിലും, കമ്മ്യൂണിസ്റ്റ് കക്ഷിദ്വയത്തിലുമുള്ള പഴയ നേതാക്കൾക്ക് സാമുദായിക ശക്തികളെ പരിരംഭണംചെയ്തുകൊണ്ട് അധികാരസോപാനത്തിൽ കയറുന്നതിലും കയറാൻ ശ്രമിക്കുന്നതിലും ഒരു സങ്കോചവും ഇന്നില്ല. പ്രതിപക്ഷങ്ങളുടെ ഈ ലജ്ജാവഹമായ അവസര രാഷ്ട്രീയതന്ത്രം അവരുടെ നാശത്തിന്നും ഇന്ത്യയുടെ ബലക്ഷയത്തിന്നും വഴി തെളിയിക്കുന്നുമെന്ന് അവർ മറന്നുകളയുന്നു.

ഇന്ത്യയിലെ വർഗ്ഗീയത തീർത്തും അപ്രത്യക്ഷമാകാൻ രാഷ്ട്രീയ കക്ഷികൾ വർഗ്ഗീയതയെ സംഘടനാരൂപത്തിലോ, വ്യക്തിപരമായോ, അംഗീകരിക്കുകയില്ലെന്ന് ശപഥംചെയ്തു തദനുസരണം പ്രവർത്തിച്ചാൽ മതിയാകുമെന്ന് ഞാൻ ബലമായി വിശ്വസിക്കുന്നു. ഇന്നിപ്പോൾ ഇന്നാട്ടിൽ വർഗ്ഗീയത രാഷ്ട്രീയ രംഗത്തുമാത്രമാണ് ജീവിക്കുന്നത്. അധികാര സമാരോഹണത്തിന്നുള്ള ഒരു ശക്തമായ ഉപകരണമായിരിക്കുകയാണ് ഇന്നത്. സാധാരണ ജനത്തിന്ന് അത് ഇന്നൊരു പ്രശ്നമല്ല. ഇന്ത്യൻ വർഗ്ഗീയതയുടെ ആധുനിക രൂപത്തിൽ അടങ്ങിയ ഈയൊരു മൗലികമായ വിരോധാഭാസം മനസ്സിലാക്കാതെ, അതിനെ പരിഹരിക്കാനുള്ള ഫലപ്രദമായ നടപടികൾ ആവിഷ്ക്കരിക്കാൻ പ്രയാസമുണ്ട്. എന്താണ് ആ വിരോധാഭാസം? ജാതിയിലും മതത്തിലും അധിഷ്ഠിതമായ ഭേദബുദ്ധിയും തജ്ജന്യമായ പരസ്പര സ്പർദ്ധയും ഏറ്റവും കൂടുതൽ ഉണ്ടായിരിക്കേണ്ടത് ജാതിമതാദികളിൽ അന്ധമായി വിശ്വസിക്കുന്ന അറിവില്ലാത്ത സാധാരണ മനുഷ്യരിലാണല്ലോ. എന്നാൽ നമ്മുടെ നാട്ടിൽ അറിവുള്ളവരും ജാതിമതാദികളിലൊന്നും വലിയ വിശ്വാസമില്ലാത്തവരുമായ അഭ്യസ്തവിദ്യരിലാണ് നാം വർഗ്ഗീയതയുടെ കരാളഭാവങ്ങൾ കാണുന്നത്. ഇതാണ്

ഇന്ത്യൻ വർഗ്ഗീയതയിലെ മൗലികമായ വിരോധാഭാസം. ഇതിന്ന് മറ്റൊരു തെളിവുംവേണ്ട. ഹിന്ദു-മുസ്ലീം ശത്രുതയുടെ മഹാപ്രവാചകനായ ജിന്ന യല്ലാതെ. മുസ്ലിങ്ങൾ ഹിന്ദുക്കളിൽനിന്ന് വർഗ്ഗപരമായി അകന്നു നിൽക്കുന്നുവെന്നു വാദിച്ചു വാദിച്ച് അവർക്കുവേണ്ടി ഒരു പിതൃരാഷ്ട്രം പണിത ജിന്ന, ആ സവിശേഷമായ മുസ്ലിം വർഗ്ഗീയ സ്വഭാവങ്ങൾ, ആകൃതി യിലോ പ്രകൃതിയിലോ, ഇല്ലാത്ത ഒരാളായിരുന്നുവെന്ന് കുപ്രസിദ്ധമാ ണല്ലോ. ജിന്നയുടെ തത്സമങ്ങളാണ് ഇന്ത്യയിലെ എല്ലാ വർഗ്ഗീയ വാദി കളും—അവർ മുസ്ലിങ്ങളാവട്ടെ, ഹിന്ദുക്കളാവട്ടെ, ക്രിസ്ത്യാനികളാവട്ടെ. വർഗീയത ശരിയാണെന്നു ധരിച്ചുകൊണ്ടല്ല, അതു ലാഭമാണെന്നു ധരിച്ചു കൊണ്ട് കച്ചവടം ചെയ്യുന്നവരാണ് അവർ. ഇവരെ വർഗീയതയിൽനിന്നു മാറ്റാൻ വിദ്യാഭ്യാസം അവർക്കു പ്രയോജനപ്പെടുന്നുള്ളു. ഇതിനവരെ പ്രോത്സാഹിപ്പിക്കുന്നത് അധികാരസ്വപ്നം കണ്ടുകൊണ്ട് ഉറക്കപ്പിച്ചിൽ നടക്കുന്ന രാഷ്ട്രീയ കക്ഷികളാണ്. കേരളത്തിൽ അടുത്തകാലത്ത് മുസ്ലിം ലീഗിനുണ്ടായ പുഷ്ടി കേരളത്തിലെ മുസ്ലിങ്ങൾ കൂടുതൽ വർഗീയവാദി കളായി മാറിയതുകൊണ്ടല്ല. ഇവിടത്തെ സചിവമണ്ഡലത്തിൽ അതിന്ന് പ്രാതിനിധ്യം ലഭിച്ചതുകൊണ്ടാണെന്ന് ആർക്കാണറിഞ്ഞുകൂടാത്തത്?

അതിനാൽ നമ്മുടെ രാഷ്ട്രീയകക്ഷികൾ വർഗീയ രാഷ്ട്രീയം തീരെ പരിവർജ്ജിക്കുമെന്ന ഒരു സദാചാരപ്രമാണത്തിൽ ആത്മാർത്ഥമായി വിശ്വ സിക്കുകയും അതുപോലെ പ്രവർത്തിക്കുകയും ചെയ്തല്ലാതെ രാഷ്ട്രീയ തലത്തിലുള്ള വർഗ്ഗീയത അസ്തമിക്കുന്നില്ല.

മേൽ വിവരിച്ച മട്ടിലുള്ള കപടവർഗീയതയുടെ പ്രവാചകന്മാരായ നേതാക്കളുടെ വഴിപിഴപ്പിക്കുന്ന പ്രഖ്യാപനങ്ങൾമൂലം ചതിപറ്റിപ്പോകുന്ന സാധാരണക്കാരുണ്ടല്ലോ, അവർ 'കളങ്കമില്ലാത്ത' വർഗീയത ബാധിച്ചവ രാണ്. അവരുടെ വീക്ഷണവൈകല്യം പരിഹരിക്കാൻ യഥാർത്ഥ വിദ്യാ ഭ്യാസത്തിന്ന് വളരെയൊക്കെ ചെയ്യുവാൻ കഴിയും. പരസ്പര സൌഹാർദ്ദ ത്തിലും സഹകരണബോധത്തിലും അധിഷ്ഠിതമായ ഒരു സമൂഹ്യജീവി തത്തെ സാധിച്ചെടുക്കേണ്ട കർമ്മകുശലരായ യുവജനങ്ങളെ വാർത്തെ ടുക്കുന്ന ഒരു മഹാലക്ഷ്യം നേടാൻ ഇന്ത്യൻ വിദ്യാഭ്യാസം ഇന്നു വേണ്ടത്ര പര്യാപ്തമാണോ? ആണെന്നവകാശപ്പെട്ടുകൂടാ. എങ്കിലും അങ്ങോട്ടാണ് അതിന്റെ നോക്ക്. കോത്താരിക്കമ്മീഷൻ റിപ്പോർട്ടിലെ പ്രഥമവാക്യം ആ നോട്ടത്തിന്റെ ഫലമാണ്. 'ഭാവിഭാരതം രൂപപ്പെടുന്നത് ക്ലാസ്സുമുറികളിൽ വെച്ചാണ്' എന്ന ആ വാക്യം വർഗീയതയോടുള്ള സമരത്തിൽ വലിയൊരു സഹായകേന്ദ്രമായി വിദ്യാഭ്യാസത്തെ ഉപയോഗപ്പെടുത്താമെന്ന ആശ്വാ സത്തെ നൽകുന്നു. പ്രബന്ധാരംഭത്തിൽ പറഞ്ഞതുപോലെ 'ഇന്ത്യ ക്കാരനെ നിർമ്മിക്കുക' എന്നതാവണം നമ്മുടെ വിദ്യാഭ്യാസത്തിന്റെ ഉന്നത ലക്ഷ്യങ്ങളിൽഒന്ന്.

(1968 ജൂൺ 26, 27 തിയ്യതികളിൽ പാലക്കാട്ടുവെച്ച കൂടിയ സി.കെ.ജി.സിമ്പോസിയ ത്തിൽ അവതരിപ്പിച്ചത്.)

മതവും മതങ്ങളും

മതങ്ങൾ തമ്മിൽ കലഹിച്ചു കലഹിച്ച് നാം ഇന്നു നാശത്തിന്റെ ഒടുവിലത്തെ ദിവസത്തിന്റെ തലേന്നാൾ എത്തിയിരിക്കുന്നതുപോലെ തോന്നുന്നു. ഒടുവിലത്തെ ദിവസം നാളെയാണോ എന്നു നിശ്ചയമില്ലെങ്കിലും ഇന്ത്യയിലെ അനുഭവം അത്ര ഭയപ്രദമാണ്. അർബുദംപോലെ അത് അടുത്തിരിക്കുന്ന ജീവകോശങ്ങളെ കടന്നാക്രമിച്ചു രാഷ്ട്രശരീരത്തിന്റെ സമസ്ത ധാതുക്കളെയും വ്യാപിച്ചിരിക്കുന്നു. മതകലഹങ്ങൾ ഒഴിവാക്കാൻ ഉണ്ടായ എല്ലാ പരിഹാരശ്രമങ്ങളും പരാജയപ്പെട്ടുവെന്നതിന്റെ തെളിവാണ് ഇപ്പോൾ ഒരു നിയമം കൊണ്ടുവരേണ്ടിവന്നത്. 'ഭീഷ്മർ മരിക്കുകയും ദ്രോണർപോവുകയും കർണൻ വീഴുകയും ചെയ്തപ്പോൾ ശല്യർ വന്നിരിക്കുന്നു' എന്നു പറഞ്ഞതുപോലെയായി ഈ വരവ്. നിയമം കൊണ്ടുവരേണ്ട സ്ഥിതിയിൽ എത്തിയതിന്റെ അർത്ഥം നിയമം വിജയിക്കാൻ പോവുന്നില്ല എന്നുതന്നെയാണ്. ഒരു ദേശീയ പാപത്തിന്റെ മൂർദ്ധന്യത്തിൽ നാം പ്രകടിപ്പിക്കുന്ന നിസ്സഹായാവസ്ഥയുടെ ഒരോമനപ്പേരാണു നിയമനിർമ്മാണം എന്നത്.

മതങ്ങൾ കലഹിക്കുന്നു എന്നതും ഒരു ലാക്ഷണികപ്രയോഗമാണ്. ആളുകൾക്കല്ലാതെ തമ്മിൽ കലശൽ കൂട്ടാൻ ആവില്ല. മതാനുയായികൾ തമ്മിലാണ് കലഹം. മതകലഹത്തിന് അത്രയേ അർത്ഥമുള്ളൂ. മതാനുയായികൾ കലഹിക്കുന്നത്, തങ്ങളുടെ മതത്തെപ്പറ്റിയുള്ള- തന്റെയും മറ്റുള്ളവരുടെയും- ചില ധാരണകളെ മുൻനിർത്തിയാണ്. അനുയായികളെ കലഹിപ്പിക്കുന്നതു മതമല്ല, ഓരോരുവൻ ഉൾക്കൊള്ളുന്ന മതധാരണയുടെ സ്വഭാവമാണ്. ധാരണ പിശകിപ്പോകുന്നത് ഓരോ വ്യക്തിയുടെയും അറിവിനെയും സംസ്കാരത്തെയും ചുറ്റുപാടിനെയും മനഃസ്ഥിതിയെയും എല്ലാം ആശ്രയിച്ചിരിക്കുന്നു. മതകലഹത്തെപ്പറ്റി ചിന്തിക്കുന്നവർ, എത്രത്തോളം ആഴത്തിൽ ചിന്തിക്കേണ്ടതുണ്ടെന്ന് ഇതിൽനിന്നു വ്യക്തമാകാതിരിക്കില്ല.

നമ്മൾ ഇത്രയൊന്നും ആലോചിക്കാറില്ല. ആലോചിച്ചിരുന്നെങ്കിൽ, ഇത്രകാലം മതയുദ്ധങ്ങൾ നമ്മെ അലട്ടേണ്ടകാര്യമുണ്ടായിരുന്നോ? മതകലഹങ്ങൾ തീർക്കാൻ നാമും നമ്മുടെ നേതാക്കളും ഭരണകൂടവും എല്ലാം ചെയ്തുകൊണ്ടേയിരിക്കുന്നത്, കലഹിക്കുന്ന മതങ്ങളുടെ അധി

നായകന്മാരെ വിളിച്ചു ചർച്ച ചെയ്യിക്കുകയാണല്ലോ. ഈ കലഹം അന്തമില്ലാതെ തുടരും എന്നു പ്രവചിക്കാൻ രാഷ്ട്രീയജ്യോത്സ്യം അൽപം അറിഞ്ഞാൽ മതി. നാം മതസൗഹാർദ്ദത്തിനുവേണ്ടി നടത്തുന്ന മൈത്രീസമ്മേളനങ്ങളുടെ സ്ഥിരപരിപാടി, പ്രധാനപ്പെട്ട മൂന്നു മതങ്ങളുടെ അറിയപ്പെടുന്ന പണ്ഡിതന്മാരെ വിളിച്ചു പ്രസംഗിപ്പിക്കുകയാണല്ലോ. മതഗ്രന്ഥങ്ങളിൽനിന്നു തെരഞ്ഞെടുത്ത പ്രാർത്ഥനാഭാഗങ്ങളുടെ സുന്ദരമായ പാരായണവും നടക്കും. പ്രഭാഷകന്മാർ തങ്ങളുടെ മതങ്ങളുടെ സവിശേഷമാഹാത്മ്യങ്ങളെക്കുറിച്ച് ഉച്ചത്തിൽ പറഞ്ഞു സ്ഥലംവിടുന്നു. ഓരോ പ്രസംഗവും നടക്കുമ്പോൾ അന്യമതക്കാർ കൂവാത്തതുകൊണ്ട് മതസൗഹാർദ്ദം ഉറപ്പായെന്നു നാം കരുതുന്നു. മതമൈത്രി എത്ര എളുപ്പം!

അങ്ങനെ ഇന്നാട്ടിൽ മതകലഹങ്ങളും അവയേക്കാൾ ദുസ്സഹങ്ങളായ മതസൗഹാർദ്ദ പ്രകടനങ്ങളും തുടർന്നു നടക്കുമെന്നാണു 'വിഷുഫലം'. കലഹത്തിന്റെയും കലാപത്തിന്റെയും നേതാക്കളുടെ ഭീകരമുഖത്ത് ഒരു മൃദുലേപനത്തിന്റെ കോമളത്വം പരത്തുവാൻ ഇവ ഉപകരിക്കുന്നു. മതസൗഹാർദ്ദത്തിന്റെ യഥാർത്ഥമായ നിവാരണത്തിനുള്ള മാർഗ്ഗം എന്തെന്ന് ആർക്കും അറിയാത്തതുകൊണ്ടല്ല ഈ ഹാസ്യനാടകങ്ങൾ അരങ്ങേറിക്കൊണ്ടിരിക്കുന്നത്. ആചാര്യന്മാർ പരിഹാരമാർഗ്ഗങ്ങൾ പണ്ടേ ചൂണ്ടിക്കാണിച്ചിട്ടുണ്ട്. പക്ഷേ, കക്ഷത്തിൽ കള്ളമുതലുള്ളവർക്ക് ആ മാർഗ്ഗം ചൂണ്ടിക്കാട്ടുന്നതിനുവേണ്ടി കൈ പൊക്കി വിരൽ ചൂണ്ടാനാവില്ല. അതുകൊണ്ട് അവർ കൈയില്ലാത്തവരെപ്പോലെ കൈകൊണ്ടു ഗോഷ്ടി കാണിക്കുന്നു. ഇതാണ് ഇന്നത്തെ മതസൗഹാർദ്ദ പരിപാടികളുടെ നിജസ്ഥിതി.

കേരളത്തിലെ ഒരു ആധ്യാത്മീകാചാര്യൻ ആ മാർഗ്ഗം ചൂണ്ടിക്കാണിച്ചുപോയിട്ട് ഒരു നൂറ്റാണ്ടാകുന്നേയുള്ളൂ ഇപ്പോൾ. പക്ഷേ, നാം അതിനെപ്പറ്റി കൊല്ലത്തിൽ 363 നാളും മറക്കുകയും രണ്ടുനാളുകൾമാത്രം (ശ്രീനാരായണ ജയന്തി, ഗുരുവിന്റെ സമാധിദിനം എന്ന രണ്ടു നാളുകൾ) അതിനെപ്പറ്റി ആരോ എഴുതിയ പ്രസംഗത്തിലെ കുറെ വാക്കുകൾ മനഃപാഠം പഠിച്ച് ഉച്ചത്തിൽ ഉച്ചരിക്കുകയും ചെയ്യുന്നു. ക്ഷേത്രങ്ങളും പ്രതിമകളും കൊണ്ടുള്ള ആരാധനയാണു പിന്നെയുള്ളത്. ആചാര്യന്റെ മതാദർശം എന്തായിരുന്നുവെന്നു കേരളീയർ ചിന്തിച്ചില്ല. തന്റെ മതമായിരിക്കും ഗുരുവിന്റെയും എന്ന് ഓരോ കേരളീയനും വിശ്വസിച്ചതുപോലെ തോന്നുന്നു.

ഗുരുദേവന്റേതായി വിശ്വവിശ്രുതങ്ങളായ രണ്ടു പ്രഖ്യാപനങ്ങളുണ്ടല്ലോ– 1) "ഒരു ജാതി, ഒരു മതം, ഒരു ദൈവം മനുഷ്യന്" എന്ന സന്ദേശം. 1914ൽ രചിച്ച ഒരു പദ്യത്തിന്റെ ഒന്നാമത്തെ വരിയാണിത്. ഇതു പിന്നീടു തന്റെ ജന്മദിനസന്ദേശമായി ഗുരു അനുവദിച്ചു. 2) "മതമേതായാലും മനുഷ്യൻ നന്നായാൽമതി" എന്ന്. 1923ൽ സഹോദരൻ അയ്യപ്പനോടു പറഞ്ഞ വാക്കുകളാണ് ഇവ.

ജാതി, മതം, ദൈവം എന്നിവയിൽ 'ഒരു' എന്ന വിശേഷണം ചേരാൻ പ്രയാസമുള്ളതായി പലർക്കും തോന്നാനിടയുള്ള വാക്കാണ് മതം.

മനുഷ്യൻ ഒരു ജാതിയാണെന്നു ജീവശാസ്ത്രപരമായി തെളിയിക്കാനാവുമല്ലോ. ആധ്യാത്മിക ദൃഷ്ടിയിൽ ദൈവവും പലതാകാൻ ഒക്കില്ല. കാരണം ഒന്നിലേറെ ദൈവങ്ങൾ വിശ്വസൃഷ്ടിയുടെ പിന്നിലുണ്ടെങ്കിൽ, ഇത്തരത്തിൽ നിയമാനുസൃതമായി ബ്രഹ്മാണ്ഡം പ്രവർത്തിക്കയില്ലല്ലോ. സംശയം മതത്തെപ്പറ്റിയാണ്. പല പ്രവാചകന്മാർ പല മതങ്ങൾ സ്ഥാപിച്ചിട്ടില്ലേ! അപ്പോൾ ഒരു മതം എന്നു കരുതുന്നതു ശരിയാകുമോ? മഹാത്മാ ഗാന്ധിയെപ്പോലും ഈ സംശയം ആദ്യകാലത്ത് അലട്ടിയിരുന്നുവെന്നു നമുക്കറിയാം.

തീരാത്ത അലട്ടാണ് ഇതു മിക്കവർക്കും. അവരിൽ ഇതു തീരുന്നത്, തന്റെ മതമാണ് ശരിയെന്നും മറ്റതൊക്കെ തെറ്റെന്നുമുള്ള വിശ്വാസം ഉറച്ചുവരുമ്പോഴാണ്. 'ഒരു മതം' എന്നു ചിന്തിച്ച് എല്ലാ മതങ്ങളുടെയും സാരാംശത്തെ യഥാർത്ഥമതമായി കാണാൻ പാട് കുറച്ചല്ല. കൂട്ടലും കിഴിക്കലുമെല്ലാം കുറെ വേണം. നേരെമറിച്ച് എന്റെ മതം എന്നു കരുതിയാൽ, എന്റെ മതം എന്താണോ അത് സത്യമാകയാൽ മറ്റെല്ലാം തെറ്റെന്നു പറഞ്ഞു തള്ളിക്കളയാൻ ഒട്ടു ബുദ്ധിമുട്ടില്ല. കൂട്ടലും കിഴിക്കലും വേണ്ട, തന്റേതല്ലാത്തതു തള്ളിയാൽ മതി. തന്റേതെന്നുപറയുന്നത് 99 ശതമാനവും തന്റെ അച്ഛന്റെയും അമ്മയുടെയും മതമായിരിക്കും. തന്റെ വീട്. എന്നു പറയുന്നതുപോലെ ഇവിടെ തത്ത്വചിന്താപരമായ പരിശോധനയൊന്നും ആവശ്യമില്ല. മതബോധം പാരമ്പര്യവഴിക്കുവന്നുചേരുന്നതു വളരെ സുഖമാണ്. ലോകത്തിൽ എന്നും എവിടെയും മനുഷ്യന്റെ മതബോധം എന്നതുകൊണ്ടുദ്ദേശിക്കുന്നത്, തനിക്ക് അച്ഛന്റെയും അമ്മയുടെയും വഴി പകർന്നുകിട്ടിയ മതബോധം എന്നു മാത്രമാണ്. അങ്ങനെ വരുമ്പോൾ, മതം സത്തായി മാറുന്നു. അതിനെ മറ്റു മതങ്ങളിൽനിന്നും രക്ഷിക്കാൻ വേലിയും മതിലും കെട്ടേണ്ടിവരും. മറ്റുള്ളവരുടെ വേലിയും മതിലും പൊളിക്കേണ്ടിയുംവരും.

മതം പൈതൃകമാകുമ്പോൾ മതകലഹം പാരമ്പര്യത്തിന്റെ സ്വഭാവമായിത്തീരുന്നു.

ശ്രീനാരായണൻ അദ്വൈതിയാകയാൽ ഏതു ചർച്ചയും അദ്ദേഹം തുടങ്ങുന്നതും അവസാനിപ്പിക്കുന്നതും അനുഭൂതിയിൽ വച്ചുകൊണ്ടായിരിക്കും. ആത്മാനുഭൂതി സർവമാനവസാമാന്യമാണ് എന്ന് ജാതിപക്ഷപാതിയെന്ന് അധിക്ഷിപ്തനായ ശങ്കരാചാര്യർ പോലും സിദ്ധാന്തിച്ചിട്ടുണ്ട്. തന്റെ ഭാഷ്യങ്ങളിൽ – "സർവേഷാം ച വിദ്യായാ അധികാരം എന്നൊക്കെ" എല്ലാ മനുഷ്യർക്കും നേടാവുന്ന അനുഭവം ഏകാനുഭവമായിരിക്കണമല്ലോ. അതാണ് ഒരു മതം ആകുന്നത്. ഈ മതം സ്വാനുഭവനിഷ്ഠമാകയാൽ മറ്റൊരാളുടെ മതമാണോ ഇത് എന്നു പരിശോധിക്കേണ്ട കാര്യമില്ല; തന്റെ അനുഭൂതിയുടെ സാധുത്വത്തിനുവേണ്ടി മറ്റൊരാളോടു തർക്കിക്കാനോ കലഹിക്കാനോ മുതിരേണ്ട ആവശ്യവുമില്ല. ദ്വൈതമില്ലാത്തവനാണല്ലോ അദ്വൈതി. അദ്വൈതിയുടെ മതം ദ്വൈതമാവുന്നതെങ്ങനെ?

അദ്വൈതിയുടെ ജാതിയും ദൈവവും മറ്റു വിശ്വാസങ്ങളും ദ്വൈതമായി ത്തീരുന്നില്ല. അങ്ങനെ തീർന്നാൽ അയാൾ അദ്വൈതിയാവില്ല, ദ്വൈതി യായിരിക്കും.

ഈ അദ്വൈതത്തിൽ മാത്രമേ കലഹം നിശ്ശേഷം ഒഴിവാക്കാൻ ആവുക യുള്ളു. ദ്വൈതത്തിൽ കലഹം അനിവാര്യമാണ്. അദ്വൈതത്തിന്റെ നാട് ഇന്നു ദ്വൈതത്തിന്റെ യുദ്ധഭൂമിയായി മാറിപ്പോയിരിക്കുന്നു.

അദ്വൈതാവസ്ഥയിൽ എത്തിയവർക്കേ മതഭേദചിന്തയിൽനിന്നു രക്ഷ പ്പെടാൻ സാധിക്കുകയുള്ളൂ? ഈ ചോദ്യം പ്രധാനമാണ്. അങ്ങനെയാ ണെങ്കിൽ, നാട്ടിൽ കലഹം വർദ്ധിച്ചുവരുന്നതിൽ അദ്ഭുതപ്പെടാനില്ല. കാരണം അദ്വൈതാനുഭൂതി എത്രപേർക്കു ലഭ്യമാണ്? അതു ലഭിക്കാത്ത മഹാ മൃഗീയഭൂരിപക്ഷം തമ്മിലടിക്കുന്നതു തടയാൻ അദ്വൈതത്തിനു സാധിക്കയില്ല.

ഇവിടെയാണ് രണ്ടാമത്തെ പ്രവചനത്തിന്റെ പ്രസക്തിയും ആവശ്യവും — "മതമേതായാലും മനുഷ്യൻ നന്നായാൽ മതി" ഇതിന്റെ പ്രഥമഭാഗം - 'മതമേതായാലും' എന്ന ഭേദകവാക്യം - മതത്തിന്റെ നാനാത്വത്തെ ചൂണ്ടു മ്പോൾ, രണ്ടാം ഭാഗം മതനാനാത്വത്തിൽനിന്ന് ഐക്യം എങ്ങനെ ഉണ്ടാ കുന്നു എന്നു സൂചിപ്പിക്കുന്നു. "ഒരു മതം" എന്ന എന്ന ഗുരുവിന്റെ പ്രഥമ വചനം മതനാനാത്വത്തെപ്പറ്റി മിണ്ടുന്നില്ല. ജനബുദ്ധിയിൽ ഉള്ള മതനാ നാത്വബോധത്തിന്റെ നിഷേധമാണ് അതെന്നു പറയാം. അതുകൊണ്ട് "ഒരു മതം" എന്നതും 'മതമേതായാലും' അന്യോന്യം വിരുദ്ധങ്ങളായിരിക്കു ന്നില്ല. 1914-ൽ ഗുരു പറഞ്ഞ പ്രഥമവാക്യത്തിൽ, നിലവിലുള്ള കലഹ പ്രിയങ്ങളായ മതാന്തരങ്ങളെക്കുറിച്ചു വാച്യമായി ഒന്നുമില്ല. യഥാർത്ഥ ജാതി എന്തെന്നു നിർവ്വചിക്കുന്ന ഒരു സന്ദർഭത്തിൽ അവിടെ മതത്തെ ക്കുറിച്ച് ആനിഷംഗികമായി സ്പർശിച്ചുപോയെന്നേയുള്ളൂ. ഏകദേശം ഒരു ദശാബ്ദം കഴിഞ്ഞാണ് മറ്റേവാക്യം അരുളപ്പെടുന്നത്. 'മനുഷ്യനെ നന്നാ ക്കുന്നതാണ് മതം' എന്നാണ് ആ വാക്യം നമുക്കു നൽകുന്ന മതബോധം. കലഹവും യുദ്ധവും മനുഷ്യനെ നന്നാക്കുന്നില്ല. അവ മനുഷ്യനെ ദുഃഖിപ്പി ക്കുകയും നശിപ്പിക്കുകയും ചെയ്യുന്നു. സ്നേഹം, സത്യം, പരോപകാരം തുടങ്ങിയവയാണു മനുഷ്യനെ നന്നാക്കുന്ന വികാരങ്ങൾ. അതിനാൽ ഇവയും ഇവപോലെ വിശ്വോൽക്കർഷകരങ്ങളായി പ്രവർത്തിക്കുന്നവയു മാണു മതാത്മകചോദനകൾ!

മനുഷ്യന്റെ വ്യക്തിയെയും സമൂഹത്തെയും ഉൽക്കർഷപ്പെടുത്തുന്ന പരമമായ ചോദനയാണു മതം—ഇതാണ് ഗുരു നമുക്ക് അനുമേയമാക്കി വിട്ട മതനിർവ്വചനം. 'മതം ഏതായാലും' എന്നുവെച്ചാൽ, 'പേരുകൊണ്ടു മതം എത്ര വ്യത്യസ്തമായാലും' എന്നാണർത്ഥം. പക്ഷേ, എല്ലാ വിശ്വമ തങ്ങൾക്കും ഒരു പൊതു ധർമ്മമുണ്ട്- അതായത്, അവയെല്ലാം മനുഷ്യനെ നന്നാക്കുവാൻ പറ്റുന്നവയാണ്. അതിനാൽ മതം മനുഷ്യനെ സംബന്ധി ച്ചിടത്തോളം, അവനെ നന്നാക്കുക എന്ന ധർമ്മം നിർവഹിച്ചാൽ മതി.

മതത്തിൽനിന്ന് അങ്ങേയറ്റം പ്രതീക്ഷിക്കുന്ന കാര്യമാണ് 'മനുഷ്യൻ നന്നാകുന്നു' എന്നത്. പേരുകൊണ്ടു ഹിന്ദുമതം, ബുദ്ധമതം, ക്രിസ്തുമതം, മുഹമ്മദുമതം എന്നിങ്ങനെ വളരെ വ്യത്യാസങ്ങൾ കാണാം. ഈ മതങ്ങളെല്ലാം മതങ്ങളെന്ന മൗലികരൂപത്തിൽ, മനുഷ്യനെ ഉൽക്കർഷപ്പെടുത്തുന്നു. ഇന്ത്യയിലെയും പാലസ്തിനിലെയും അറേബിയയിലെയും മനുഷ്യരെ ആന്തരമായി ഉയർത്തുവാനാണ് ഹിന്ദുബുദ്ധമതങ്ങളും ക്രസ്തുമതവും ഇസ്ലാമും ആവിർഭവിച്ചത്. അതിനാൽ പേരിനെച്ചൊല്ലി മതാനുയായികൾ വിദ്വേഷം അന്യോന്യം പ്രകടിപ്പിക്കരുത് എന്നു സാരം.

'മനുഷ്യൻ നന്നായാൽ മതി' എന്ന അവധാരണത്തിന് ഒരു പശ്ചാത്തലമുണ്ട്. മതങ്ങളുടെ അനുയായികൾ പല ദുഷ്ടകർമ്മങ്ങളും ചെയ്തുവരാറുണ്ട്. മതകലഹം തന്നെ പ്രധാനപ്പെട്ട ദുഷ്ടകർമ്മം. മതങ്ങൾക്ക് മനുഷ്യരെ നന്നാക്കാൻ കഴിവുണ്ടെങ്കിൽ മതാനുയായികൾ ഇങ്ങനെ പരസ്പരം വെട്ടിയും കുത്തിയും നശിക്കുവാൻ ഇടവരുന്നതെങ്ങനെ? ഇവിടെയാണ് ഓരോ മതത്തിനും രണ്ടു പ്രധാന വിഭാഗങ്ങൾ ഉണ്ടെന്നു നാം അറിയുന്നത്. മതത്തിനു യഥാർത്ഥമായ ഒരു ആന്തരരൂപവും അയഥാർത്ഥമായ ഒരു ബാഹ്യരൂപവും ഉണ്ട്. ആന്തര സ്വഭാവത്തിൽ മതം മനുഷ്യനന്മയെ വളർത്തുന്നു. ബാഹ്യസ്വഭാവം ആചാരാനുഷ്ഠാനങ്ങളെക്കൊണ്ട് രൂപപ്പെടുമ്പോൾ, മതങ്ങൾ തമ്മിൽ അകലുന്നു. ഹിന്ദുവിന്റെ ക്ഷേത്രവും അതിലെ ആരാധനാക്രമങ്ങളും ക്രൈസ്തവ-മാഹമ്മദങ്ങളായ ആരാധനാലയങ്ങളിൽനിന്നും ആരാധനാരീതികളിൽനിന്നും അത്യധികം വിഭിന്നങ്ങളാണ്. സാധാരണ ജനങ്ങൾക്കു മതത്തിന്റെ അന്തസ്സാരമായ വിശ്വസ്നേഹവും മറ്റാദർശങ്ങളും മനസ്സിലാക്കുവാനോ മനസ്സിലാക്കിയാൽതന്നെ പ്രായോഗികമാക്കുവാനോ സാധ്യമല്ല. അവർക്കു ചന്ദനക്കുറിയും മെഴുകുതിരിയും മഞ്ഞവസ്ത്രവും വാങ്കുവിളിയും എല്ലാം മതലക്ഷണങ്ങളാണ്. ചന്ദനക്കുറി വലിച്ചാൽ ഹിന്ദു, മെഴുകുതിരി കത്തിച്ചു പ്രാർത്ഥിക്കുന്നയാൾ ക്രിസ്ത്യാനി, മഞ്ഞവസ്ത്രം ധരിച്ചാൽ ബൗദ്ധൻ, വാങ്കുവിളി കേൾക്കുന്നയാൾ മുഹമ്മദീയൻ. വളരെ എളുപ്പം! ഈ എളുപ്പവഴിയിലാണു മതവിശ്വാസികളിൽ തൊണ്ണൂറ്റൊമ്പതേമുക്കാലേയരയ്ക്കാൽ ശതമാനംപേരും സഞ്ചരിക്കുന്നത്. ഇവരാണു മതനാമത്തിൽ കലഹിക്കുന്നവർ, ഇവരിൽ സമർത്ഥർ കലഹിപ്പിക്കുന്നവന്മാരാണ്.

മതത്തിൽതന്നെയുള്ള ഈ ബാഹ്യാന്തരവ്യത്യാസം ഗുരു കണ്ടറിഞ്ഞു. "മതത്തിന് ആഭ്യന്തരവും ബാഹ്യവുമായ രണ്ടു വശങ്ങൾ ഉണ്ട്." എന്ന് സി.വി.കുഞ്ഞുരാമനോടുള്ള സംഭാഷണത്തിൽ ചൂണ്ടിക്കാണിച്ചതു ശ്രദ്ധിക്കുക. ആഭ്യന്തരമാണ് മതതത്ത്വം. പ്രധാന തത്ത്വങ്ങളിൽ മതങ്ങൾ തമ്മിൽ സാരമായ ഭിന്നതയില്ലെന്നു ഗുരു ഉദ്ബോധിപ്പിക്കുന്നു. കാലദേശാവസ്ഥകൾകൊണ്ടു ചില്ലറ വ്യത്യാസങ്ങൾ തത്ത്വങ്ങൾ തമ്മിൽ കണ്ടേക്കാം എന്നുമാത്രം. "പല മതസാരവുമേകം" എന്നു ഗുരു പാടിയത് 1897-ലാണ്- 'ആത്മോപദേശ ശതക'ത്തിൽ. അതിന് എത്രയോ മുമ്പ്, 1886ൽ, തന്റെ

ഭാവനാലോകത്തിന്റെ പ്രതിരൂപമായി ഒരു ആശ്രമം സ്ഥാപിച്ചപ്പോൾ അതു "ജാതിഭേദവും മതദ്വേഷവും" ഏതുമില്ലാത്ത മനുഷ്യർ സോദരന്മാരെപ്പോലെ ജീവിക്കുന്ന മാതൃകാലോകമാവണമെന്നു ഗുരുദേവൻ ആഗ്രഹിച്ചു.

ആന്തരമതത്തെ നമുക്കു ലളിതമായി നല്ല മതമെന്നും ബാഹ്യമതത്തെ ചീത്തമതമെന്നും വിളിക്കാം. ചീത്തമതം മതമല്ല, മതത്തെപ്പോലെ കരുതപ്പെടുന്ന മതാഭാസമാണ്. നല്ലമതം കലഹിക്കാൻ പോവില്ല. ബില്ലുകൊണ്ടു തല്ലേണ്ടിവരുന്നതു ചീത്തമതത്തെയാണ്. നല്ല മതത്തെയല്ല. ഈ വേർതിരിവ് ഭരണനേതാക്കൾക്ക് ഉണ്ടായാലേ ജനങ്ങൾക്കും അത് ഉണ്ടാവുകയുള്ളൂ. മതധ്വംസിയായ ഒരു നിയമനിർമ്മാണം ഇന്ത്യയിൽ കൊണ്ടുവരാൻ പറ്റില്ല. മതഭേദകലഹധ്വംസിയായ നിയമനിർമ്മാണമേ ഇവിടെ സാധുവാകുകയുള്ളൂ.

നല്ല മതം ഒരു മഹാസത്യത്തിന്റെ മുകളിലായിരിക്കും സ്ഥിതി ചെയ്യുക. ഒരു വിധത്തിലേ നല്ല മതം ഉണ്ടാവുകയുള്ളൂ. എന്നാൽ പല വിധത്തിൽ മതം ചീത്തയാകും. അതിനാൽ ഹിന്ദുമതത്തിലും ക്രിസ്തുമതത്തിലും ഇസ്ലാമിലുമുള്ള നല്ല തത്ത്വങ്ങളിൽ ഐക്യം സാധ്യമാണ്. ചീത്ത പല മട്ടിലായാൽ അതുകൊണ്ട് ഐക്യം സാധ്യമല്ല. ആകയാൽ എല്ലാ നല്ല മതങ്ങളും തുല്യങ്ങളാകുമ്പോൾ ചീത്ത മതങ്ങൾ വേറിട്ടു നിൽക്കുന്നു. ഈ മതനന്മയെ കണ്ടെത്തലാണു യഥാർത്ഥ മതം സാക്ഷാൽക്കരിക്കൽ.

നല്ല മതം മനുഷ്യനെ നന്നാക്കുന്നു. ചീത്ത മതത്തെയാണു നിങ്ങൾ ഭജിക്കുന്നതെങ്കിൽ അതു നിങ്ങളെ ചീത്തയാക്കുന്നു. കൂടുതൽ ആളുകൾ ചീത്തമതത്തിന്റെ ഭക്തരായിക്കഴിയുമ്പോൾ നല്ല മതത്തിന്റെ നിഴൽപോലും നഷ്ടമാവുകയും ചീത്തമതം യഥാർത്ഥമതമായി വിലസുകയും ചെയ്യുന്നു. ഇന്ത്യയിൽ ഇന്നു നടമാടുന്നതു മതദോഷത്തിന്റെ ഏറ്റവും മോശമായ ഈ അവസ്ഥയാണ്. ഓരോ മതത്തിലും അടിയിൽ നിഗൂഢമായിക്കിടക്കുന്ന യഥാർത്ഥ മതത്തെ പുറത്തു കൊണ്ടുവന്നു ജനങ്ങളുടെ ബുദ്ധിയെ ഉണർത്തുവാൻ, വിവേകികൾ ത്രിവിധകരണങ്ങളെക്കൊണ്ടും ഉദ്യമിക്കേണ്ട ദാരുണമായ കാലമാണ് ഇത്.

എല്ലാ മതങ്ങളിലും നല്ലതും പരസ്പര തുല്യവുമായ ഒരു ഹൃദയമുണ്ട്. അതു മനുഷ്യനെ നന്നാക്കുന്നു. ഇതാണ് ഗുരു നമ്മെ പഠിപ്പിച്ചത്. "മതമേതായാലും മനുഷ്യൻ നന്നായാൽ മതി" എന്നതിന്റെ ഉള്ള് ഇതത്രേ. ഗുരു നല്ല മതത്തെപ്പറ്റിയേ പറഞ്ഞുള്ളൂ, ചീത്ത മതത്തെപ്പറ്റി സമർത്ഥമായി സൂചിപ്പിച്ചതേയുള്ളൂ. ഇന്ന് ഗുരു ഉണ്ടായിരുന്നെങ്കിൽ, മതമേതായാലും മനുഷ്യനെ ചീത്തയാക്കാതിരുന്നാൽ മതി എന്നു പറഞ്ഞിരിക്കാനിടയുണ്ട്. ഇന്ന് ഇന്നാട്ടിൽ മതം മനുഷ്യനെ അനുദിനം ഏറെയേറെ ചീത്തയാക്കിക്കൊണ്ടിരിക്കുന്നു. നശിപ്പിക്കുന്നു എന്നു പറഞ്ഞാൽ കൂടുതൽ സത്യമായിരിക്കും. ഇന്നു മനുഷ്യൻ മതമെന്നു ഭാവിച്ചുവരുന്ന ദുഷ്ടമതത്തിന്റെ സ്വാധീനത്തിൽപ്പെട്ടു ചീത്തയായി നശിക്കാതിരിക്കാൻ സൂക്ഷിക്കേണ്ടിയിരിക്കുന്നു. മതത്തിന്റെ ജടിലതയുടെ നടുവിൽനിന്നു നല്ല

മതത്തെ കണ്ടെത്തി, അതിന്റെ വെളിച്ചത്തിൽ നന്നാവുക എന്നതാണ് ഇന്നു മനുഷ്യന്റെ ഏറ്റവും അനുപേക്ഷണീയമായ കർത്തവ്യം.

അന്നുതന്നെ ഈ കർത്തവ്യം ക്രാന്തദർശിയായ ശ്രീനാരായണൻ പറയുകയുണ്ടായി: "ഇന്ന് ഇന്ത്യയുടെ ആവശ്യം എന്താണ്? ജാതികൾ തമ്മിലും മതങ്ങൾ തമ്മിലും ഉള്ള മൽസരത്തിൽനിന്നുള്ള മോചനം."

അതിനെ പ്രവർത്തനത്തിൽ വരുത്തുവാൻവേണ്ടി ഗുരു മതഭേദം വിട്ടതായി പ്രഖ്യാപിച്ചു-1914-ൽ. തനിക്ക് എല്ലാമതങ്ങളും സമവും സമ്മതവുമാണെന്നും ഗുരു വ്യക്തമാക്കി.

ഇന്ന് ഏറ്റവും ഘോഷത്തോടെ മാറ്റൊലിക്കൊള്ളേണ്ട വാക്യങ്ങളാണ് ഇവയെല്ലാം. പക്ഷേ, ഇവിടെ പ്രതിധ്വനിക്കുന്ന വാക്യങ്ങൾ വേറെയാണ്. എന്നാലും നാമെല്ലാം ശ്രീനാരായണന്റെ ശിഷ്യരും അനുയായികളുമാണ് എന്ന കാര്യത്തിൽ നമുക്കു വിട്ടുവീഴ്ചയില്ല. ആഴത്തിലുള്ള ഒരു ബാഹ്യാഭ്യന്തര വിവേചനം നാം ഉടനെ നടത്തേണ്ടിയിരിക്കുന്നു. നമ്മുടെ ഉള്ളിലുള്ള മതം എന്താണെന്ന് അപ്പോഴേ നമുക്കു മനസ്സിലാവുകയുള്ളൂ; ഇപ്പോൾ നാമെല്ലാം പറയുന്ന മതം നമ്മുടെ മതമല്ല. ശ്രീനാരായണൻ നിർദ്ദേശിച്ച സർവ്വമത സാമാന്യമായ നല്ല മതം നമ്മുടെ മതമാണെന്നു പറയാൻ കഴിയുന്ന മാനസികാവസ്ഥയിൽ മാത്രമേ മതൈക്യം ഉണ്ടാവുകയുള്ളൂ. മതചിന്തയിൽ നാം ബഹുവചനപ്രിയരാണ്; ഏകവചന പ്രിയരാണ് ഗുരുവിനെപ്പോലുള്ള മഹാവ്യക്തികൾ.

ഇന്ത്യയുടെ മതസാമ്യദർശനം
നമ്മുടെ സെക്കുലറിസത്തിന്റെ ഒരു പഠനം

ഒരു മതവിദ്യാർത്ഥിയുടെ ദൃഷ്ടിയിലൂടെ ഭാരതീയചരിത്രം പരിശോധിച്ചാൽ മൂന്ന് ഘട്ടമായി അതിനെ വേർതിരിച്ചു നിർത്താമെന്ന് എനിക്ക് തോന്നുന്നു. ആ ഘട്ടങ്ങളെ മതനിർമ്മാണദശ, മതസംഘർഷദശ, മതമൈത്രീദശ എന്ന് പേരിട്ടു വിളിക്കുകയും ചെയ്യാം. ഇന്ത്യാചരിത്രത്തിന്റെ പ്രാരംഭകാലവും മദ്ധ്യകാലവും ആധുനികകാലവും ഏറെക്കുറെ, ആ ഘട്ടങ്ങളെ തഴുകിനിൽക്കുന്നുവെന്ന് പറയാം. വൈദികകാലവും ബൗദ്ധ്യകാലവും അടങ്ങുന്ന ഇന്ത്യയുടെ പ്രാരംഭചരിത്രഘട്ടത്തിലാണ് മതങ്ങളുടെ ഉദയരശ്മികൾ ഇന്നാട്ടിൽ ഉണർന്നുവീണത്. ഹർഷന്റെ കാലത്തോളം അതിന്റെ ദീപ്തി തുടർന്നുനിന്നുവെന്നും കരുതാം. തുടർന്ന് പത്തൊമ്പതാം നൂറ്റാണ്ടുവരെ ഹൈന്ദവ-ബൌദ്ധ്യ-ശൈവ വൈഷ്ണവ-മുഹമ്മദു വിശ്വാസികളുടെ തമ്മിൽതമ്മിലുള്ള ഉരസലുകൾ വളരെ നടക്കും. ഇരുപതാം നൂറ്റാണ്ടോടുകൂടി സ്വാതന്ത്ര്യസമരപ്രസ്ഥാനം വളരുകയും സൗഹാർദ്ദം അത്യന്താപേക്ഷിതമാണെന്ന ചിന്ത പൊതുവെ പരക്കുകയും ചെയ്തു. സ്വാതന്ത്ര്യാനന്തരയുഗത്തിന്റെ ആ ചിന്ത പൂർവ്വാധികം വികസിച്ചിട്ടേയുള്ളൂ.

സ്വാതന്ത്ര്യലബ്ധിക്കുശേഷം ആ മതവർഗ്ഗ മൈത്രീവീക്ഷണം ഇന്ത്യയുടെ ഭരണഘടനയിൽ 'സെക്കുലറിസം' എന്ന് പരക്കെ അറിയപ്പെടുന്ന ഒരു ആശയമായി ഉൾക്കൊള്ളിക്കപ്പെടുകയുണ്ടായി. മതേതരത്വം മതനിരപേക്ഷത എന്നിങ്ങനെ പല പദങ്ങളിൽ ആ ആശയം മലയാളത്തിൽ പകർത്തപ്പെട്ടുപോരുന്നുണ്ട്. മതസമത്വം എന്നോ മതതുല്യത എന്നോ ഉള്ള പേരിൽ അത് അറിയപ്പെടുന്നതായിരിക്കും കൂടുതൽ നല്ലത് എന്ന് എനിക്കു അഭിപ്രായമുണ്ട്. നമ്മുടെ സെക്കുലറിസത്തിന്റെ സ്വഭാവവും അടിസ്ഥാനവും സവിശേഷതകളും ഗ്രഹിച്ചാൽ ആ അഭിപ്രായം സ്വീകാര്യമാണെന്ന് തോന്നിക്കൂടായ്കയില്ല. കാരണം നമ്മുടെ സെക്കുലറിസം മതേതരത്വം എന്നതിനേക്കാൾ മതസമത്വം ആണെന്ന് നാം ഒന്നാമതായി മനസ്സിലാക്കണം.

സെക്കുലറിസത്തിന്ന് മലയാളത്തിൽ തർജ്ജമവേണ്ടിവന്നപ്പോൾ മതേതരത്വം എന്നും മതസമത്വം എന്നും രണ്ടു പദങ്ങൾ രൂപം കൊണ്ടത്

യാദൃച്ഛികമല്ല, ആ രണ്ട് ആശയങ്ങൾ സെക്കുലറിസത്തിന്റെ ചരിത്രത്തിൽ ഗർഭിതമായിട്ടുള്ളതുകൊണ്ടാണ്. യൂറോപ്പിൽ സെക്കുലറിസത്തിന്റെ നാമ്പെടുക്കുന്നത് പ്രാചീനറോമിൽ നിന്നാണ്. (ആ പദം തന്നെ ലാറ്റിനിൽ നിന്ന് നിഷ്പന്നമത്രേ.) ക്രിസ്തുമതം ഒരു സംഘടിതശക്തിയായി പ്രാദുർഭവിക്കുന്നത്, സുശക്തമായ റോമാസാമ്രാജ്യത്തിന്റെ അങ്കതലത്തിൽ വെച്ചാകുന്നു. ക്രിസ്തുമതത്തിന്റെ അഭൗതിക ശ്വസനത്തിനും റോമാ ചക്രവർത്തിയുടെ ഭൗതിക നിയമത്തിന്നും ഒരേ സമയം വിധേയമായ പൗരന്മാർ തങ്ങളുടെ അനുസരണത്തിൽ ചിലപ്പോൾ ചില വൈരുധ്യങ്ങൾ നേരിടുകയുണ്ടായി. പൗരജീവിതത്തിലെ ഈ ധർമ്മസങ്കടത്തെ പരിഹരിക്കാൻ ക്രിസ്തു ഉപദേശിച്ചു "സീസർക്കുള്ളത് സീസർക്കും ദൈവത്തിനുള്ളത് ദൈവത്തിനും നല്കുക" എന്ന്. ചക്രവർത്തിയെയും ഈശ്വരനെയും ഒരേ സമയം വിവേചനബുദ്ധിയോടെ അനുസരിക്കാമെന്നും അവരെ അനുസരിക്കുന്നതിൽ ധർമ്മസങ്കടത്തിന് പ്രസക്തിയില്ലെന്നും ഒരു സമന്വയം ക്രിസ്തു അപ്രകാരം വരുത്തിത്തീർത്തു. ചർച്ചും സ്റ്റേറ്റും തങ്ങളുടെ അധികാരപരിധികളെ അന്യോന്യം അകറ്റിനിർത്തണം എന്ന ചിന്തയുടെ അടിസ്ഥാനം ബൈബിളിലെ ഈ അനുശാസനമാണെന്ന് പറയാം.

റോമാ സാമ്രാജ്യത്തിൽവെച്ച് ക്രിസ്തുദേവൻ മതരാഷ്ട്രവ്യാവർത്തനം എന്ന് സെക്കുലർ തത്വശാസ്ത്രത്തിന്റെ വിത്തുപാകിയ ഘട്ടത്തിനും മുമ്പ് ഇന്ത്യയിൽ മതസമത്വം എന്ന മറ്റൊരു സെക്കുലർ ആശയം രൂപപ്പെട്ടുവന്നു. വേദകാലത്തിലെ ചിന്തകരായ ഋഷികൾ മനുഷ്യവിശ്വാസത്തിന്റെ വൈവിധ്യം ദർശിക്കുകയും അത്തരം ഭിന്നവിശ്വാസികളായ മനുഷ്യർ ഒന്നിച്ചു ജീവിക്കേണ്ടതിന്റെ അനിവാര്യത മനസ്സിലാക്കുകയും ചെയ്തവരായിരുന്നു. "വിപ്രാ ബഹുധാ വദന്തി," "ശ്രുതയോ വിഭിന്നാ" എന്നും മറ്റുമുള്ള ചൊല്ലുകൾ കേൾക്കുക. വിപ്രവചനങ്ങൾ ബഹുവിധങ്ങളും ശ്രുതികൾ വിഭിന്നങ്ങളും ആയിരിക്കെ, അവ വിശ്വസിക്കുന്ന മനുഷ്യർ വിശ്വാസവിഭിന്നതയുടെ പേരിൽ കലഹിച്ചു കഴിയണമോ? വേണ്ടെന്നും ലോകജീവിതത്തിൽ ഒരേ മനസ്സായി മനുഷ്യർ കഴിയണമെന്നും അവർ ഉപദേശിച്ചു– "സമാനമസ്തുവോ മനഃ"

യൂറോപ്പിൽ സെക്കുലറിസം റോമാസാമ്രാജ്യത്തിന്റെ പതനത്തിനുശേഷം വളരെ രൂപാന്തരപ്പെടുകയുണ്ടായി. സീസറിന്നേ കൊടുക്കേണ്ടതുള്ളൂ, ദൈവത്തിന്ന് കൊടുക്കേണ്ടതില്ല, എന്ന വീക്ഷണമാണ് യഥാർത്ഥ സെക്കുലറിസം എന്ന നിലയിൽ ചിന്താപ്രസ്ഥാനങ്ങൾ അവിടെ വികസിച്ചുയരുകയുണ്ടായി. ക്രിസ്തുമതത്തിലെ അധികാരകേന്ദ്രമായ ചർച്ച് സംഘടിത ശക്തിയുടെ ഇരിപ്പിടവും പൗരന്മാരുടെ ഭൗതികജീവിതം നിയന്ത്രിക്കാനുള്ള ആയുധവും രാഷ്ട്രത്തിന്റെ എതിരാളിയും ഒക്കെ ആയി മാറുന്നതു കണ്ടപ്പോൾ ദൈവം സീസറിനെ കീഴടക്കുന്നത് ആപൽക്കരമാണെന്നും സീസർ ദൈവത്തെയാണ് കീഴടക്കേണ്ടതെന്നും

ചില ചിന്തകന്മാർ വാദിച്ചു. ക്രിസ്ത്വാബ്ദം 900 മുതൽ 1400 വരെ നീണ്ടു നിന്ന ക്രിസ്തുമതാധിപത്യമാണ് ഈ ചിന്താപരിണാമത്തിന് നിദാനമായി വർത്തിച്ചത്. ഈ ചിന്തയെ ആദരിച്ചവർ ഏറെക്കുറെ നിർമ്മതരും യുക്തി വാദികളും ആയിരുന്നു. 17-ാം നൂറ്റാണ്ടിൽ ഇംഗ്ലണ്ടിൽ ജി.കെ.പോളോയാക്കിന്റെ നേതൃത്വത്തിൽ ഉണ്ടായ ഒരു ഉൽപതിഷ്ണ പ്രസ്ഥാനം ഈ സ്വഭാവത്തിന് ഒരുദാഹരണമാണ്.

അതോടൊപ്പം സെക്കുലറിസം എന്നാൽ വിവിധ വിശ്വാസസഹിഷ്ണുതയാണെന്ന ചിന്താഗതിയും യൂറോപ്പിൽ പരക്കാതിരുന്നില്ല. ഹോബ്സ്, ലോക്ക്, മോണ്ടസ്ക്യേ, മിൽ, ബെന്താം എന്നീ വലിയ ചിന്തകന്മാർ ഈ അഭിപ്രായക്കാരായിരുന്നു. "സഹിഷ്ണുതയെപ്പറ്റി ഒരു ലിഖിതം" എന്ന പേരിൽ പ്രസിദ്ധമായ ഒരു പ്രബന്ധം ജോൺ ലോക്ക് പ്രസിദ്ധീകരിക്കുകയുണ്ടായി. സെക്കുലറിസത്തിന്റെ യൂറോപ്യൻ ചരിത്രം മതേതരത്വത്തിന്റെ ഊടും മതസഹിഷ്ണുതയുടെ പാവും കലർന്നതായിരുന്നുവെന്ന് ചുരുക്കം.

ഇന്ത്യയിലാകട്ടെ, മതസഹിഷ്ണുത എന്നതുമാത്രമായിരുന്നു ആദ്യമേ ഇവിടെ ഊന്നപ്പെട്ട ആശയം എന്ന് എടുത്തുകാണിക്കപ്പെട്ടുവല്ലോ. ക്രിസ്തുമതമെന്ന ഒരേയൊരു ചർച്ചുമാത്രം ആദ്യകാലത്തുണ്ടായിരുന്ന യൂറോപ്പിൽ മതപരമായ അഭിപ്രായസംഘട്ടനങ്ങൾ ഉയർന്നുവന്ന പിൽക്കാലത്തു മാത്രമാണ് മത സഹിഷ്ണതയ്ക്ക് പ്രാമുഖ്യം വന്നത്. എന്നാൽ വിശ്വാസസ്വാതന്ത്ര്യവും ചിന്താധീരതയും ചരിത്രത്തിന്റെ ആദിഘട്ടത്തിൽ പിന്നത്തെക്കാളേറെ, പ്രദർശിപ്പിച്ച ഭാരതം അന്നുമുതൽതന്നെ മതസഹിഷ്ണുതയെ ചിന്താന്തരീക്ഷത്തിൽ ഉയർത്തിപ്പിടിച്ചു. മൗര്യവംശതിലകമായ അശോകനിലും ഹർഷവംശ കോടീരമായ ഹർഷവർദ്ധനനിലും മറ്റും പ്രഭാപൂരം ചൊരിഞ്ഞുനില്ക്കുന്നത് ഈ ആശയമത്രേ.

ഈ പാരമ്പര്യം അതിന്റെ സൗന്ദര്യപാരമ്യത്തിലേ നശിച്ചത് മഹാത്മാ ഗാന്ധിയുടെ മതസാമ്യദർശനത്തിലാണ്. 'എന്റെ മതം പോലെതന്നെ ഞാൻ എല്ലാ വിശ്വാസങ്ങളെയും ആദരിക്കുന്നു' എന്ന് അദ്ദേഹം ഉദ്ഘോഷിച്ചു. ഗാന്ധിജിക്കുമുമ്പ് വിവേകാനന്ദൻ മുതലായവരും ഈ മതമൈത്രീ പല്ലവി ഇന്ത്യയുടെ അന്തരംഗം തുറക്കുമാറ് പാടിയിരുന്നു. ഭാരതത്തിന്റെ ദേശീയത കണ്ണുതുറന്നത് ഈ മോഹനമായ അന്തരീക്ഷത്തിലായിരുന്നു. അതുകൊണ്ട് ഇവിടെ യൂറോപ്പിലെ യഥാസ്ഥിതികമായ സെക്കുലറിസ്റ്റു ചിന്ത വിലപ്പോയില്ല. മതത്തിന്റെ ദുരാധിപത്യത്തിൽ നിന്നുള്ള സ്വാതന്ത്ര്യമാണ് സെക്കുലറിസം എന്ന് എം.എൻ.റോയിയെപ്പോലുള്ളവർ ആലോചിച്ചെങ്കിലും ശബ്ദങ്ങൾ പ്രതിധ്വനിപോലുമില്ലാതെ ഇവിടെ നിലച്ചുപോയി. ചിരന്തനമായ മതസഹിഷ്ണതയോടുള്ള ആഭിമുഖ്യമാണ് നമ്മുടെ ഭരണഘടനയിൽ അതിന്ന് സർവ്വപ്രധാനമായ സ്ഥാനം നല്കപ്പെടാൻ കാരണം.

അതുകൊണ്ടു കൂടിയാവണം ഇന്ത്യൻ ഭരണഘടനയിൽ സെക്കുലറിസം എന്ന നിർമ്മതചുവയുള്ള ആ പദം ഒരേടത്തും ഉപയോഗിച്ചു കാണാത്തത്. ഭരണഘടനയുടെ ആമുഖത്തിലും (Preamble) മൂന്നാമദ്ധ്യായത്തിലും (മൗലികാവകാശങ്ങളെ വിവരിക്കുന്നത്) ആണല്ലോ മതതുല്യതാപരങ്ങളായ വകുപ്പുകൾ ഉള്ളത്. ഇവയിലൊന്നിലും 'സെക്കുലർ' എന്ന വാക്ക് പ്രയോഗിക്കപ്പെട്ടിട്ടില്ല. ആമുഖത്തിൽ വിശ്വാസസ്വാതന്ത്ര്യത്തെപ്പറ്റി വിളംബരം ചെയ്യുന്നു. മൗലികാവകാശാദ്ധ്യായത്തിന്റെ പ്രസക്തഭാഗങ്ങളിൽ ഭാരതീയ പൗരന്മാർക്ക് എന്തെല്ലാം സ്വാതന്ത്ര്യങ്ങൾ അവകാശപ്പെട്ടിട്ടുണ്ടെന്നും മതസ്വാതന്ത്ര്യത്തിന്റെ സ്വഭാവമെന്തെന്നും വിവരിച്ചിരിക്കുന്നു- 19 മുതൽ 22 വരെയും 25 മുതൽ 28 വരെയും ഉള്ള വകുപ്പുകൾ പ്രമാണങ്ങൾ, നമുക്ക് ഏഴുതരം സ്വാതന്ത്ര്യങ്ങൾ അനുവദിക്കപ്പെട്ടിട്ടുള്ളതിൽ (19-10 വകുപ്പ്).....വിചാരണ സ്വാതന്ത്ര്യവും ഉൾപ്പെടുന്നു.

വിപുലമായ ചർച്ചകൾക്കുശേഷം അംഗീകരിക്കപ്പെടുന്നവയായിരുന്നു ഈ വകുപ്പുകൾ. ബ്രിട്ടീഷ്‌യുഗത്തിൽ ഇവിടെ പ്രോത്സാഹിപ്പിക്കപ്പെട്ട മതസ്സദ്യയുടെ കരിനിഴൽ മാച്ചുകളഞ്ഞു മതമൈത്രിയുടെ ഒരു പുതുയുഗം ഉദ്ഘാടനംചെയ്യാൻ വേണ്ടി കരുതിക്കൂട്ടി രൂപപ്പെടുത്തിയവയാണ് ഈ വകുപ്പുകൾ എന്ന് ഇന്ത്യൻ ഭരണഘടനാനിർമ്മാണചരിത്രം അറിയുന്നവർ എല്ലാം സമ്മതിക്കും. മതം പാടില്ലെന്നല്ല മതങ്ങൾ സമുദായകലഹത്തിന് ഉപകരണമാക്കുന്നത് തടയണമെന്നാണ് ഈ വകുപ്പുകളുടെ ഉന്നം, ഡോ: രാധാകൃഷ്ണൻ, ഡോ:അംബേദ്കർ, ലക്ഷ്മീകാന്തമൈത്ര എന്നിവർ അന്നത്തെ ചർച്ചകളിൽ ഈ വശം വിശദപ്പെടുത്തിയിരുന്നു. ഇതു സംബന്ധിച്ച രാധാകൃഷ്ണന്റെ വാക്കുകൾ വിശേഷിച്ച് ഓർക്കത്തക്കതാണ്. "സെക്കുലറിസത്തിന് നിർമ്മതത്വം എന്ന് അർത്ഥമില്ല. നാം എല്ലാ വിശ്വാസങ്ങളെയും, മതങ്ങളെയും സമാദരിക്കുന്നുവെന്നേ അതിനർത്ഥമുള്ളൂ. ഏതെങ്കിലും ഒരു പ്രത്യേക മതത്തോട് ചാരിനിൽക്കുന്നില്ല നമ്മുടെ രാജ്യം."

മതസമത്വത്തിൽ അധിഷ്ഠിതമായ ഇന്ത്യയെപ്പോലുള്ള ഒരു ജനായത്ത രാഷ്ട്രത്തിന്റെ അടിസ്ഥാനവീക്ഷണം എന്താണെന്ന് രാധാകൃഷ്ണൻ തെളിയിച്ചിരിക്കുന്നു. അവ എണ്ണിയെണ്ണിപ്പറഞ്ഞാൽ-(1) ഒരു മതത്തോട് രാഷ്ട്രം ഏകീഭവിക്കുന്നില്ല. (2) ഏതുമതവും (മതവിരോധം എന്ന മതം ഉണ്ടെങ്കിൽ അതുപോലും!) വിശ്വസിക്കാനും പ്രചരിപ്പിക്കാനും ആർക്കും സ്വാതന്ത്ര്യം ഉണ്ട്. (3) മതം മുൻനിർത്തി രാഷ്ട്രീയമോ സാമൂഹ്യമോ ആയ വിവേചനമില്ല.

ഈ തത്ത്വങ്ങളിൽ ഉറച്ചുനിൽക്കുന്ന ഇന്ത്യൻസ്റ്റേറ്റിനെ രാഷ്ട്രീയമീമാംസയുടെ സാങ്കേതികശൈലിയിൽ എന്തു പേരിട്ടു വിളിക്കാം? ഏകകണ്ഠമായ ഉത്തരമില്ലാത്ത ഒരു ചോദ്യമാണ് ഇത്. ഇന്ത്യയിലെ സെക്കുലറിസത്തെപ്പറ്റി ആധികാരികമായി പഠിച്ചെഴുതിയ ഡൊണാൾഡ് യൂജിൽസ്മിത്തിന്റെയും വേദപ്രകാശ് ലൂതേറയുടെയും കൃതികളിൽ

("India as a Secular State"എന്നും "The concept of the Secular State and India എന്നും ആണ് ആ കൃതികളുടെ പേർ.) ഭിന്നസമാധാനങ്ങളാണ് കാണുന്നത്. ഇന്ത്യയിൽ മതേതരത്വമല്ല, മതസഹിഷ്ണുതയാണ് ഭരണ ഘടന അനുശാസിക്കുന്നതെന്നുണ്ടെങ്കിലും ഇന്ത്യയെ സെക്കുലർസ്റ്റേറ്റായി കണക്കാക്കുന്നതു ശരിയാണ് എന്നാണ് സ്മിത്തിന്റെ പക്ഷം. ലൂതോയുടെ അഭിപ്രായം സവിശേഷമാണ്: മതവിരോധം പ്രചരിപ്പിക്കാതിരിക്കുകയും നാനമതങ്ങളെയും സമാനദൃഷ്ടിയോടെ വീക്ഷിക്കുകയും ചെയ്യുന്ന ഇന്ത്യയെ സെക്കുലർ സ്റ്റേറ്റ് എന്നല്ല, ജൂറിസ് ഡിക്ഷനലിസ്റ്റ് സ്റ്റേറ്റ് (Jurisdictionalist State) എന്നാണ് വിളിക്കേണ്ടതെന്ന് അയാൾ സമർത്ഥി ച്ചിരിക്കുന്നു. പേരു എന്താവട്ടെ, കാര്യം മനസ്സിലായോ എന്നേ ചോദ്യ മുള്ളൂ.

ആധുനികയുഗത്തിൽ ജന്മംപൂണ്ട ഇന്ത്യയുടെയും പാകിസ്ഥാന്റെയും പിന്നീടുള്ള ചരിത്രം, ഇന്ത്യ അനുവർത്തിക്കുന്ന മതസമത്വവീക്ഷണ ത്തിന്റെ മേന്മയെ ഓരോകൊല്ലവും വിളിച്ചു പറഞ്ഞുകൊണ്ടേയിരുന്നു. ഈ വിഷയത്തിൽ രണ്ടു രാഷ്ട്രങ്ങളെ താരതമ്യപ്പെടുത്തി പഠിക്കേണ്ട താണ്.

ഡോ: സക്കീർഹുസ്സൈൻ ഇന്ത്യയുടെ രാഷ്ട്രപതി ആയതിൽ നാം സന്തോഷിക്കുമ്പോൾ, അങ്ങനെയൊരു ഹിന്ദുവിന്ന് പാകിസ്ഥാനിൽ രാഷ്ട്ര നേതൃത്വം കൈവരാൻ വല്ല സൗകര്യവുമുണ്ടോ എന്ന് നാം പരിശോധി ക്കുന്നത് നന്ന്. ഇന്ത്യയിലെ ഒരു വിഭാഗം മുസ്ലീംങ്ങൾ ഇപ്പോഴും ദ്വിരാഷ്ട്ര വാദത്തിൽ വിശ്വസിക്കുന്നുണ്ടെന്നും ചൌധുരിഖാലിക്കുസ്സാമൻ, ഹുസ്സൈൻഇമാം മുതലായ മുസ്ലീം ലീഗുനേതാക്കളുടെ ചരിത്രം ഇതിനു തെളിവാണെന്നും അലിഗർ സർവ്വകലാശാലയിൽ ഭാരതവിരുദ്ധമനോഭാ വത്തിന്റെ പ്രഹസനങ്ങൾ കുറേ ഉണ്ടായിട്ടുണ്ടെന്നും (കേണൽ ഡെയി സിയുടെ റിപ്പോർട്ട് നോക്കുക) ഒക്കെ ചിന്തിച്ചാൽ, ഒരു മുസ്ലീമിനെ ഹിന്ദു പക്ഷമുള്ള ഒരു നാട്ടിൽ അധിശസിംഹാസനത്തിൽ ഏറ്റാൻ കഴിഞ്ഞുവെ ന്നത്. നമ്മുടെ മതസഹിഷ്ണുതാപാരമ്പര്യത്തിന്റെയും പുതിയ മത മൈത്രീയുഗത്തിന്റെയും വിജയമാണെന്ന് സമ്മതിക്കുകതന്നെ വേണം. സക്കീർഹുസ്സൈന്റെ പല ബന്ധുക്കളും പാകിസ്ഥാനിലാണുള്ളത് എന്നൊ ക്കെയറിഞ്ഞിട്ടും, ഹിന്ദുമഹാസഭയും രാഷ്ട്രീയ സ്വയംസേവക സംഘവും എല്ലാം സ്വതന്ത്രമായി വിളയാടുന്ന ഒരു മണ്ണിൽ ആ മനുഷ്യൻതന്നെ രാഷ്ട്രപതി ആയെന്നത് ഇന്ത്യൻനാഷനൽ കോൺഗ്രസ്സ് ഇന്ത്യയിൽ ചിര കാലം നടത്തിയ രാഷ്ട്രീയവിദ്യാഭ്യാസത്തിന്റെ സാഫല്യമായും എനിക്കു തോന്നുന്നു. മതമേ വേണ്ടെന്നുവെച്ചുകൊണ്ട് യൂറോപ്യൻ മോഡൽ സെക്കുലറിസം തുർക്കിയിൽ നടപ്പിലാക്കിയ കമാൽപാഷയുടെതിലും മഹ നീയമായ വിജയമാണ്, മതങ്ങളെയെല്ലാം ഒരേപോലെ കണ്ടുകൊണ്ട് മനുഷ്യസാമ്യം പ്രാവർത്തികമാക്കാൻ സാധിച്ച ജവഹർലാൽ നെഹ്റു വിന്റെ വിജയം എന്ന് ചരിത്രം തീർപ്പുകല്പിക്കാതിരിക്കില്ല.

ശ്രീരാമനേയും ബാബറേയും മനസ്സിലാക്കുക

ഇന്ത്യാ ചരിത്രത്തിലെ ഏറ്റവും അനർഘമായ ഒരു മുഹൂർത്തത്തിലാണ് ശ്രീരാമന്റെ ജന്മസ്ഥലമെന്ന് വിശ്വസിക്കപ്പെടുന്ന ഒരിടത്ത്, മുഗള സാമ്രാജ്യ സ്ഥാപകനായ ബാബർ ഒരു മുസ്ലിംപള്ളി നിർമിച്ചത് എന്ന് ഞാൻ കരുതുന്നു. ഭാരതത്തിന്റെ ചരിത്രം ഏറ്റെടുത്ത ശ്രേഷ്ഠമായ ഒരു നിയോഗത്തിന്റെ സാക്ഷാൽക്കാരമായി അതിനെ കാണേണ്ടതാണ്. ഈ മാതൃകയിൽ ഹൈന്ദവരുടേയും ബൗദ്ധരുടെയും ജൈനരുടെയും മുസ്ലിംകളുടേയും ക്രൈസ്തവരുടേയും ആരാധനാ വേദികൾ ഒരേടത്ത് പ്രശാന്തിയോടെ പടുത്തുയർത്താൻ നമുക്ക് കഴിയുമെങ്കിൽ അതായിരിക്കും ഭാരതീയ സംസ്കാരത്തിന്റെ വിജയദിനം.

മറിച്ച് രാമജന്മഭൂമിയിലെ ശ്രീരാമക്ഷേത്രത്തിനും ബാബറി മസ്ജിദിനും ഒരു സ്ഥലത്ത് നിലനിൽപ്പ് തുടരാൻ പറ്റാത്ത സംഘർഷസാന്ദ്രമായ അവസ്ഥ ഉണ്ടായിത്തീരുകയാണെങ്കിൽ അന്നായിരിക്കും ഇന്ത്യാചരിത്രത്തിലെ ഏറ്റവും ദുർഭഗമായ ദിവസം?

ശ്രീരാമൻ ചരിത്രപുരുഷനാണോ അല്ലയോ എന്ന് ചരിത്രപാണ്ഡിത്യം നിരത്തിവെച്ച് തീരുമാനത്തിലെത്തേണ്ട അവസരമല്ല ഇത്. ശ്രീരാമൻ ഇന്ന സ്ഥലത്തുവെച്ച് പിറന്നു എന്ന് ഒരു കൂട്ടം ജനങ്ങൾ പരമ്പരയാ വിശ്വസിച്ചുപോരുന്നുണ്ടെങ്കിൽ, ഏത് ചരിത്രവസ്തുതപോലെയോ ഏറെയോ ആ വിശ്വാസം ഏതോ വിലപിടിച്ച ഒരു സത്യമായി കലാശിക്കുന്നു. അത് നിഷേധിച്ചിട്ട് ഫലമില്ല. ശ്രീരാമൻ ജനിച്ചതും ലക്നോവിനു സമീപം സ്ഥിതിചെയ്യുന്നതുമായ അയോധ്യ എന്ന 'നഗരി'യിൽ ('പട്ടണ' മല്ല; രണ്ടുംതമ്മിൽ പൗരാണികരീതിക്ക് വ്യത്യാസമുണ്ട്) മുസ്ലിംപള്ളി പണിയാൻ പാടില്ലേ?

ഹിന്ദുക്ഷേത്രം പൊളിച്ചിട്ട് പണിതതിലാണ് ആക്ഷേപം. ശരി, അങ്ങനെ പൊളിച്ചുപണിതാൽ പോലും പതിനാറാം നൂറ്റാണ്ട് കഴിഞ്ഞ് ശതാബ്ദങ്ങൾ പിന്നിട്ടതിനുശേഷം ആ പള്ളി അവിടെ പാടില്ലായിരുന്നുവെന്നും പള്ളി നീക്കണമെന്നും വാദിക്കുന്നത് ശരിയാണോ?

ഹിന്ദുക്ഷേത്രം പൊളിച്ചിട്ട് ആ സ്ഥാനത്താണ് മുഗളസാമ്രാജ്യ നായകൻ പള്ളി പണിതത് എന്നതിന് വിശ്വസനീയമായ തെളിവില്ല. കാലം മാറി മാറിവന്നപ്പോൾ അന്ധതയും പക്ഷപാതവുംകൊണ്ട് പ്രചരിച്ച് വീർത്തുവന്ന ഒരു തെറ്റിദ്ധാരണമാത്രമാണ് അത്. തന്റെ ഓർമ്മക്കുറിപ്പുകളിൽ ബാബർ മൂന്ന് പള്ളി പണിതതും പറഞ്ഞിട്ടുണ്ട്. അത്രയേ പറഞ്ഞിട്ടുള്ളൂ. ബാക്കിയുള്ളതെല്ലാം ഊഹാപോഹങ്ങളാണ്. ചിലപ്പോൾ ഊഹാപോഹങ്ങൾ വേണ്ടിവരും. അങ്ങനെ വരുമ്പോൾ, ബാബറിന്റെ സമഗ്രമായ വ്യക്തിത്വത്തിന്റെ സൂചനകൾക്കെതിരാകരുത് ഊഹാപോഹങ്ങൾ എന്ന് ശ്രദ്ധിച്ചേ പറ്റൂ. ബാബറും ഔറംഗസീബിനുമുമ്പുവരെയുള്ള മറ്റ് മുഗളചക്രവർത്തിമാരും തങ്ങളുടെ ഇസ്ലാം വിശ്വാസത്തെ നീക്കുപോക്കില്ലാതെ അതികർശനമായി കൊണ്ടുനടക്കുകയുണ്ടായിട്ടില്ല. എല്ലാ ചരിത്രകാരന്മാരും ഈ വസ്തുത സമ്മതിക്കും. പാനിപ്പത്ത് യുദ്ധത്തിനു ശേഷം ബാബർ അധികം ജീവിച്ചിരുന്നുമില്ല. ഹിന്ദുക്ഷേത്രം പൊളിച്ച് പാരമ്പര്യം മുഗളവംശത്തിൽ ബാബർ ഉണ്ടാക്കിയില്ല. ഔറംഗസീബിന്റെ സൃഷ്ടിയാണ് അത്.

ബാബർ വ്യാഘ്രലംപോലെ പരാക്രമി ആയിരുന്നെങ്കിലും പൂക്കളുടെ ഇഷ്ടപ്പെട്ട ഒരു കവിയുമായിരുന്നു. പാനിപ്പത്ത് യുദ്ധത്തിനുശേഷം അദ്ദേഹം ആദ്യം ചെയ്ത കാര്യം ശ്രീകൃഷ്ണന് പ്രിയങ്കരമായ യമുനയുടെ തീരത്ത് ഒരു ആരാമം ഉണ്ടാക്കുകയായിരുന്നു. ഇന്നും ആ ആരാമം 'രാം ഭാഗ്' എന്ന പേരിൽ അവിടെ വിലസുന്നു. ക്ഷേത്രം ധ്വംസനം ചെയ്ത ബാബറെ ചരിത്രത്തിന് അറിവില്ല.

ഹിന്ദുസ്ഥാനിൽ ബാബർ ഒന്നാമതുണ്ടാക്കിയ പൂന്തോട്ടത്തിന് രാംഭാഗ് എന്നാണ് പേരെങ്കിൽ, ആ ഉദാരാശയനായ ചക്രവർത്തി രാമന്റെ പേരിലുള്ള ഒരു ആരാധനാസ്ഥലത്തെ തകർക്കുമോ? ശാന്തമായി നാം ആലോചിക്കേണ്ട വിഷയമാണ് ഇത്. ആയിരം പുലി വന്നുവെന്ന കഥ പറഞ്ഞു പരത്തരുത്.

വിശ്വാസസംബന്ധിയായി ബാബർ പരത്തിയ ഈ വിശുദ്ധപരിമളത്തിന്റെ പാരമ്പര്യം, മുഗളസാമ്രാജ്യശ്രീയോടൊപ്പം ഏറ്റവും പരന്നുപ്രചാരം പൂണ്ടത് മഹാനായ അക്ബറിന്റെ കാലത്താണ്. അദ്ദേഹം ഇസ്ലാം അല്ല എന്നുപോലും അക്കാലത്ത് പലരും പറയുന്നതിന് ഇടയാക്കുമാറ് അദ്ദേഹം സർവമതാരാധകനായിരുന്നു. ചില കഥകൾ കേട്ടാൽ ഇന്നും നാം സ്തംഭിച്ചിരുന്നുപോകും! ഇന്നത്തെ സെക്കുലർ ഇന്ത്യ ഒരു ചക്രവർത്തിയിലേക്ക് മടങ്ങേണ്ടിയിരിക്കുന്നു.

അക്ബർ തന്റെ കുപ്പായത്തിന്നടിയിൽ സൊറോസ്ത്രീയരുടെ വേഷം ധരിക്കുകയുണ്ടായിപോൽ. അദ്ദേഹം നെറ്റിയിൽ ഹൈന്ദവരീതിയിൽ തിലകമണിഞ്ഞുവന്നു. അദ്ദേഹത്തിന്റെ ഒരു മകനെ വളർത്തിക്കൊണ്ടുവന്നത് ജസ്വീട്ട് പാതിരിമാരായിരുന്നു. ഗോവധം സമ്പൂർണ്ണമായും മാംസാഹാരം ഭാഗികമായും നിരോധിക്കാൻ അക്ബർ മുതിർന്നു. മഹാഭാരതം,

പുതിയ നിയമം തുടങ്ങിയ അന്യമതഗ്രന്ഥങ്ങൾ വിവർത്തനം ചെയ്യിക്കാൻ ഏർപ്പാട് ചെയ്തു. മതങ്ങളെ ലോകത്തിൽ ആദ്യമായി താരതമ്യപഠനം ചെയ്തത് അക്ബറാണെന്ന് മാക്മുള്ളർ പ്രസ്താവിക്കുന്നു. അക്ബറിൽ ഇത്രമാത്രം നിറഞ്ഞുനിന്നുകാണുന്ന ഹൃദയസംസ്കാരം, തന്റെ മുത്തച്ഛനിൽനിന്നല്ലാതെ മറ്റാരിൽനിന്നുമല്ല അക്ബറിന് കിട്ടിയത്!

മതങ്ങളുടെ ജന്മഭൂമിയായ ഇന്ത്യ മതങ്ങളുടെ വിനാശഭൂമിയാകാതിരിക്കാൻ, മതസൗഹാർദ്ദത്തിന്റെ ഭരണനയം അശോകനുശേഷം ഏറ്റവും വിപുലമായി ആവിഷ്കരിച്ചു നടപ്പാക്കിയ ഈ ചക്രവർത്തിമാരെ ഇന്ത്യ പിന്തുടരുകയാണ് വേണ്ടത്. ഇന്ത്യയുടെ ആത്മനാദം എന്ന് നെഹ്റു ഈ നയത്തെ പ്രശംസിച്ചു. മതവിരോധം പ്രായോഗികമാക്കി ഔറംഗസീബ് നാടുവാണതോടെ, ഇന്ത്യാചരിത്രത്തിൽ സാന്ദ്രപ്രകാശമായ ഒരു ഇന്ദ്രധനുസ്സ് ഉയർത്തിയ ആ സാമ്രാജ്യം ചില്ലുപാത്രം പോലെ ഉടഞ്ഞു പൊടിഞ്ഞുതീർന്നു. ബാബർ ആയിരുന്നു രാമജന്മഭൂമിയിൽ പള്ളിപണിത് ഏകഭാരതം എന്ന ആ മഹാസ്വപ്നത്തിന് പ്രാരംഭം കുറിച്ചത്. അതിനെ ച്ചൊല്ലി വഴക്കടിക്കാനേ നമ്മൾക്ക് ഇന്ന് കഴിവുള്ളൂ!

ശ്രീരാമൻ ലോകരാമനാണ്-ലോകത്തിലെ എല്ലാ ജനങ്ങൾക്കും സന്തോഷമുളവാക്കുന്നവൻ; സർവലോകത്തിന്റേയും രക്ഷിതാവാണ്-രക്ഷിതാ സർവ ലോകസ്യ! ഗുഹൻ, ശബരി തുടങ്ങി ഹീനജാതിക്കാരേയും കാട്ടാളർ, വാനരർ, രാക്ഷസർ, തരുപക്ഷി, മൃഗങ്ങൾ എന്നിവയേയും സ്നേഹിച്ചവനാണ് രാമൻ. തന്റെ കാലത്ത് ഇസ്ലാം ഇന്ത്യയിൽ ഉണ്ടായിരുന്നെങ്കിൽ ആ മതാനുയായികളേയും രാമന്റെ വാത്സല്യം ഉൾക്കൊള്ളാതിരിക്കില്ല എന്ന് രാമായണം പഠിപ്പിക്കുന്നു. ഇന്ത്യയിൽ രാമജന്മഭൂമിയിൽ ബാബർ ഒരു പള്ളി പണതതും യാദൃച്ഛികമായി സംഭവിച്ചതല്ല. ഇന്ത്യാ സംസ്കാരത്തിന്റെ ചൈതന്യം അതിന്റെ ഏറ്റവും വിശ്വാനുഗ്രഹപരമായ ഒരു ചരിത്രസന്ദർഭം സ്വയംകണ്ടെത്തിയതാണ്. അതിനെ ചോരയുടെ ചെളിയിലിട്ട് ചവിട്ടിത്താഴ്ത്തരുത്.

ശ്രീരാമന്റെ സർവസംരക്ഷണവ്യഗ്രത രാമായണത്തിലെ ആവർത്തന ബലിഷ്ഠമായ ഒരാശയമാണ്. സൂര്യൻ ലോകത്തിന്നും വെള്ളം ചെടികൾക്കും എത്ര ആവശ്യമാണോ അതിനേക്കാൾ തന്റെ സമസ്തപ്രജാവൃന്ദത്തിനും ശ്രീരാമൻ അനുപേക്ഷണനീയനായിരുന്നു എന്ന് അയോധ്യാകാണ്ഡത്തിൽ കാണാം. ശ്രീരാമന്റെ സർവമൈത്രിയെ അവിടെ ശ്ലാഘിക്കുന്നു: ദയയിൽ രാമൻ അദ്വിതീയനാണെന്നും ലോകത്തിലെ സർവജനങ്ങളും മാനുഷ്യകത്തിന്റെ വേരായ രാമനിൽനിന്ന് പൊടിച്ചുണ്ടാകുന്ന ഇലയും പൂവും കായും ആണെന്ന് മറ്റൊരു രാമായണപദ്യം പാടുന്നു.

ഇതാണ് രാമൻ. തന്റെ പേരിനോട് ബന്ധപ്പെട്ട ഒരു നാട്ടിൽ എങ്ങനെയോ നിർമിക്കപ്പെട്ട ഒരു ആരാധനാസ്ഥലത്തെ പൊളിക്കാനോ മാറ്റാനോ, ഈ രാമന്റെ പേർ പറഞ്ഞുകൊണ്ട് ആർക്കും അധികാരം കിട്ടുന്നില്ല. നമുക്ക് രാമനിലേക്ക് മടങ്ങാൻപോലും ഇന്ന് വയ്യാതായിരിക്കുന്നു!

“സത്യം ഏകമാണ്, വിദ്വാന്മാർ പലതായി പറയുന്നു” എന്ന ഋഗ്വേദ സൂക്തം ലോകത്തിന്റെ എല്ലാ മതാചാര്യന്മാരുടേയും ഈശ്വരചിന്തകളെ സമാനപാവനങ്ങളായി കാണുവാൻ ഇന്ത്യക്ക് അധികാരവും നിയോഗവും നൽകുന്നുണ്ട്. ആ ചിരന്തനമായ ഉപദേശത്തെ ഭാരതചരിത്രത്തിൽ രാജ്യ ഭരണത്തിന്റെ നയമായി അംഗീകരിക്കുന്നതിന്ന് നേതൃത്വംകൊടുത്ത ഒരു രാജവംശത്തിന്റെ സ്ഥാപകൻ തന്റെ രാജ്യത്ത് ഈശ്വര ആരാധനയ്ക്കു വേണ്ടി ഉണ്ടാക്കിയ ഒരു മന്ദിരത്തെ, മതസമന്വയവും മതസൗഹാർദവും പ്രസംഗിക്കുന്ന സെക്കുലർ ഇന്ത്യ, സ്വാതന്ത്ര്യംനേടി അരനൂറ്റാണ്ടടുക്കു മ്പോൾ, മതവിരോധത്തിന്റെ കുന്തമുപയോഗിച്ച് തകർക്കാൻതുനിയുന്നത് നമ്മുടെ മഹനീയമായ ഏകത്വദർശനത്തിന്റെ പൈതൃകം നിഷേധിക്ക ലാണ്. ആ തെറ്റ് തിരുത്താൻ ഇനി ഇന്ത്യക്ക് അവസരം ലഭിച്ചുവെന്നു വരില്ല. ഒരു വീട്ടിൽ പല മതവിശ്വാസങ്ങൾ ഒന്നിച്ചുപുലർന്ന ഈ നാട്ടിൽ, ഒരു നാട്ടിൽ പല ദേവാലയങ്ങളോ, ഒരു ദേവാലയത്തിൽത്തന്നെ പല ദേവാ രാധനകളോ നടക്കുന്നതുപോലെ മറ്റൊരു സംസ്കാരസാഫല്യം ഉണ്ടാ കാനിടയില്ല. രാമജന്മഭൂമിയിൽ രാമക്ഷേത്രം വീണ്ടും പണിയുമ്പോൾ അതിന്റെ മതിലിന്നകത്ത് സുരക്ഷിതമായി നിർത്തേണ്ട ഒരു മന്ദിരമുണ്ട്- അതാണ് ബാബറി മസ്ജിദ്. ബാബറി മസ്ജിദ് തകർന്നാൽ അത് ഇന്ത്യ യുടെ തകരലായിരിക്കും.

ശ്രീരാമക്ഷേത്രത്തിന്റെ മതിൽക്കെട്ടിന്നുള്ളിൽ മുസ്ലിംപള്ളി തല യുയർത്തി നിൽക്കുമ്പോൾ ഇന്ത്യയിൽ മഹാത്മാഗാന്ധിയുടെ നാദം വീണ്ടും ഉയർന്നുമുഴങ്ങും- “ ഈശ്വര് അള്ളാതേരേനാം.” അപ്പോൾ നാം നമ്മിലേക്കുതന്നെ മടങ്ങുകയും നമ്മെത്തന്നെ കണ്ടെത്തുകയും നമ്മുടെ പഴയ നന്മയിൽനിന്ന് മറ്റൊരു വലിയ നന്മയിലേക്ക് ഉയരുകയും ചെയ്യും.

നിന്ദയിൽ പാഴായ വാക്ക്

ആരെപ്പറ്റിയും അഭിപ്രായ വ്യത്യാസം ഉണ്ടാകാവുന്നതാണ്. ദൈവത്തെക്കുറിച്ചുപോലും "ഉണ്ടല്ലോ ഇല്ലയോ" എന്ന തർക്കം ഇപ്പോഴും ബാക്കി നിൽക്കുന്നു.

ഏതഭിപ്രായ വ്യത്യാസവും സമചിത്തതയോടെ നേരിടുക എന്നതു നമ്മുടെ ജനാധിപത്യത്തിന്റെ അടിസ്ഥാനവിശ്വാസങ്ങളിൽ ഒന്നാണ്. എങ്കിലും ചില അഭിപ്രായവ്യത്യാസങ്ങൾ കേൾക്കുന്നവരെക്കാളേറെ ദ്രോഹം ചെയ്യുക പറയുന്നവരെ ആയിരിക്കും. അത്തരം ഒരഭിപ്രായം പറയപ്പെടുമ്പോൾ പറയുന്ന വ്യക്തി അതുവരെ ആർജ്ജിച്ച മഹത്വത്തിനു സാരമായ ഒടിവു സംഭവിച്ചിരിക്കും മറ്റൊരു വിധത്തിൽ പറഞ്ഞാൽ താൻ സമ്പാദിച്ച തപസ്സ് നഷ്ടപ്പെടുത്തുന്ന വാക്കുകൾ നഷ്ടപ്പെടുത്താതിരിക്കേണ്ടതു വാക്കുകൾ പറയുന്ന വ്യക്തിയുടെ ഏറ്റവും പ്രാഥമിക കടമയാണ്.

ഞാനീ പറഞ്ഞ തപസ്സ് എന്ന സംസ്കാരം ഓരോ വ്യക്തിക്കുമുണ്ട്. ഇന്ന് ഇന്ത്യയിൽ ഏറ്റവുമധികം അതുള്ള ആളാണ് ഇ.എം.ശങ്കരൻ നമ്പൂതിരിപ്പാട്. അദ്ദേഹം പറയുന്ന വാക്ക് വക്താവായ അദ്ദേഹത്തിന്റെയും ശ്രോതാവായ നമ്മുടെയും വലിപ്പം കൂട്ടുന്നതായിരിക്കണം.അത്തരം മഹത്വവർദ്ധകങ്ങളായ വാക്കുകൾ പറയുന്ന ഒരാളെന്ന വിലയിരുത്തലാണ് ഇം. എം.എസിന്റെ വ്യക്തിമഹത്വത്തിന്റെ ഒരു ഘടകം.

ആ ഘടകത്തിൽ ഉടച്ചിൽ തട്ടിക്കുന്ന ഒരു പ്രസ്താവമാണ് ഇതിനിടെ അദ്ദേഹം പറഞ്ഞതായി റിപ്പോർട്ട് ചെയ്യപ്പെട്ടിരിക്കുന്നത്. ഗാന്ധിജിയെ കുറ്റപ്പെടുത്തി എന്നതല്ല ആ പ്രസ്താവത്തിന്റെ ദോഷം. ഗാന്ധിജിയെ ഗാന്ധിജിതന്നെ കുറ്റപ്പെടുത്തിയിട്ടുണ്ട്. ഷൂയിറ്റ്സർ കുറ്റപ്പെടുത്തിയിട്ടുണ്ട്. ഗാന്ധിജി പൊതുജീവിതം ആരംഭിച്ച കാലംതൊട്ടേ വിമർശനം പേടിക്കാതെ നേരിട്ടു മറുപടി പറയുന്നതിൽ അത്യന്തം താൽപര്യം പ്രകടിപ്പിച്ചയാളാണ്.

ഹരിജൻ, യംഗ് ഇന്ത്യ തുടങ്ങിയ പത്രങ്ങളിൽ, തന്നെ നിശിതമായി വിമർശിക്കുന്ന കത്തുകൾ ആൾ പേരോടുകൂടി പ്രസിദ്ധീകരിക്കുകയും

അവയ്ക്ക് അക്ഷോഭ്യനായി അദ്ദേഹം മറുപടി പറയുകയും ചെയ്ത കഥ നമുക്കെല്ലാം അറിയാം.

നമ്പൂതിരിപ്പാട് ഇതിനുമുമ്പു പലതവണ ഗാന്ധിജിയെ വിമർശിച്ചിട്ടുണ്ട്. സൈദ്ധാന്തിക ചിന്തകനായ അദ്ദേഹത്തിനു ചേരുന്ന ശ്രേഷ്ഠതയുള്ള വിമർശനങ്ങളായിരുന്നു കുറെയെല്ലാം. ഇതിനിടെ കാലിക്കറ്റ് സർവ്വകലാശാലയിൽ അദ്ദേഹം ചെയ്ത മലയാളം വകുപ്പിലെ എൻഡോവ്മെന്റ് പ്രഭാഷണത്തിൽ ഇക്കാര്യങ്ങൾ തുറന്നുപറയുകയും ചെയ്തിട്ടുണ്ട്. എന്റെ പേരിലുള്ള പ്രഭാഷണമായിരുന്നതിനാൽ ഞാൻ അതു പ്രത്യേകം ഓർക്കുന്നു. പക്ഷേ, ആ വിമർശനങ്ങളിൽ ഒരെണ്ണംപോലു ഗാന്ധിജിയോ ഇ.എം.എസോ അർഹിക്കാത്തതായിരുന്നില്ല. പക്ഷേ, ഇപ്പോൾ നടത്തിയ അഭിപ്രായപ്രകടനങ്ങൾ ഇ.എം.എസിനെപ്പോലുള്ള വ്യക്തി പറയാൻ അർഹതപ്പെട്ടതല്ല . ഗാന്ധിജിയും വിമർശനം അർഹിക്കുന്നില്ല.

എന്താണ് ഇ.എം.എസ്. പറഞ്ഞത്? ഗാന്ധിജി മൗലികവാദിയാണെന്നു പറഞ്ഞാൽപോലും ഞാനതു തെറ്റാണെന്നു പറയുകയില്ല. കാരണം മതത്തിന്റെ മൗലികസത്യങ്ങൾ ഒരാൾ ഉൾക്കൊള്ളുന്നുണ്ടെങ്കിൽ അതാണ് യഥാർത്ഥ മതം. ആ നോട്ടത്തിൽ ഗാന്ധിജി മതമൗലികവാദിയാണ്. മതങ്ങളുടെ സാരാംശങ്ങൾ ഉൾക്കൊണ്ടുകൊണ്ട് അദ്ദേഹം ഹിന്ദുമതത്തിനും അപ്പുറത്തുള്ള ഒരു സാർവജനീന മതത്തെപ്പറ്റിയാണു സംസാരിച്ചത്.

ഇങ്ങനെ നോക്കുമ്പോൾ ഗാന്ധിജിയെപ്പോലെ ഒരു മതമൗലികവാദി ഇതുവരെ ഉണ്ടായിട്ടില്ല എന്നു സമ്മതിക്കേണ്ടിവരും. ഏതുപോലെ എന്നു ചോദിച്ചാൽ ഞാൻ പറയും, ഇ.എം.എസ്. എങ്ങനെയാണോ ഒരു മൗലിക കമ്മ്യൂണിസ്റ്റ് ആയിരിക്കുന്നത് അതുപോലെ. അദ്ദേഹത്തെ നയിക്കുന്നതും മാർക്സിസത്തിലെ മൗലിക സത്യങ്ങളാണല്ലോ. ആ നിലയ്ക്ക് അദ്ദേഹവും മൗലികവാദിയാണ്- കമ്യൂണിസത്തിലെ മൗലികവാദി. പക്ഷേ, അദ്ദേഹം പറഞ്ഞതു മറ്റൊന്നാണ്. സുലൈമാൻ സേട്ടുവിനേയും മ അദനിയേയും പോലുള്ള മൗലികവാദിയായിട്ടാണ് അദ്ദേഹം ഗാന്ധിജിയെ ചിത്രീകരിച്ചത്.

ഇത്തരം വാക്കുകൾ പറയുമ്പോഴാണ് പറയുന്ന ആളുടെ തപസ്സ് നഷ്ടപ്പെടുക. കേൾക്കുന്നയാളുടെ തപസ്സും. അതു നഷ്ടപ്പെടാതിരിക്കാൻ കേഴ്‌വിക്കാരനു ചെവിപൊത്താം. പറഞ്ഞു കഴിഞ്ഞശേഷം വായപൊത്താൻ ശ്രമിച്ചിട്ടു ഫലമില്ല.

നമ്പൂതിരിപ്പാട് പേരെടുത്തുപറഞ്ഞ മാന്യവ്യക്തികൾ ഉണ്ടല്ലോ. അവർ അവരുടെ നിലകളിൽ യോഗ്യന്മാരായിരിക്കണം. പക്ഷേ, ഗാന്ധിജിയെ അവരുടെ കൂട്ടത്തിൽ പെടുത്തരുത്. വർത്തമാനവും ഭാവിയും അത്തരം ആളെ നിന്ദിക്കും.

ഗാന്ധിജി മതമൗലികവാദം എന്ന് ഇന്നു പറയുന്ന മതാഭാസത്തെ മതശൂന്യത(IRRELIGION) എന്നാണു വിളിച്ചത്. അന്നത്തെ പ്രയോഗം

അതായിരുന്നു. അക്കാലത്തെ മതമൗലികവാദികളിൽ ഒരാളായ ഹസ്രത്ത് മഹാനിയെപ്പറ്റി ഗാന്ധിജി പറഞ്ഞ ഒരു വാക്യം ഞാൻ ഇ.എം.എസിന്റെ ശ്രദ്ധയ്ക്കുമുന്നിൽ സമർപ്പിക്കുന്നു.'DOING IRRELIGION IN THE NAME OF RELIGION IS THE RELIGION OF HAZRAT MAHANT'.

ഈ മതശൂന്യതയാണ് ഇന്നു നാടുമുടിച്ചുകൊണ്ടിരിക്കുന്ന മതമൗലിക വാദ പ്രസ്ഥാനം, ഗാന്ധിജി അതിനെ മരണംവരെ എതിർത്തു.

അതിനെ ഇന്ന് എതിർക്കാൻ കടപ്പെട്ടവർ തങ്ങളുടെ കടമ ഗാന്ധി ജിയെ എതിർത്തുകൊണ്ട് നിറവേറ്റുകയാണോ?

വധത്തിന്റെ രാഷ്ട്രീയമോ രാഷ്ട്രീയത്തിന്റെ വധമോ?

ഇനി നമുക്ക് മുന്നോട്ടേക്ക് നോക്കുക! കുറച്ചുനാളായി നാം പിന്നോട്ടു നോക്കി ദുഃഖിക്കുകയോ എങ്ങോട്ടും നോക്കാതെ കണ്ണടച്ച് മരവിച്ചിരിക്കുകയോ ആയിരുന്നു. ഇനി നാലു പുറവും കണ്ണോടിച്ച്, കാര്യങ്ങൾ കാണേണ്ടതുപോലെ കണ്ട്, മുന്നോട്ടുനോക്കി നടന്നു തുടങ്ങേണ്ടിയിരിക്കുന്നു. കരഞ്ഞു മൂക്കുപിഴിഞ്ഞ് സഹതാപത്തിനുവേണ്ടി കാത്തിരുന്ന് നേരം കളയാൻ ഇനി നേരമില്ല.

ലോകത്തിലോ ഇന്ത്യയിലോ ഇത് ആദ്യത്തെ രാഷ്ട്രീയക്കൊലയല്ല. ഇതിലും വലിയ മഹദ്വധങ്ങൾ സ്വാതന്ത്ര്യം കിട്ടിയതിൽ പിന്നീട് ഇവിടെ നടന്നിട്ടുണ്ട്. നമ്മിൽ പലരുടേയും ജീവിതകാലത്തിനിടയിൽതന്നെ നടന്നവ. മഹാത്മാഗാന്ധിയുടെയും ഇന്ദിരാഗാന്ധിയുടേയും കൊലപാതകങ്ങൾ നാം പ്രത്യേകം ഓർക്കുന്നു. ഒറ്റനോട്ടത്തിൽ ഈ വധങ്ങൾ ഒരേ തരത്തിൽ പെട്ടതാണെന്നേ തോന്നുകയുള്ളൂ. വധിക്കപ്പെട്ട ഈ മൂന്നു പ്രമുഖരും പേരുകൊണ്ട് ഗാന്ധിമാരാണ്. മൂന്നും രാഷ്ട്രീയ വധങ്ങളാണ്. മൂന്നുപേരും കോൺഗ്രസ് നേതാക്കളാണെന്നും പറയാം-ഗാന്ധിജിയെപ്പറ്റി. താത്വികമായും സാങ്കേതികമായും അത് അത്ര ഉറപ്പിച്ചു പറയാമോ എന്ന് സംശയിക്കാമെങ്കിലും.

വ്യത്യാസങ്ങൾ കൂടുതൽ സൂക്ഷ്മങ്ങളാണ്. വധിക്കപ്പെട്ടവരിൽ മഹാത്മാവ് നിരുപമനും അദ്വിതീയനുമാണ്. ജീവിതത്തിലും മരണത്തിലും അദ്ദേഹം അദ്വിതീയനാണ്-ഒന്നാമനാണെന്നല്ല, അതുപോലെ മറ്റൊരാളില്ല എന്ന്. അതിനാൽ അതുപോലെ കൊല്ലപ്പെടാനും മറ്റൊരാളില്ല. രാഷ്ട്രീയ നേതാവ് എന്നതിനും അപ്പുറം ഗാന്ധിജി ലോകത്തിന് ഒരുഗുരുവും പ്രവാചകനുമാണ്. മഹാത്മാവിന്റെ വധത്തിന് ഒരു പേരുകൊടുക്കാമെങ്കിൽ അത് ഗുരുഹത്യ(Vaticide)എന്നാകാം. ഗാന്ധിജി ഭാരതജനതയുടെ ഉള്ളിന്റെയുള്ളിൽ ഒളിഞ്ഞിരുന്ന എല്ലാ അല്പത്വങ്ങളോടും അധമത്വങ്ങളോടും സമരം ചെയ്തു. ആ സമരം ഇവിടത്തെ ജനങ്ങളെ അദ്ദേഹത്തിന്റെ ശിഷ്യരാക്കിയതോടൊപ്പം അസ്വസ്ഥരുമാക്കി. ശിഷ്യരായവരിൽ

പലരും ഗാന്ധിജിയുടെ മാന്ത്രിക വലയത്തിൽനിന്ന് കുതറിമാറാനും തുനിഞ്ഞു. ഗോഡ്സെ കുതറിമാറിയത് ഗാന്ധി ശരീരത്തെ നശിപ്പിച്ചു കൊണ്ടായിരുന്നു. വെടിവെച്ചുകൊന്നതുകൊണ്ട് ലോകം അയാളെ ഗാന്ധിജിയുടെ ഘാതകനെന്ന് ചിത്രീകരിച്ചു. ശരിതന്നെ. പക്ഷേ, അയാളിൽ ഗാന്ധിജിയാൽ ആകൃഷ്ടമായ ഒരു ആന്തര ഘടകം ഉണ്ടായിരുന്നിരിക്കണം. ഇല്ലെങ്കിൽ ഗാന്ധിജിയോട് ഉദാസീനത പുലർത്തിയാൽ മതിയല്ലോ. ഗാന്ധിജി ഗോഡ്സെയെ ബാധിച്ചിരുന്നുവെന്ന് പറയാം.

അതിനാൽ അയാൾ ഉയർത്തിയ കഠാരി ഒരേ സമയത്ത് മാരകമായ ഒരായുധവും അസാധാരണനായ ഒരു മഹാത്മാവിനോട് പ്രതികരിക്കാൻ അറിയാത്ത ഒരു അന്ധന്റെ പ്രാകൃതമായ പൂജോപകരണവുമായി മാറി. ഗുരുവിനെ വധിച്ചവരിൽ പലരും പിന്നീട്, ജൂദാസിനെപ്പോലെ ആത്മഹത്യ ചെയ്തവരാണ്. തൂക്കിക്കൊല്ലപ്പെട്ട ഗോഡ്സെക്ക് ആത്മഹത്യ ഒഴിവാക്കാനായി.

ഇന്ദിരാഗാന്ധിയുടെ കാലമായപ്പോഴേക്കും നാം ഈ മഹാത്മതലത്തിൽനിന്ന് വളരെ ഇറങ്ങിവന്നു. രാഷ്ട്രീയ വിരോധത്തിന് പ്രതികാരേച്ഛ എന്ന വിഷമുന വളർന്നുവന്നപ്പോളാണ് ഇന്ദിരാഗാന്ധിയുടെ വധം ഉണ്ടായത്. അവർ ഗാന്ധിജിയെപ്പോലെ സ്നേഹത്തിന്റെ മൂർത്തിയായിരുന്നില്ല. ശക്തിയുടെ ദേവിയായിരുന്നു. നെഹ്റുവിന്റെ മകളാണെങ്കിലും അവരുടെ മാനസിക പ്രേരണകൾ നെഹ്റുവിന്റേതിൽനിന്ന് വിഭിന്നമായിരുന്നു. നെഹ്റുവിന്റെ രാഷ്ട്രീയ നയങ്ങൾതന്നെ അവർ പിന്തുടർന്നു; പക്ഷേ, നെഹ്റുവിന്റെ പ്രതികരണ രീതി അവർക്ക് സഹജമായിരുന്നില്ല. അതിനെ തുടർന്ന് ഇന്ത്യയുടെ രാഷ്ട്രീയാന്തരീക്ഷം ഏറെയേറെ അക്രമാസക്തവും കടുത്ത വിരോധവും പ്രതികാരബുദ്ധിയും അസഹിഷ്ണുതയും വികാരക്ഷോഭവും നിറഞ്ഞതും ആയിത്തീർന്നു. രാഷ്ട്രീയം ആകെ ഒരു ഭീകര രക്ഷസ്സായിമാറി. രാഷ്ട്രീയ പ്രവർത്തകരുടെ അഴിമതിയും മറ്റും പഴങ്കഥകളായിത്തീർന്നു. മരണത്തിലും ഒടുങ്ങാത്ത കുടിപ്പകയും ഹീന വികാരത്തള്ളിച്ചയും രാഷ്ട്രീയ കക്ഷികളുടെ സ്വഭാവത്തെ അടിയോടെ മാറ്റി. ജനാധിപത്യത്തിലെ ചർച്ചയുടെ അന്തരീക്ഷം സായുധ സംഹാരത്തിന്റെ ആക്രോശങ്ങൾകൊണ്ട് നിറഞ്ഞു.

ആ കാലത്തിന്റെ ആദ്യത്തെ നേതൃബലിയാണ് ഇപ്പോൾ നടന്ന രാജീവുവധം. ഇവിടെ വ്യക്തിയോടുള്ള വിരോധവും പ്രതികാരവാഞ്ഛയുമല്ല വധത്തിന്റെ പ്രേരകശക്തി. രാഷ്ട്രീയവധം, ഇക്കാലമായപ്പോഴേക്ക് സാമാന്യശൈലിയായി മാറി. അതിനാൽ പെട്ടെന്ന് എല്ലാവർക്കും തോന്നി, ഇതൊരു അകാരണവും അനാവശ്യവുമായ വധമാണെന്ന്. ഈ അറുകൊല വെറുകൊലയാണെന്ന്. അതുമൂലം ഈ വധം ഏറ്റവും കരളലിയിക്കുന്നതായിരുന്നു. സത്യത്തിൽ ഈ വധത്തിന് ഒരു കുറ്റവാളിയില്ല. കുറ്റവാളിയെ കണ്ടുപിടിച്ചുവെന്ന് റിപ്പോർട്ടുവന്നാലും, യഥാർത്ഥ കുറ്റവാളി ഈ കശ്മലമായ രാഷ്ട്രീയ ശൈലിയാണ്. ഇന്നത്തെ രാഷ്ട്രീയാ

ന്തരീക്ഷത്തിന്റെ ആത്മാവിഷ്കാരം കൊലയിലൂടെ നടക്കുന്നു. ഈ അന്തരീക്ഷം നിലനിൽക്കുന്ന കാലത്തോളം രാഷ്ട്രീയവധം ഇവിടെ തുടർക്കഥയായി നടന്നുകൊണ്ടിരിക്കും, ഭീകരമായ ഈ യഥാർത്ഥ്യത്തിലേക്ക് വിരൽചൂണ്ടുന്നുവെന്നതാണ് രാജീവിന്റെ വധത്തിന്റെ പ്രാധാന്യം.

രാഷ്ട്രീയ വധത്തിന് ഒരു നല്ല വശമുണ്ട്-തുടരെ തെറ്റ് ചെയ്യുന്ന ഒരു സമൂഹത്തിന്ന് തെറ്റുതിരുത്താൻ ചരിത്രം സൃഷ്ടിക്കുന്ന ഒരു അവസരമാണ് അത്. ഇങ്ങനെ കൈവരുന്ന അവസരങ്ങൾ, എത്ര ദാരുണമായാലും, വിവേകപൂർവ്വം തെറ്റുതിരുത്തിക്കൊണ്ട് ഉപയോഗപ്പെടുത്തേണ്ട കടമ അവശേഷിച്ചവർക്കുണ്ട്. അത് നിറവേറ്റിയില്ലെങ്കിൽ, വധദേവത ഈ മണ്ണിൽ നിർബാധം വിലസിക്കൊണ്ടിരിക്കുമെന്ന് ഞാൻ ഭയപ്പെടുന്നു.

ഇന്ദിരാഗാന്ധിയുടെ വധത്തിൽനിന്ന് നാം എന്താണ് പഠിച്ചത്? കൊല എളുപ്പമാണ് എന്നല്ലാതെ, കൊല അരുതാത്തതാണ് എന്ന് നാം പഠിച്ചില്ല -പഠിപ്പിക്കേണ്ടവർ നമ്മെ പഠിപ്പിച്ചുമില്ല. കൊലയ്ക്ക് മറുകൊല നടത്താനാണ് ചിലരെങ്കിലും അന്ന് മുതിർന്നത്. രാജീവ് മരിച്ചപ്പോഴോ? 'സസേമിര' എന്ന ഉത്തരം കേട്ടിട്ടില്ലേ, അതുതന്നെ ഓരോ വധവും ജനതയിൽനിന്ന് അഗാധമായ മൗനം ആവശ്യപ്പെടുന്നു. മനനം ചെയ്യാൻ നമ്മുടെ ശക്തി മുഴുവൻ വിലാപഘോഷയാത്രകളിലും ചിതാഭസ്മനിമജ്ജനത്തിലും ചെലവഴിക്കപ്പെടുന്നു. അവ വേണ്ടെന്നല്ല. അവ മരണാനന്തരം അനുഷ്ഠിക്കപ്പെടുന്ന ബാഹ്യാചാരങ്ങൾ മാത്രമാണ്. അവയെ നാടകീകരിക്കുകയും പർവതീകരിക്കുകയും ചെയ്യുന്നത് കടമയുടെ വഴിയിൽനിന്ന് നമ്മെ തെറ്റിക്കും. അവയെത്തുടർന്ന് കലഹങ്ങളും അതിക്രമങ്ങളും ആയാലോ? നേതാവിന്റെ വധത്തിൽ നിന്നുളവായ ശോകം ധർമശോകമായിരിക്കണം. അതിൽനിന്ന് ഒരു നവനീതിയുടെ ഉദയം ഉണ്ടാകണം. അതിന്ന് ആ വികാരത്തെ പ്രകടനവസ്തുവും ഹിംസയുടെ പ്രേരണയും ആക്കാതിരിക്കാൻ ശ്രദ്ധിക്കണം. എല്ലാം നാം ആഘോഷങ്ങളാക്കി മാറ്റുമ്പോൾ, അവ താൽക്കാലിക ക്ഷോഭങ്ങൾ മാത്രമായിത്തീരും, അങ്ങനെ ഈ മഹാദുഃഖം ഇപ്പോൾ പത്രങ്ങൾ പ്രതിദിനം എഴുതിത്തള്ളുന്ന വൃഥാസ്ഥൂലമായ അതിശയോക്തിയുടെ ഭാഷയിൽ മുങ്ങിപ്പോയിരിക്കുന്നു. നമുക്ക് ദുഃഖമുണ്ടെന്ന് നാമറിയുന്നത് പത്രം വായിച്ചിട്ടായിരിക്കുന്നു. സന്താപത്തിന്റെയും പശ്ചാത്താപത്തിന്റെയും വിശുദ്ധമായ ഒരു വികാരം ഇവിടെ വില്പനച്ചരക്കോ രാഷ്ട്രീയപ്രലോഭനമോ ആയിത്തീരുന്നു. ഉൽകൃഷ്ടമായ ഒരു ശോകത്തെ മലിനീകരിക്കാൻ നമുക്ക് നന്നായറിയാം. എന്നാൽ ഒരു മഹത്തായ ചരമം കഴിഞ്ഞ്, ജഡം കിടക്കുന്ന മഞ്ചത്തിന്റെ മുമ്പിൽ എങ്ങനെ പെരുമാറണമെന്ന് നാം ഇനിയും പഠിച്ചിട്ടില്ല.

ഇങ്ങനെ പെരുമാറുന്ന നാം ആരുടെ കൂടെയാണെന്ന് ചിന്തിക്കേണ്ട സന്ദർഭമാണ് ഇത്. പ്രശ്നങ്ങൾ ഉയരുമ്പോൾ നാം എന്തിന്റെ കൂടെ നിൽക്കുന്നുവെന്നതാണ് നമ്മുടെ സത്തയെ നിശ്ചയിക്കുന്ന ചോദ്യം. മുദ്രാവാക്യങ്ങൾ കേട്ടാൽ നാം മഹാത്മാഗാന്ധി തൊട്ട് രാജീവ് ഗാന്ധി

വരെയുള്ളവരുടെകൂടെയാണ്. പക്ഷേ, പ്രതികരണങ്ങളിലും പ്രവൃത്തികളിലും നാം ഗോഡ്സെയുടെയും 'ജീവിക്കുന്ന ബോംബി'ന്റെയും കൂടെയാണ്. വധിക്കപ്പെട്ടവരുടെ കൂടെയാണെന്ന് വെളിയിൽകാട്ടി, വധിച്ചവരുടെ കൂടെ ആന്തരമായി കൂടിച്ചേരുന്ന ഒരു യുവശക്തിത്വം നമുക്കുണ്ട്. ചെന്നായയുടെ കൂടെ നായാടാനും മുയലിന്റെ കൂടെ ഓടാനും പഠിച്ചവരാണ് നാം. സാമൂഹിക രംഗങ്ങളിൽ നമുക്ക് ആദർശപരമായി സത്യസന്ധത പുലർത്താൻ പറ്റാത്തത് ഇതുകൊണ്ടാണ്. വധിക്കപ്പെട്ടവർ എന്തെല്ലാം ആദർശങ്ങൾക്കുവേണ്ടി നിലകൊണ്ടോ, തിരഞ്ഞെടുപ്പിലും അധികാര മത്സരത്തിലും നിസ്സാര ലാഭങ്ങൾ ഉണ്ടാക്കാൻ വേണ്ടി അതെല്ലാം വലിച്ചെറിയാൻ നമുക്ക് മടിയില്ല. 'നാം ആരുടെ കൂടെ? എന്ന ചോദ്യത്തിന് കളവില്ലാത്ത ഉത്തരം പറയാനുള്ള കരളുറപ്പ് ഇന്ന് ഇന്ത്യക്കാർക്കില്ല.

നമ്മുടെ ഈ കുറ്റം ഗോഡ്സെയുടെ കുറ്റത്തിലും കഠിനമാണ്. ഗോഡ്സെ മഹാത്മാവിന്റെ ശരീരം നശിപ്പിച്ചപ്പോൾ നാം അദ്ദേഹത്തിന്റെ ആശയം നശിപ്പിക്കുന്നവരാണ്. അപ്പോൾ ഗോഡ്സെപോലും നമ്മോളം വരില്ല കൾമലത്വത്തിൽ! ഗാന്ധിജിക്ക് ശരീരനാശം ഒരാപത്തല്ല. ഗാന്ധിജിയുടെ പ്രതിമകൾ തകർക്കപ്പെടുന്നതും വേദനാകരമല്ല. എന്നാൽ സ്വന്തം നാട്ടുകാർ, അനുയായികൾ, ശിഷ്യന്മാർ എല്ലാം കൂടെ നയിച്ചുനയിച്ച്, ദിവസേന ശരാശരി ആറുപേർ രാഷ്ട്രീയവും സാമുദായികവുമായ കലാപങ്ങളിൽ മരിച്ചുകൊണ്ടിരിക്കുന്ന സ്ഥിതിയിൽ ഇന്ത്യ വീണുകിടക്കുന്നു. ഗാന്ധിജിയുടെ ആത്മാവായ ആശയത്തെ നേരിടാൻ കഴിയാത്തതുകൊണ്ടാണ് ഗോഡ്സെ ശരീരം നശിപ്പിക്കാൻ തോക്കെടുത്തത്. നാം തോക്കില്ലാതെ, വാക്കും കർമ്മവുംകൊണ്ട് ഗാന്ധിജിയെ വധിക്കുന്നു. അതിന്റെ തോതിൽ നാം പ്രതിമകളും നിർമിക്കുന്നു.

ശത്രുക്കൾക്ക് മഹാത്മാക്കളുടെ ശരീരത്തെ മാത്രമേ ഇല്ലാതാക്കാൻ കഴിയുകയുള്ളൂ. ശിഷ്യന്മാർക്ക് അവരുടെ ആത്മാവിനെ നശിപ്പിക്കാൻ ഒരു പ്രയാസവുമില്ല. അതുകൊണ്ടാണ് ബുദ്ധൻ ബുദ്ധമതാനുയായിയല്ലെന്ന് വിവേകാനന്ദസ്വാമികൾ പറഞ്ഞത്. ലോകത്തിൽ ഒരു ക്രിസ്ത്യൻ ഉണ്ടായിരുന്നത് കുരിശിന്മേൽവെച്ച് മരിച്ചു എന്ന ചൊല്ലുണ്ടായതും ഇതുകൊണ്ടാണ്. 'ഞാൻ മാർക്സിസ്റ്റല്ലാ' എന്നു മാർക്സ് പറഞ്ഞുവെന്ന കഥ പ്രചാരത്തിലുള്ളതും ഇതുകൊണ്ടുതന്നെ. അനുയായികൾ ഗുരുക്കന്മാരുടെ വചനങ്ങളിൽ വിഷം (വെള്ളമല്ല) കലർത്തി വ്യാപാരം നടത്തുന്നു. ഈ ഗുരുഹത്യാപരിപാടിയുടെ ദുരന്തം നാം ഇന്ന് ഇന്ത്യയിൽ അനുഭവിച്ചുവരുന്നു.

മരിച്ചുപോയ നേതാക്കന്മാർക്ക് ജയോക്തികൾ ഉയർത്തുന്ന അനുയായികളേ, നിങ്ങൾ ഉച്ചരിക്കുന്ന മുദ്രാവാക്യങ്ങളിലല്ല ആ മഹാന്മാർ ജീവിക്കുന്നത്, നിങ്ങളുടെ പ്രവർത്തനങ്ങളിലാണ്. ഇതും നിങ്ങൾ എന്നാണ് ഇനി

മനസ്സിലാക്കുക? ഇത്രയുംപേർ വധിക്കപ്പെട്ടതു പോരേ, ഈ സത്യം ഗ്രഹിക്കാൻ?

മുദ്രാവാക്യങ്ങൾ ഉച്ചരിക്കാനും പ്രകടനങ്ങൾ നടത്താനും നമുക്ക് എപ്പോഴും വലിയ ആവേശമാണ്. കാരണം കുറച്ചുസമയം മതിയല്ലോ അത്. നാം നമ്മെക്കാൾ വലിയ ആളായി ഭാവിക്കാൻ കുറച്ചുനേരത്തേക്ക് ആർക്കും സാധിക്കും. പക്ഷേ, എപ്പോഴും അങ്ങനെ ഭാവിക്കാനാവില്ല. അങ്ങനെയാണ് ഗാന്ധിജിയുടെയും നെഹ്റുവിന്റെയും ശിഷ്യന്മാരുടെ തനിരൂപം അല്പം കഴിയുമ്പോൾ വെളിച്ചത്തുവരുന്നത്. പ്രതിസന്ധികൾ വരുമ്പോൾ നാം പഴയനാമാണ്-ഗാന്ധിജിയുടേയും നെഹ്റുവിന്റെയും ശിഷ്യരല്ല. അതായത് വർഗ്ഗീയവാദികൾ, മുതലാളിമാരുടെ ഇഷ്ടദാസന്മാർ, ധനമോഹികൾ, സ്ഥാനകാംക്ഷികൾ, സ്വാർത്ഥലോലുപർ-പലതരം ഉദരംഭരികൾ!

ആദർശം നടപ്പിലാക്കാൻ കഴിയാത്തവർക്ക് നടപ്പിലാക്കാൻ കഴിയുന്നത് പ്രകടനം മാത്രമാണ്. രാജീവ്ഗാന്ധി മരിച്ചിട്ട് ഏറെ നാളായില്ല. കണ്ണീരിന്റെ ഉപ്പുരസം ഇപ്പോഴും പോയിട്ടില്ല. പക്ഷേ, നമ്മുടെ പ്രദർശനപരത എത്ര ഉയരം വെച്ചെന്നോ? കേരളത്തിലെ ഒരു സർവകലാശാലയുടെ പേരു മാറ്റി രാജീവ് ഗാന്ധി സർവകലാശാല എന്നാക്കണമെന്ന നിർദ്ദേശംവന്നു കഴിഞ്ഞു. ഇനി മറ്റുനാലു സർവകലാശാലകളുടേയും അഭ്യുദയകാംക്ഷികൾകൂടി രംഗത്ത് വരികയേ വേണ്ടൂ. തമാശ പൂർത്തിയാവാൻ ഇന്ദിരാഗാന്ധിവധത്തെതുടർന്ന് അന്ന് കേരളത്തിലുണ്ടായ രസം നിങ്ങൾ മറന്നിരിക്കാനിടയില്ല. രണ്ടു സർവകലാശാലകൾ പേരുമാറ്റാൻ ആകാശവും ഭൂമിയും കുലുക്കിയോടി. ഇതുകണ്ട് മനം മടുത്ത ചാൻസലർ ഒന്നും വേണ്ടെന്ന് തീരുമാനിച്ചു. നമ്മുടെ സർവകലാശാലകളുടെ കുഴപ്പം മുഴുവൻ വധിക്കപ്പെട്ട ഒരു നേതാവിന്റെ പേര് ഇട്ടില്ല എന്നതാണോ? അവരോട് ആദരം പ്രകടിപ്പിക്കുവാൻ പേരുമാറ്റലാണോ വഴി? ഏറ്റവും മോശമായി നടക്കുന്ന സർവകലാശാലകൾക്കു നേതാക്കന്മാരുടെ പേരുകൊടുക്കുന്നത് ആദരമോ ബഹുമതിയോ ആകുന്നതെങ്ങനെ? അപമാനിക്കലിന് തുല്യമല്ലേ അത്? ഇതൊന്നും ആലോചിക്കാൻ ആർക്കും നേരമില്ല. ആലോചിക്കുന്ന ആളുകളുമില്ലെന്ന് വെച്ചോളൂ.

എന്താണ് ഈ താഴ്ച്ചക്ക് കാരണം? ഇന്നത്തെ രാഷ്ട്രീയത്തിൽ മുമ്പില്ലാതിരുന്ന ഒരു ഘടകം അധികമായുണ്ട്. അതാണ് അധികാരം എന്ന കേന്ദ്രസാധനം. ഇന്നത്തെ രാഷ്ട്രീയപ്രവർത്തനത്തിന്റെ അച്ചുതണ്ടായി തിരിയുന്നത് അതത്രേ. സ്വാതന്ത്ര്യ സമരക്കാലത്ത് അധികാരത്തെപ്പറ്റി സമരഭടന്മാരുടെ മനസ്സിൽ കാല്പനികമായ ഒരു സുന്ദര ചിത്രമാണ് നിറഞ്ഞുനിന്നിരുന്നത്. അന്നതിന് വളഞ്ഞുകൂർത്ത പല്ലുകളില്ലായിരുന്നു. പാവങ്ങളെ തലോടുന്നകൈവിരലുകളുള്ള ഒന്നായിട്ടാണ് അന്ന് അധികാരം സങ്കല്പിക്കപ്പെട്ടത്. സ്വാതന്ത്ര്യസ്വർഗം എന്ന് അന്ന് ടാഗോർ പാടിയപ്പോൾ 'പാവങ്ങൾ ജീവിക്കുന്ന ഒരു ദേശത്തിന്റെ സ്വർഗം' എന്നായിരുന്നു അതിന്

അർത്ഥം. 'അവനവന്റെ സ്വർഗം' എന്ന അർഥം അതിനുണ്ടായിരുന്നില്ല. സുഖവും സമ്പത്തും വിലസുന്ന ആ സ്വർഗത്തിന്റെ താക്കോൽ അധികാരമായിരുന്നു. അത് കൈയിൽ കിട്ടിയവർ അത് പാവങ്ങൾക്കുവേണ്ടിയല്ല തങ്ങളുടെ സ്വന്തക്കാർക്കുവേണ്ടിയാണ് തുറന്നുകൊടുത്തത്. പാവങ്ങളെ അവർ താക്കോൽകിലുക്കം കേൾപ്പിച്ചു. തിരഞ്ഞെടുപ്പ് അതിനുള്ളതാണ്. തിരഞ്ഞെടുക്കപ്പെട്ടു കഴിഞ്ഞപ്പോൾ സ്വന്തക്കാർക്കുവേണ്ടി അവർ സ്വർഗം തുറന്നുകൊടുത്തു. ഈ സ്വർഗീയമായ സുഖസമ്പത്തുകൾ നേടാൻ ഏത് മഹാപാതകം ചെയ്താലും അധികമല്ല എന്ന് നമ്മുടെ രാഷ്ട്രീയകക്ഷികൾ മനസ്സിലാക്കിക്കഴിഞ്ഞു.

ഒരു മഹാപാതകം നമ്മുടെ മുമ്പിൽവെച്ച് നടന്നത് നാം കണ്ടു. പക്ഷേ, അതിനുമുമ്പ് എത്രയോ അത്യുന്നതരായ പാവങ്ങളെ ഈ സ്വർഗഭ്രാന്ത് പിടിച്ച ഭീകരന്മാർ വധിച്ചത് ഇപ്പോൾ കണ്ണീരൊഴുക്കുന്ന നാമാരും കണ്ടില്ല. കണ്ടെങ്കിൽ ശ്രദ്ധിച്ചില്ല. ഇപ്പോഴാകട്ടെ, ശ്രദ്ധിച്ചിട്ടും ഫലമില്ലെന്ന സ്ഥിതിയിൽ രാഷ്ട്രം എത്തിയിരിക്കുന്നു.

ഇപ്പോൾ പത്രങ്ങൾ പറയുന്നു. പല രാഷ്ട്രീയകക്ഷികളുടേയും നേതാക്കൾ കൂറ്റൻ പണക്കാർക്കും അതിഭീകരന്മാരായ കുറ്റവാളികൾക്കും സമുദായ ദ്രോഹികൾക്കും തങ്ങളെയും കക്ഷികളെയും പണയപ്പെടുത്തിക്കഴിഞ്ഞിരിക്കുന്നുവെന്ന്. ഇതൊക്കെ പണ്ടേ ഗാന്ധിജിതന്നെ ചൂണ്ടിക്കാണിച്ചതാണ്. ചെവിയുണ്ടായിട്ടും ആരും കേട്ടില്ല. ഇപ്പോൾ ആദർശങ്ങൾ അമ്പേ മാറിപ്പോയിരിക്കുന്നു. രാഷ്ട്രീയക്കാരുടെ പ്രവർത്തനങ്ങൾ അകലെ നിന്ന് വീക്ഷിച്ച കുറ്റവാളികളും അക്രമികളും തങ്ങളുടെ പരമ്പരാഗതമായ തൊഴിലിനേക്കാൾ ലാഭകരവും അന്തസ്സും ബഹുമാന്യതയും എല്ലാം നിറഞ്ഞതും രാഷ്ട്രീയ പ്രവർത്തനമാണെന്ന് മനസ്സിലാക്കി. പകൽ കക്കുവാൻവേണ്ടി തിരഞ്ഞെടുക്കപ്പെടുന്ന ഒരു നാട്ടിൽ രാത്രി കളവ് നടത്തി ജയിലിൽ പോകാൻ ആരെയെങ്കിലും കിട്ടുമോ?

ഇന്ത്യയിൽ ഇന്ന് ഈ ആദർശമാറാട്ടം (ആൾമാറാട്ടംപോലും) പൂർത്തിയായിരിക്കുന്നു. വധത്തിന്റെ രാഷ്ട്രീയം ഉണ്ടായത് ഇങ്ങനെയാണ്. ഇതിന്നു കാരണം ശരിയായ രാഷ്ട്രീയത്തിന്റെ വധമാണ്. രാഷ്ട്രീയത്തിന്റെ പഴയ മൂല്യങ്ങൾ കൊലചെയ്യപ്പെട്ടതുകൊണ്ടാണ് കൊലയുടെ രാഷ്ട്രീയം ഇന്ത്യയിൽ ഇന്ന് അരങ്ങേറിയിരിക്കുന്നത്. ഒരു നേതാവ് വധിക്കപ്പെടുന്നതിനുമുമ്പ് നൂറ് പാവങ്ങളായ നാട്ടുകാർ വധിക്കപ്പെടുന്ന നാടായിത്തീർന്നിരിക്കുന്നു നമ്മുടെ പ്രേമാഭിമാനഭാജനമായ ഭാരതം! മരിക്കുന്നതുവരെ ജീവിക്കുവാൻ അവകാശമുള്ള ഈ ലോകത്തിൽ ഇന്ത്യക്കാർക്ക് ഇക്കാലത്ത് വധിക്കപ്പെടുന്നതുവരെ ജീവിക്കാൻ മാത്രമേ അവകാശമുള്ളൂ. രോഗം കൊണ്ടും പട്ടിണികൊണ്ടുമല്ല ഇന്ത്യയിൽ ഇന്ന് ആളുകൾ മരിക്കുന്നത്. ആയുധംകൊണ്ടാണ്. ഈ പുരോഗതിയിൽ നമുക്ക് അഭിമാനിക്കുക?

ഈ അഭിമാനം മതിയെങ്കിൽ ഇവിടെത്തന്നെ നിന്നാൽമതി. പോരെങ്കിൽ വന്നവഴിയേ തിരിച്ചുപോവുകതന്നെവേണം. പറയുന്നപോലെ എളുപ്പമല്ല അത്. വന്നവഴി വീഴ്ചയുടെയും തകർച്ചയുടെയും വഴിയാണ്. വീഴുന്നത് അതിവേഗത്തിലായിരിക്കും. പക്ഷേ, തിരിച്ചു പോകുന്നവഴി കയറ്റമാണ്. കയറിപ്പോവുക എളുപ്പമല്ല. പറയുന്നതുപോലെ പ്രവർത്തിക്കണം. പറയുന്നത് ഒന്നും പ്രവർത്തിക്കുന്നത് മറ്റൊന്നും ആയപ്പോഴാണ് വീഴാൻ തുടങ്ങിയത്. അർഥം നഷ്ടപ്പെട്ട വാക്കുകൾക്ക് വീണ്ടും അർഥത്തിന്റെ ജീവൻ നല്കണം-സത്യം, അഹിംസ, സമത്വം, വർഗീയത, മതനിരപേക്ഷത, ജനാധിപത്യം, നീതീവാഴ്ച തുടങ്ങി എത്രയെത്ര തരംതാണുപോയ വാക്കുകൾ? ഗാന്ധിജി ഒക്ടോബർ രണ്ടിന് ഓർക്കാനും പറയാനുമുള്ള ഒരു കൗതുകവസ്തുവാകരുത്. ഗാന്ധിജി വർഷത്തിൽ ഒരു ദിനത്തിലെ ഓർമയല്ല. ഓരോ ദിനത്തിലേയും ഓരോ നിമിഷത്തിലേയും സജീവ സാന്നിധ്യമായിത്തീരണം. ജനസേവ, രസായനസേവപോലെ, നക്കിനക്കി പാത്രം കാലിയാക്കുന്ന ഏർപ്പാടാകരുത്. ഇന്ത്യക്കാരനെ, മതത്തിന്റെയും ജാതിയുടെയും ദേശത്തിന്റെയും സമ്പത്തിന്റെയും കത്തികൊണ്ട് വിഭജിക്കുകയോ വിഭജിക്കാൻ ഉദ്ദേശമുള്ളവരുടെ കൂട്ടുകൂടി പ്രവർത്തിക്കുകയോ പാടില്ല. എല്ലാവരും ഈ നാട്ടിൽ ഒന്നിച്ചുകഴിഞ്ഞുകൂടുവാൻ ഉപകരിക്കുന്ന സ്നേഹത്തിന്റെ അന്തരീക്ഷം ഉണ്ടാക്കണം. ഒന്നിച്ചു ജീവിച്ചില്ലെങ്കിൽ ഒന്നിച്ച് നശിക്കേണ്ടിവരും. നരഹത്യയുടെ രാഷ്ട്രീയം സഹജീവിതത്തിന്റെ വെളിച്ചത്തിലേ അസ്തമിക്കുകയുള്ളൂ. അതിജീവിക്കുവാൻ സഹജീവിതം എന്നതായിരിക്കണം രഷ്ട്രീയകക്ഷികളുടെ സർവപ്രധാനമായ മുദ്രാവാക്യം. അവനവന്റെ നേട്ടങ്ങൾക്കുവേണ്ടിയല്ല, സഹോദരന്മാരുടെ നേട്ടങ്ങൾക്കുവേണ്ടിയാണ് പ്രവർത്തിക്കേണ്ടത്.

ഇങ്ങനെ ഒരു രാജ്യമാണ് ഗാന്ധിജിയും നെഹ്റുവും സ്വപ്നം കണ്ടത്. ഇതിന്റെ അടിസ്ഥാന ശിലകളെ നമ്മുടെ ഭരണഘടനയിൽ സോഷ്യലിസം, സെക്കുലറിസം, ഡമോക്രസി എന്നൊക്കെയുള്ള വാക്കുകളിൽ വിവരിച്ചു. ഈ ഇന്ത്യയെ സാക്ഷാൽക്കരിക്കുകയാണ് ഏവരുടെയും കടമ. അവിടെയാണ് സുരക്ഷിതത്വം ഉള്ളത്. സുരക്ഷിതത്വം അന്വേഷണ റിപ്പോർട്ടുകളിലോ ആഭ്യന്തരമന്ത്രികാര്യാലയത്തിൽനിന്നോ നിർദേശിക്കപ്പെടുന്ന പ്രമാണങ്ങളിൽനിന്ന് ഉണ്ടാവുകയില്ല.

രാജീവ് ഗാന്ധിയുടെ ദാരുണമായ വധത്തെ ഇന്നത്തെ രാഷ്ട്രീയ മൂല്യങ്ങളുടെ ഒരു പുനർവിചാരത്തിനുള്ള അവസരമായി ഉപയോഗപ്പെടുത്തുകയാണ് അദ്ദേഹത്തോടുള്ള കടപ്പാട് തീർക്കാനുള്ള ഏകമാർഗം. മറ്റെല്ലാം അദ്ദേഹത്തെ വീണ്ടും വീണ്ടും വധിക്കലായിരിക്കും.

നമ്മുടെ രാഷ്ട്രീയരംഗത്തിലെ അത്യാധുനിക പരിണാമങ്ങൾ

കഴിഞ്ഞ പൊതു തിരഞ്ഞെടുപ്പിന്നുശേഷം ഇന്ത്യയിൽ ഉദയംകോണ്ട രാഷ്ട്രീയ പരിവർത്തനങ്ങളുടെ സാരവും സ്വഭാവും എന്തെന്ന് തിട്ടപ്പെടുത്തുവാനാണ് നമ്മുടെ രാഷ്ട്രീയ പണ്ഡിതന്മാരുടെ ഇന്നത്തെ തിരക്കിട്ട ജോലി. ആ ജോലി ഇന്ന് പരക്കെ നടക്കുന്നുണ്ട്. തത്ത്വങ്ങളുടെയും വസ്തുക്കളുടെയും വേണ്ട പിൻബലത്തോടെയാണോ ആ പ്രവൃത്തി ചെയ്തുപോരുതെന്ന സംശയം ചിലർക്ക് തോന്നിക്കൂടായ്കയില്ലെങ്കിലും, അത് ചെയ്യാൻ തുടങ്ങിയിരിക്കുന്നു എന്നതുതന്നെ ആശ്വാസപ്രദമായ ഒരു സംഗതിയാണ്.

രണ്ടുതരം ആളുകളാണ് ഈ രാഷ്ട്രീയ പരിണാമങ്ങളുടെ മൂല്യനിർണ്ണയത്തിന്നും വ്യാഖ്യാനത്തിന്നും മുതിർന്നുകാണുന്നവർ—രാഷ്ട്രീയരംഗത്തുതന്നെ പ്രവർത്തിക്കുന്നവരും മേല്പറഞ്ഞ രാഷ്ട്രീയപരിവർത്തനങ്ങളുടെ കരുക്കളും ഉപകരണങ്ങളും എന്ന് വിശേഷിപ്പിക്കപ്പെടാവുന്നവരും ആയ നേതാക്കളാണ് ഒരുകൂട്ടർ; മറ്റേകൂട്ടരാകട്ടെ രാഷ്ട്രീയകാര്യങ്ങളെ രാഷ്ട്രമീമാംസ എന്ന ശാസ്ത്രത്തിന്റെ ഭാഗമായി കണ്ടുകൊണ്ട് നിസ്സംഗമായി വിവേചനം നടത്തി വിമർശിക്കുന്ന രാഷ്ട്രീയതത്ത്വവിദ്യാർത്ഥികളാണ്. ആദ്യവിഭാഗത്തിൽപെടുന്ന രാഷ്ട്രീയനേതാക്കളുടെ ശബ്ദം നിരന്തരമായി പത്രങ്ങൾ, പ്രസംഗവേദികൾ മുതലായ ബഹുജനസമ്പർക്കമണ്ഡലങ്ങളിൽനിന്ന് ഘോരഘോഷത്തോടെ മുഴങ്ങികേൾക്കപ്പെടുന്നതുമൂലം, ജനങ്ങൾ പൊതുവെ അറിയുന്ന അഭിപ്രായങ്ങളാണ് അവരുടേത്. രാഷ്ട്രീയനേതാക്കൾ പറയുന്നതെന്തും ആർത്തിയോടെ വിഴുങ്ങാൻ തയ്യാറായ തീരാത്ത ബുഭുക്ഷയുള്ള ഒരു സമുദായമാണല്ലോ നമ്മുടേത്. എന്നാൽ രാഷ്ട്രമീമാംസാപണ്ഡിതന്മാരുടെ അഭിപ്രായങ്ങൾക്ക് ഇത്ര പരന്ന വിപണിയില്ല. അവർക്ക് ഇത്ര സംഖ്യാബലമോ സ്ഥാനബലമോ ഇല്ലതാനും. പോരെങ്കിൽ അവരുടെ അഭിപ്രായങ്ങളുടെ പ്രകാശനം ഏറെക്കുറെ ഇംഗ്ലീഷിൽ എഴുതിയിടുന്ന ഗ്രന്ഥങ്ങളിലാണ് സംഭവിക്കുന്നത്. അതുമൂലം വളരെ ചുരുക്കം തൽപരരായ അഭിജ്ഞരുടെ ഇടയിൽ മാത്രമേ അവരുടെ ചിന്തകൾ പ്രചരിക്കാൻ വഴിയുള്ളു.

ഇതുകൊണ്ട് വന്നുചേർന്നിരിക്കുന്ന ഒരാപത്ത് പ്രതിക്കൂട്ടിൽ നില്ക്കുന്നവൻതന്നെ അഭിഭാഷകനും വിധികർത്താവും ആയിത്തീർന്നിരിക്കുന്നു എന്നതത്രേ. രാഷ്ട്രീയരംഗത്തുനിന്ന് അതുമിതും ചെയ്തുകൂട്ടുന്നവർ തന്നെ അതിന്റെ അർത്ഥവും സാരവും പറഞ്ഞു പഠിപ്പിക്കാൻ തുനിഞ്ഞാൽ, വെളിച്ചപ്പാട് ഈശ്വരനെക്കുറിച്ച് പ്രസംഗിക്കുന്നതുപോലെയായിരിക്കും. ഉദാഹരണത്തിന്ന്, ബംഗാൾ ഗവർണ്ണരുടെ പ്രക്ഷോഭകാരിയായ നടപടിയുടെ ന്യായാന്യായതകളെപ്പറ്റി ഭരണഘടനാവിദഗ്ദ്ധർ പറയുന്ന അഭിപ്രായങ്ങളേക്കാൾ മുഴക്കവും പ്രചാരവും പ്രാധാന്യവും ഇന്നുള്ളത്. ഈ രാഷ്ട്രീയ നാടകത്തിൽ അഭിനയിക്കാൻ മുഖത്തു തേപ്പുമായിക്കഴിയുന്ന ഇ.എം.എസ്സ് പ്രഭൃതികളുടെ കക്ഷി പക്ഷപാതജടിലമായ കുയുക്തികൾക്കാണല്ലോ.

ഇത്തരക്കാരുടെ വാതോരാത്ത പറച്ചിൽകാരണം, ഇക്കഴിഞ്ഞ പൊതു തിരഞ്ഞെടുപ്പിന്റെ ഫലങ്ങളേയും പാഠങ്ങളെയുംപറ്റി ജനങ്ങൾ ധരിച്ചു വെക്കാനിടയായിട്ടുള്ള സംഗതികൾ എത്ര അബദ്ധങ്ങളാണെന്ന് അല്പമൊന്ന് ചിന്തിച്ചാൽ നമുക്ക് വെളിപ്പെടും. മുൻതിരഞ്ഞെടുപ്പിന്റെ ഫലമായി നാഷനൽ കോൺഗ്രസ്സിന്റെ ഭരണാധികാരം ചില സംസ്ഥാനങ്ങളിൽ നിന്ന് മാറിയതും മറ്റുചില കക്ഷികളുടെ സങ്കരമന്ത്രിസഭകൾ അവിടങ്ങളിൽ സ്ഥാനാരോഹണം ചെയ്തതും യുഗപരിവർത്തനശക്തിയുള്ള സംഭവങ്ങളാണെന്നാണ് കോൺഗ്രസ്സിതരകക്ഷികളുടെ നേതാക്കൾ പ്രസ്താവിച്ചു കൊണ്ടിരിക്കുന്നത്. ഒരുയുഗം അവസാനിച്ചുവെന്നും ഒരു അഭിനവയുഗം ഉദയംചെയ്തു കഴിഞ്ഞെന്നും ഈ സൂര്യന് ഇനി താഴ്ചയില്ലെന്നും അവർ കണ്ണടച്ചു പ്രവചിച്ചുകൊണ്ടിരിക്കുന്നു. സൂക്ഷിച്ചുനോക്കിയാൽ എന്താണീ മാറ്റം? തത്ത്വത്തിൽ, ഇന്ത്യൻ ഭരണഘടനയാൽ സംപൂജിതമായിരിക്കുന്ന സമഗ്ര ജനാധിപത്യം എന്ന ആശയത്തിന്റെ വിജയകരമായ ഒരു പുരോഗതി മാത്രമാണ് കഴിഞ്ഞ തിരഞ്ഞെടുപ്പിന്നുശേഷം നാം കണ്ട കാഴ്ച. അതുവരെ സംഭവിച്ചിരുന്നത്, ഏതു കക്ഷിക്കും ഭരണാധികാരത്തിൽ കയറാം എന്ന തത്ത്വം കോൺഗ്രസ്സുഭരണം എന്ന യാഥാർത്ഥ്യത്തിൽനിന്ന് വ്യത്യസ്തമില്ലാതിരുന്ന ഒരവസ്ഥയായിരുന്നു. എന്നാൽ കഴിഞ്ഞ തിരഞ്ഞെടുപ്പുവഴി ആ തത്ത്വം അതിന്റെ പൂർണ്ണരൂപത്തിൽ ഭംഗിയോടെ തെളിയിക്കപ്പെടുകതന്നെ ചെയ്തു. ഇത്രയുംകാലം കോൺഗ്രസ്സ് അധികാരത്തിൽ തുടർന്നുപോന്നത് അതിന്റെ അസാധാരണമായ ഒരു വിജയമാണെങ്കിൽ, ആ അധികാരം അന്യകക്ഷികളിലേക്ക് പകർന്നുവെന്നത് കോൺഗ്രസ്സിന്റെ മഹത്തരമായ മറ്റൊരു വിജയമാണ്. അതിനാൽ ഇക്കഴിഞ്ഞ തിരഞ്ഞെടുപ്പിൽ, ജനാധിപത്യതത്ത്വം വിജയിച്ചുവെന്നതിൽ ക്കവിഞ്ഞൊരു അസാധാരണത്വവും സംഭവിച്ചിട്ടില്ലെന്ന് നമുക്ക് മനസ്സിലാക്കുക. കാരണം ആചന്ദ്രതാരം അധികാരത്തിൽ തനിക്കേ ഇരിക്കാൻ പാടുള്ളുവെന്ന് കോൺഗ്രസ്സ് സങ്കല്പിക്കുകയോ നിശ്ചയിക്കുകയോ ചെയ്തിരുന്നില്ല.

പക്ഷേ, ജയിച്ചു ശീലമില്ലാത്ത പട്ടിണിക്കക്ഷികളുടെ നേതാക്കൾ തങ്ങളുടെ പ്രഥമജയത്തെ ഉള്ളതിലേറെ വലുതാക്കിക്കാണിക്കുന്നതിന്നു വേണ്ടി എന്തെല്ലാമോ പൊങ്ങച്ചങ്ങൾ ഇവിടെ പ്രചരിപ്പിച്ചുകൊണ്ടിരിക്കുകയാണ്. അവരുടെ മറ്റൊരു വിഡ്ഢിത്തം എഴുന്നള്ളിപ്പാണ്. ഇനി ഇവിടെ ഏകകക്ഷി മന്ത്രിസഭകൾ ഉണ്ടാവുകയില്ലെന്നും അവയുടെ കാലം കഴിഞ്ഞെന്നും മേലിൽ ബഹുകക്ഷിജന്യമായ സങ്കീർണ്ണ മന്ത്രിസഭകളാണ് ഉണ്ടാവുക എന്നുമുള്ള പ്രഖ്യാപനങ്ങൾ. നമ്പൂതിരിപ്പാട് ഈ സൈന്യത്തിന്റെ പ്രവാചകനായി ആസേതുഹിമാചലം ഇപ്പോൾ ഓടിനടക്കുകയാണ്. രാഷ്ട്രീയബോധത്തിന്റെ കണികയുടെ തെളിച്ചംപോലുമില്ലാത്ത ഒരു വാദമാണ് ഇത്. തിരഞ്ഞെടുപ്പിൽ മത്സരിക്കുന്ന രാഷ്ട്രീയ കക്ഷികൾക്ക് ഒറ്റയ്ക്ക് സമരം ചെയ്ത് ജയിക്കാനുള്ള കഴിവില്ലെന്ന് തെളിയുമ്പോളാണ് കക്ഷിമുന്നണികളും സങ്കരമന്ത്രിസഭകളും ജന്മമെടുക്കാറ്. രാഷ്ട്രീയ കക്ഷികളുടെ ദൗർബല്യത്തിന്റെ പരസ്യമായ സമ്മതമാണ് മുന്നണി, ഇതിന്നെ മറച്ചുപിടിക്കാനുള്ള പരിഹാസ്യമായ ഒരു പരിശ്രമം മാത്രമാണ് പല കക്ഷികൾ ചേർന്നാണ് ഇനി ഇന്ത്യ ഭരിക്കാൻ പോകുന്നതെന്ന പ്രഖ്യാപനം. സ്വയം ശക്തിയുണ്ടെങ്കിൽ ഏതെങ്കിലും രാഷ്ട്രീയ കക്ഷി മറ്റു കക്ഷികളോട് കൂട്ടുചേരുമോ? മദിരാശിയിൽ ഡി.എം.കെ.ഒറ്റയ്ക്ക് മന്ത്രിസഭ രൂപീകരിച്ചത് അതിന്നുവേണ്ട ഊക്ക് അതിന്നുണ്ടായതുകൊണ്ടായിരുന്നു. കേരളത്തിലും ബംഗാളിലുംതന്നെ, ആപച്ഛങ്കകൂടാതെ ഒറ്റയ്ക്ക് ഭരിക്കാനുള്ള ഭൂരിപക്ഷം മാർക്സിസ്ററുകൾക്കുണ്ടായിരുവെങ്കിൽ, മുന്നണിസങ്കല്പം ചവറ്റുകൊട്ടയിലല്ലാതെ ചെന്നുവീഴുമോ? അതിനാൽ നമ്പൂതിരിപ്പാടിന്റെ വാദം 'വീണേടംകൊണ്ട് വിദ്യ' മാത്രമാണെന്നുകാണാൻ പ്രയാസമില്ല. മുന്നണിവാദത്തിൽ അദ്ദേഹത്തിന്ന് വല്ല വിശ്വാസവുമുണ്ടെങ്കിൽ അതിന്നൊരർത്ഥമേയുള്ളു-തന്റെ കക്ഷി ഒറ്റയ്ക്ക് മത്സരിച്ചു ജയിക്കാവുന്ന ഒരു കക്ഷിയായി ഒരിക്കലും തീരരുത് എന്നാണ് അദ്ദേഹം പ്രാർത്ഥിക്കുന്നതെന്നുമാത്രം ! (ഒരു മാർക്സിസ്റ്റ് പ്രാർത്ഥിക്കുമെങ്കിൽ!) അങ്ങനെ കരുതാൻ ന്യായമില്ലെന്നതുകൊണ്ട്, ഈ വാദം താൽക്കാലികമായ ഒരു രക്ഷാവാദം മാത്രമാണെന്നും മറ്റുകക്ഷികളെ മുന്നണിയിൽ കുടുക്കി, മാർക്സിസ്റ്റുകളുടെ വെറും ചുമടുതാങ്ങികളും വെള്ളംകോരികളുമായി അവയെ അധഃപതിപ്പിക്കുകയാണ് അതിന്റെ ഉന്നമെന്നും ചിന്താശീലന്മാർക്ക് ഗ്രഹിക്കാം.

ഇതു ഗ്രഹിക്കാൻപോലും കഴിവില്ലാത്ത വെറും അല്പാധികാര തൃപ്തരായ നിസ്സാരകക്ഷികൾ ഇന്ത്യയിൽ ഉള്ളേടത്തോളം 'മുന്നണിഭരണം' എന്നും കോൺഗ്രസ്സു വിരോധം' എന്നുമുള്ള പദങ്ങൾ ഘോഷിച്ച് അവയെ മയക്കി തൻകാര്യം നേടാൻ മാർക്സിസ്റ്റുകൾക്ക് ഒരു പ്രയാസവുമില്ല. രാഷ്ട്രീയ നടന്മാരായ നേതാക്കന്മാരുടെ സ്വാർത്ഥജന്യമായ വ്യാഖ്യാനങ്ങൾ നാട്ടിൽ പ്രചരിക്കുന്നതിനെ ഫലപ്രദമായി തടയാൻ നമുക്ക് വയ്യെങ്കിൽ, ഈ കപടവാദം വിഴുങ്ങി അപകടപ്പെടുന്ന കക്ഷികളും

വ്യക്തികളും ഇനിയും കൂടുകയേയുള്ളുവെന്ന് ഞാൻ കരുതുന്നു. കോൺഗ്രസ്സിന്റെ കടമകളിലൊന്ന്, ഇന്ത്യൻ രാഷ്ട്രീയമണ്ഡലത്തിലെ പ്രധാന സംഭവങ്ങളുടെ ശരിയായ ആന്തരാർത്ഥമെന്തെന്ന്, രാഷ്ട്രമീമാംസയുടെ വെളിച്ചത്തിൽ നാട്ടുകാർക്ക് വിശദമായി വ്യാഖ്യാനിച്ചുകൊടുക്കുക എന്നതത്രേ. പണ്ടത്തെക്കാളേറെ അതിന്റെ പ്രചാരണയന്ത്രം സുശക്തമായും പ്രഗത്ഭമായും പ്രവർത്തിക്കേണ്ട കാലമാണിത്. സൂര്യപ്രകാശത്തിൽ മഞ്ഞിൻകണങ്ങൾപോലെ കോൺഗ്രസ്സ് ശത്രുക്കളുടെ വാദാഭാസങ്ങൾ ശാസ്ത്രീയമായ ആ പ്രചാരവേലയുടെ മുമ്പിൽ പൊടുന്നനെ അപ്രത്യക്ഷമാകാതിരിക്കില്ല. നമ്മുടെ നാട്ടിൽ അത്യാധുനികദശയിൽ നടക്കുന്ന രാഷ്ട്രീയ പരിണാമങ്ങൾ വിവരിക്കപ്പെടാനെന്തിരിക്കുന്നു എന്ന വിചാരം തനിപ്പിശകാണ്. ആ പിശകിന്റെ തലയണമേൽ ചാഞ്ഞുറങ്ങിപ്പോയാൽ തെറ്റായി വിവരിക്കുന്നവന്റെ കൂടെയായിരിക്കും ആളുകൾ പോകുന്നത്. ഏറ്റവും സൂക്ഷ്മമായി ചിന്തിച്ച് പ്രവർത്തിക്കേണ്ടകാലമാണിത് എന്ന് ചുരുക്കം.

കളങ്കം ഗാന്ധിജിക്കല്ല നമ്പൂതിരിപ്പാടിന്

മഹാത്മാഗാന്ധി സവിശേഷകമായ ഒരു അർത്ഥത്തിൽ മതമൗലിക വാദിയാണെന്ന ഇ.എം.എസ്സിന്റെ അഭിപ്രായം എനിക്ക് പണ്ടേയുള്ളതാണ്. മതത്തിന്റെ മൗലിക സത്യങ്ങളെ ഉൾക്കൊള്ളുന്നയാളാണ് യഥാർത്ഥ മതമൗലികവാദി. അതാണ് ഗാന്ധിജിയെ എല്ലാ മതങ്ങൾക്കും അപ്പുറത്തുള്ള സാർവജനീന മതത്തിന്റെ പ്രചാരകനാക്കി മാറ്റിയത്. ഇന്ത്യൻ നാഷണൽ കോൺഗ്രസ്സിന്റെ പഴയകാല ചരിത്രം ഈ മൗലികമായ മതദർശനത്തിന്റെ നല്ല ഫലം എന്തെന്നു തെളിയിക്കുന്നു.

ഇ.എം.എസ്.ചൂണ്ടിക്കണിച്ചതുപോലെ മറ്റൊരു മതമൗലിക നിലപാടുമുണ്ട്. അതിനെയാണ് ഇംഗ്ലീഷ് ഭാഷയിൽ 'റിലിജിയസ് ഫണ്ടമെന്റിസം' എന്നു വിളിക്കാറുള്ളത്. സത്യത്തിൽ ഈ പ്രയോഗം തെറ്റാണ്. ഇപ്പോഴത്തെ മതങ്ങൾ മതമൗലിക സത്യങ്ങൾ ഉൾക്കൊള്ളുന്നില്ല എന്നതാണ് ഏറ്റവും വലിയ രസം. മതത്തിന്റെ മൗലിക സത്യങ്ങളെ അറിയാതെയോ ഉപേക്ഷിച്ചോ, മതത്തിന്റെ ആചാരപരവും പൗരോഹിത്യപരവും അന്യമതങ്ങളോട് വിരോധം കലർന്നതുമായ മതരഹിത ഉദാഹരണങ്ങളാണ് ഇ.എം.എസ്. സൂചിപ്പിച്ച ലീഗിന്റെ പഴയതും പുതിയതും ലീഗിനു വെളിയിലുള്ളതുമായ കേരളത്തിലെ മുസ്ലിം നേതൃത്വം. ഇവിടെ ഇവർ തമ്മിൽ ഒരു വ്യത്യാസവും ഞാൻ കാണുന്നില്ല.

ഇ.എം.എസ്.പറയുന്ന രണ്ടുതരം മതമൗലികവാദം, ലീഗിന്റെ മതമൗലികവാദവും അല്ലാത്ത മതമൗലികവാദവും എന്നു പറയാനാവില്ല. അതുകൊണ്ട് ലീഗിന്റെ മതമൗലിക വാദം ഉൾക്കൊള്ളുന്ന കോൺഗ്രസ് മതനിരപേക്ഷതയെ വഞ്ചിച്ചുവെന്നും ഇന്ന് ലീഗിന് വെളിയിൽ പ്രവർത്തിക്കുന്ന മുസ്ലിം നേതൃത്വം തങ്ങൾക്കു സ്വീകാര്യമാകുമാറ് മതനിരപേക്ഷത ഉൾക്കൊള്ളുന്നുവെന്നും പറയുന്നത് ഏറ്റവും സൗമ്യമായി പറഞ്ഞാൽ കുതർക്കമാണ്. മതമൗലികവാദത്തിന്റെ രണ്ടു പുറങ്ങളെയും ചൂണ്ടിക്കാണിച്ച ഇ.എം.എസ്. അത്രത്തോളം ഒരു ചിന്തകന്റെ നിഷ്പക്ഷത പുലർത്തിയിട്ടുണ്ട്. രാഷ്ട്രീയക്കാരന്റെ കാഴ്ചപ്പാടിന് ഉപരിയായ ഈ സവിശേഷ നിലപാടിന്റെ പേരിൽ ഞാനദ്ദേഹത്തെ അഭിനന്ദിക്കുന്നു.

പക്ഷേ, മുസ്ലിം നേതൃത്വത്തിന്നിടയിൽ ഇടതുപക്ഷത്തിനു സ്വീകരിക്കാവുന്നതും തനിമ കലർന്നതുമായ ഒരു വിഭാഗമുണ്ടെന്നും മറിച്ച്, തങ്ങളുടെ കൂടെ ഏതു ചെകുത്താൻ വന്നാലും അതു ദേവദൂതനാണെന്നും എതിർ കക്ഷിയുടെ കൂടെ അതേ ചെകുത്താൻ നടക്കുമ്പോൾ അത് ചെകുത്താനേയും വിഴുങ്ങുന്ന പിശാചാണെന്നു വാദിക്കുന്ന കൗശലം രാഷ്ട്രീയ നേതാക്കൾ പണ്ടേ പ്രയോഗിച്ചുവരുന്ന അടവാണ്. ഇ.എം.എസ്സിനെ കക്ഷി വിചാരത്തിനപ്പുറത്ത് ഈ നാട്ടിലെ ആളുകൾ ആദരിക്കുന്നുവെങ്കിൽ അത് ഈ താണതരം കൗശലം ഉപയോഗിച്ചതുകൊണ്ടല്ലെന്നും അവരാരും മറന്നിട്ടില്ല. അത് നിർബന്ധിച്ച് മറപ്പിക്കുന്നത് വേദനാജനകമാണ്.

ഗാന്ധിജി വിമർശിക്കപ്പെടാൻ പാടില്ലാത്ത ഒരു അലൗകിക പ്രതിഭാസമാണ് എന്നൊന്നും എനിക്കല്ല ആർക്കും അഭിപ്രായമുണ്ടെന്നു തോന്നുന്നില്ല. ശങ്കരൻ നമ്പൂതിരിപ്പാട് സിദ്ധാന്തപരമായ സത്യസന്ധതയുള്ള ഒരു മാർക്സിസ്റ്റ് എന്ന നിലയിൽ, വളരെ വർഷം മുമ്പുതന്നെ ഗാന്ധിജിയുടെ പല നിലപാടുകളെയും എതിർത്തിട്ടുണ്ട്. അദ്ദേഹത്തിന്റെ പ്രസിദ്ധ ഗ്രന്ഥമായ 'ഗാന്ധിജിയും ഗാന്ധിസവും' എന്ന കൃതി ഈയൊരു നിലപാടിന്റെ നിദർശനമായിരിക്കും. അതിലൊന്നും ആർക്കും പരിഭവമില്ല. മാർക്സിസവും ഗാന്ധിസവും കൂടുതൽ തെളിഞ്ഞു മനസ്സിലാക്കുവാൻ ഇത്തരം താത്ത്വിക പഠനങ്ങൾ സഹായിക്കുന്നു.

എന്നാൽ ഇ.എം.എസ്സിന്റെ പുതിയ പ്രസ്താവനയിൽ ഈ നിലപാട് നഷ്ടപ്പെട്ടുപോയിരിക്കുന്നു. ഗാന്ധിജിയുടെ തത്ത്വങ്ങളുടെ സൈദ്ധാന്തികമായ അസ്വീകാര്യത തന്റെ ദൃഷ്ടിയിൽ പ്രദർശിപ്പിക്കുകയില്ല ഇവിടെ; നേരെമറിച്ച് പണ്ടോ ഇന്നോ നിലവിലില്ലാതിരുന്ന ഒരു പുതിയ ഗാന്ധിജിയെ അവതരിപ്പിച്ച് ആ ഗാന്ധിജിയെ എതിർക്കുന്ന വിനോദത്തിലാണ് അദ്ദേഹം ഏർപ്പെട്ടത്. ഗാന്ധിജിയുടെ മൗലികമായ മതവിശ്വാസം ദേശീയ സ്വാതന്ത്ര്യ സമരത്തിന് അനുകൂലമായ സാമൂഹിക ചലനങ്ങൾ സൃഷ്ടിച്ചുവെന്ന് പറയുന്ന ചിന്തകനായ ഇ.എം.എസ്സിനെ എതിർക്കുന്നതാണ്. ഗാന്ധിജിയുടെ മതപരമായ നിലപാടിനെപ്പോലെത്തന്നെ തന്റെ കക്ഷിക്ക് 'മഅ്ദനി-സേഠ്' പ്രഭൃതികളുടെ മതമൗലികവാദവും സ്വീകാര്യമാണ് എന്ന നമ്പൂതിരിപ്പാടിന്റെ പുതിയ വാദം. നാളെ കേരളത്തിൽ സംഭവിക്കാൻ പോകുന്ന രാഷ്ട്രീയമായ കൂട്ടുചേരലുകളെ മുന്നിൽ കണ്ടല്ലാതെ ഇത്തരമൊരു താത്ത്വിക വ്യതിയാനത്തിന് നമ്പൂതിരിപ്പാട് മുതിരുവാൻ വേറെ കാരണം ഞാൻ കാണുന്നില്ല.

വേണ്ടത് ആദർശത്തിന്റെ ആർജവം

മതമൗലികവാദത്തിന്ന് ഗാന്ധിജി തന്റെ പഴയ എഴുത്തുകളിൽ നല്കിയ പേർ 'മതശൂന്യത'(Ir-religion) എന്നായിരുന്നു. മതശൂന്യത മതമാക്കിയ അക്കാലത്തെ ഒരു മുസ്ലിം നേതാവിനെ ഗാന്ധിജി പരിഹസിച്ചത് ഞാനോർക്കുന്നു. ഇന്നത്തെ ഇന്തോ-അംഗ്ലിയൻ ബുദ്ധിജീവികൾ

തങ്ങളുടെ ചർച്ചകളിൽ ഇതിന്റെ സ്ഥാനത്ത് ഉപയോഗിച്ചുവരുന്ന വാക്കാണ് മതമൗലികവാദം എന്നത്. മതത്തിന്റെ മൂടുപടമണിഞ്ഞ് മതാഭാസവും മത ഭ്രാന്തും പ്രചരിപ്പിക്കുന്നത് ഏതു വിഭാഗമായാലും അത് രാഷ്ട്രത്തിന് ആപത്ത് വരുത്തിവെയ്ക്കും. ഇപ്പറഞ്ഞ നിലപാടിൽ ശങ്കരൻ നമ്പൂതിരി പ്പാട് ആശയനേതൃത്വം നൽകുന്ന മാർക്സിസ്റ്റ് ഇടതുപക്ഷം ഉറച്ചു നിൽക്കും. നിൽക്കണം എന്ന് അഭിലഷിക്കുന്നുണ്ടെങ്കിൽ ഏതു രൂപത്തിൽ ഏതുവിഭാഗത്തുനിന്ന്, ഏതുസ്വരത്തിൽ പ്രത്യക്ഷപ്പെട്ടാലും ഗാന്ധിജി എതിർത്തുപോന്ന Ir-religion ആയാലും പുതിയ രാഷ്ട്രീയ പണ്ഡിത ന്മാർ പ്രയോഗിച്ചുവരുന്ന റിലിജിയസ് ഫണ്ടമെന്റലിസം (religious fundamentalism)ആയാലും അതിനെയെല്ലാം നിരുപാധികമായി തള്ളിക്ക ളയാനാവശ്യമായ ആദർശത്തിന്റെ ആർജവവും ദേശനന്മയുടെ പേരിൽ നമ്പൂതിരിപ്പാട് തന്റെ കക്ഷിക്ക് ഉപദേശിച്ചു കൊടുക്കേണ്ടതാണ്. കോൺഗ്ര സ്സിനെ ചാരിനിൽക്കുന്ന ലീഗ് നേതൃത്വം അസ്വീകാര്യമാണെന്നുമുള്ള വേറൊന്നുവരുമ്പോൾ ഇ.എം.എസ്.മേൽപ്പറഞ്ഞ ചിന്തകന്റെ കിരീടം വലി ച്ചെറിഞ്ഞ് അവസരം ഉപയോഗപ്പെടുത്തുന്ന ഒരു രാഷ്ട്രീയ നേതാവിന്റെ തൊപ്പിധരിച്ചതായി എനിക്കു തോന്നുന്നു. ചിന്തകന്റെ ദർശന വിശുദ്ധി അദ്ദേഹം ഉടനീളം പരിപാലിക്കേണ്ടതായിരുന്നു. അതു ചെയ്തുകാണാ ത്തതിൽ കേരളത്തിലെ എന്നെപ്പോലുള്ള എത്രയോ പേർ നിശ്ചയമായും ദുഃഖിക്കുന്നു.

കേരളത്തിന്റെ രാഷ്ട്രീയചിത്രം

'കേരളത്തിലെ പുതിയ അദ്ധ്യായം' എന്ന പ്രബന്ധം (മാ.ഭൂ.ആഴ്ചപ്പതിപ്പ് 11-8-1957) പലരേയും വേദനിപ്പിച്ചേക്കാമെങ്കിലും ആരെയും ആശ്ചര്യപ്പെടുത്തുമെന്നു തോന്നുന്നില്ല. വാഴുന്ന കൈയ്ക്കും വളയണിയിച്ചു കൊടുക്കുന്നവർ വീഴുന്ന കൈയ്ക്കും വിരലില്ലെന്നു പറയാൻ മടിക്കില്ലെന്ന് അതു വീണ്ടും തെളിയിച്ചിരിക്കുന്നു. തിരഞ്ഞെടുപ്പിൽ തോല്ക്കുക എന്ന പ്രജാധിപത്യസാധാരണം മാത്രമായ അനുഭവമുണ്ടായ കേരളകോൺഗ്രസ്സിന്റെയും മറ്റ് അകമ്യൂണിസ്റ്റുകക്ഷികളുടേയും പഴയ കാലത്തെ പുച്ഛിച്ചും ഇന്നത്തെ നിലയെ നിന്ദിച്ചും ഭാവിയെ അവഗണിച്ചുകൊണ്ട് എഴുതപ്പെട്ട ആ പ്രബന്ധത്തിൽ, തികച്ചും നാണിക്കേണ്ട പല പാപങ്ങളും പണ്ടു ചെയ്തു. കമ്യൂണിസ്റ്റുകക്ഷി കേരളത്തിൽ സ്ഥാപിച്ചതും നാലുമാസം മാത്രം പ്രവർത്തിച്ചു പോന്നതുമായ ഗവർമ്മേണ്ട് ഈ നാട്ടിന്റെയും ഇന്ത്യയുടേയും ലോകത്തിന്റെയും നാളെയുടെ ആശാന്താളമാണെന്നു വരെ സാമർത്ഥ്യത്തോടെ സൂചിപ്പിച്ചിട്ടുണ്ട്. കുഞ്ഞു പിച്ചവെച്ചു തുടങ്ങിയിട്ടില്ല, അതിന്റെ ഷഷ്ടിപൂർത്തിയ്ക്കുള്ള മംഗളപത്രം എഴുതിക്കഴിഞ്ഞിരുന്നതാണ്. സ്മരിക്കേണ്ട ദിക്കിൽ സാമാന്യതത്വങ്ങളെ മുൻനിർത്തിയും പഴിക്കേണ്ടപ്പോൾ വ്യക്തികളെ ചൂണ്ടിക്കാട്ടിയും, സത്യത്തെ അസത്യമായി തരംതാഴ്ത്താതെ അർദ്ധസത്യമാക്കി നിറം മാറിക്കൊണ്ടാണ് ഈ ഫലം ലേഖകൻ നേടിയത്. ഇതാണ് ഇന്നത്തെ പരിഷ്കരിച്ച പ്രചാരണ കലയുടെ രീതി.

'എവറസ്റ്റി'ന്റെ ഔന്നത്യത്തിലും അകൽച്ചയിലും കഴിയാതെ, സഹ്യന്റെ താഴ്ചയിൽ നിന്നുകൊണ്ട് കേരളത്തിലെ കമ്യൂണിസ്റ്റു ഗവൺമെണ്ടിനെ നിരീക്ഷിച്ചാൽ മറ്റൊരു ചിത്രമാണ് കിട്ടുക. 'എവറസ്റ്റി'ന്റെ ദൃഷ്ടി സത്യസന്ധമാണെന്നു പറഞ്ഞുകൂടാ. രാഷ്ട്രീയപ്രബുദ്ധതയോടൊപ്പം തോളൊത്തു പോയ സാമൂഹ്യവിപ്ലവശക്തികളുടെ നവചൈതന്യമേന്തുന്ന പരിസ്ഫുരണമായിട്ടാണ് കഴിഞ്ഞ തിരഞ്ഞെടുപ്പിലുണ്ടായ കമ്യൂണിസ്റ്റു വിജയത്തെ നമ്മുടെ ലേഖകൻ കാണുന്നത്. മദ്രാസ് മുതലായ സ്റ്റേറ്റുകളിൽ വഴിതെറ്റി കാമരാജിലും മറ്റും എത്തിച്ചേർന്നു സാമൂഹ്യവിപ്ലവശക്തികൾ കേരളത്തിൽ നേർവഴി കണ്ട് കമ്യൂണിസ്റ്റ് നേതൃത്വത്തിൽ

ചെന്നു നിന്നിരിക്കുകയാണത്രേ. പട്ടവും പനമ്പിള്ളിയും മറ്റും തോറ്റു പോയവരല്ല, തോല്പിക്കപ്പെട്ടവരാണ്, കാലത്താൽ തോല്പിക്കപ്പെട്ടവർ. ജേതാവായ ഈ കാലം കമ്മ്യൂണിസത്തിന്റെ കാലമാണ് എന്ന് അദ്ദേഹത്തിന് ഉറപ്പുണ്ട്. നാളെ അവർ അധികാരത്തിലങ്ങുറച്ചു പോയാൽ ചെയ്യാതെ നിവൃത്തിയില്ലാത്ത വിജയഗാനത്തിന്റെ നാന്ദി ഇന്നേ തുടങ്ങുന്നത് നന്നെന്നതാണ് പ്രബന്ധത്തിന്റെ ഗൂഢമായ സാരോപദേശം.

ഏതു ഭാഗത്തൂടെയാണ് മലവെള്ളം വരികയെന്ന് ഊഹിച്ചു പാർപ്പിടം മാറ്റുന്ന അവസരദൃഷ്ടാക്കളായ ആളുകളെ വളരെയധികം ആകർഷിക്കുന്ന ഈ വാദം പറഞ്ഞു പരത്താൻ എളുപ്പമാണ്. വാസ്തവം പറഞ്ഞാൽ, ലേഖകൻ കാണുന്ന പുതിയ സാമൂഹ്യശക്തികളുടെ ഉദയമല്ല ഇവിടത്തെ കമ്മ്യൂണിസ്റ്റ് വിജയത്തിന്റെ പിന്നിൽ ഉള്ളത്. നേതൃത്വത്തിന്റെ കരുത്താണ് സാമൂഹ്യശക്തികൾക്കെല്ലാറ്റിനും പടർന്നു കയറാനുള്ള സ്തംഭം. കുറേ തൊഴിലാളികൾ "സിന്ദാബാദ്" വിളിച്ചതുകൊണ്ടു മാത്രം ഒരു കക്ഷിയും പുത്തൻ ശക്തികളുടെ പ്രാതിനിധ്യം ഉള്ളതായിത്തീരുന്നില്ല. അങ്ങനെയാണെങ്കിൽ, ഇന്ത്യയിലെ സംഖ്യാപ്രാബല്യമുള്ള തൊഴിലാളിസ്സംഘടനയായ ഐ.എൻ.ടി.യു.സി.യുടെ പിൻബലമുള്ള കോൺഗ്രസ്സ് ആണ് നവശക്തികളുടെ രംഗമെന്നു ലേഖകന്നു സമ്മതിക്കേണ്ടിവരും. അതെന്തായാലും സാമൂഹ്യശാസ്ത്രത്തിന്റെ പരിധിയിൽ ഉള്ളതും നിർവ്വചിക്കാനോ പ്രവർത്തിക്കാനോ എളുപ്പമുള്ളതുമായ ശക്തികളുടെ വ്യക്തമായ സംഗമസംഘട്ടനങ്ങൾ നിമിത്തമല്ല കമ്മ്യൂണിസ്റ്റുകക്ഷി കേരളത്തിൽ ജയിച്ചത്. ഇതിന്ന് ഏറ്റവും വലിയ തെളിവ്, തിരഞ്ഞെടുപ്പിൽ കമ്മ്യൂണിസ്റ്റു കക്ഷി പൂർണ്ണവിജയത്തോടു അടുത്തപ്പോൾ ഇന്ത്യയിലെ അതിന്റെ വൻനേതാക്കൾ പ്രദർശിപ്പിച്ച സ്പഷ്ടമായ അന്ധാളിപ്പും ആശ്ചര്യവുമാണ്. അവരാരും ആ വിജയത്തിന്നു മാനസികമായി തയ്യാറായിരുന്നില്ല എന്നു താല്പര്യം. തങ്ങളുടെ കാലം വന്നുവെന്ന്, അതു വന്നതിനു ശേഷമേ അവർ കണ്ടറിഞ്ഞുള്ളൂ. പ്രവചനശക്തിയുള്ളവരാരും ആ ഭവിഷ്യത്ത് പ്രവചിച്ചു കേട്ടിരുന്നില്ല. ഇന്ത്യയിൽ തിരഞ്ഞെടുപ്പുപ്രവചനം നടത്തിയ ഗാലപ്ടീം പോലും അങ്ങനെ പ്രവചിക്കാൻ ശക്തരായില്ല. ആ പ്രവചനം ചെയ്യാൻ സാധിക്കാതെ പോയതു കൊണ്ടുള്ള വൈരാഗ്യം തീർക്കാനെന്ന വണ്ണം, മേലിൽ കാലം കമ്മ്യൂണിസ്റ്റുകളുടേതായിരിക്കുന്നുമെന്നും, സംഭവം നടന്നതിന്നു ശേഷമുള്ള ലേഖകന്റെ ഊഹമാവട്ടെ, വർത്തമാനകാല സ്ഥിതിയെ നിലനിർത്തണമെന്ന സർവ്വസാധാരണമായ ആശയുടെ സന്താനം മാത്രമാകുന്നു.

വാസ്തവത്തിൽ ഇവിടെ നടന്നത്-നെഹ്റു യൂറോപ്പിൽ നിന്നു പ്രസ്താവിച്ചതുപോലെ- കോൺഗ്രസ്സ് പരാജയപ്പെട്ടതാണ്, കമ്മ്യൂണിസ്റ്റുകക്ഷി വിജയിച്ചതല്ല. പരാജയകാരണങ്ങളിൽ പ്രധാനമായി എണ്ണപ്പെടേണ്ടത്, ഭരണകക്ഷിയായ കോൺഗ്രസ്സിന്റെ കുറേയെല്ലാം, അനിവാര്യമായ സംഘടനാക്ഷീണമാണെന്നു പറയാൻ മടിക്കേണ്ടതില്ല. ഇപ്പോൾ ഭരിക്കുന്ന

കമ്യൂണിസ്റ്റ് കക്ഷിക്കും ഈ വിപത്തു വന്നുചേരാൻ എളുപ്പമുണ്ടെന്നു ലേഖകൻതന്നെ ചൂണ്ടിക്കാണിച്ചിട്ടുള്ളതുകൊണ്ട്, ആ ദൗർബ്ബല്യത്തിന്റെ അനിവാര്യതയ്ക്കു വേറെ തെളിവു ഹാജരാക്കുന്നില്ല. ഈ കാരണത്തോടൊപ്പം കണക്കാക്കേണ്ടതാണ്, ജനങ്ങൾക്ക് പൊതുവിൽ ഒരു മാറ്റത്തിന്നുണ്ടായ ആഗ്രഹം. ഇതു തികച്ചും മനശ്ശാസ്ത്രപരവും, സാമ്പത്തികമോ സാമൂഹ്യമോ, ആയ ശക്തികളുടെ വിവരണംകൊണ്ട് ഒരിക്കലും വ്യാഖ്യാനിച്ചു തീർക്കാൻ ആവാത്തതുമായ കാരണമാണ്. ഈ മനശ്ശാസ്ത്രീയ ഘടകത്തെ കവിഞ്ഞു ശക്തിയുള്ള ഒരു രാഷ്ട്രീയഘടകമാക്കി മാറ്റിയത്, ഒരു തൊഴിലെന്നോണം കമ്യൂണിസ്റ്റുകക്ഷി ഈ നാട്ടിൽ നടത്തിയ ജനകീയപ്രക്ഷോഭണങ്ങളുടേയും അഹോരാത്രം പ്രചരിപ്പിച്ചു വിദ്വേഷജനകമായ അവാസ്തവങ്ങളുടേയും അറ്റമില്ലാത്ത ഘോഷയാത്രയാണ്. കേരളത്തിൽ അക്കാലത്തു സമാധാനം ഉണ്ടായിരുന്നെങ്കിലും അതു ജനങ്ങളുടെ "എല്ലാ ആഗ്രഹങ്ങളും ആവശ്യങ്ങളും ദഹിച്ച ചുടലയിലെ സമാധാനം ആയിരുന്നു" എന്നു ലേഖകൻ എഴുതിയിട്ടുണ്ടല്ലോ. കോൺഗ്രസ്സുഭരണകാലത്തേക്കുറിച്ചു കമ്യൂണിസ്റ്റുകൾ പരത്തിയ വിചിത്രങ്ങളായ അപവാദശൈലികളിൽ ഒന്നാണ് അത്. കോൺഗ്രസ്സ് ഈ രാജ്യത്തെ ശ്മശാനതുല്യമാക്കിയിരുന്നെങ്കിൽ, യാദൃച്ഛികമായി ലഭിച്ച ഒരതിദുർബ്ബലഭൂരിപക്ഷത്തിന്റെ നേരിയ നൂലിന്മേൽ അപായകരമാമ്മാറു കമ്യൂണിസ്റ്റുകക്ഷി തൂങ്ങിക്കിടക്കുമായിരുന്നില്ല. പളുങ്കുടഞ്ഞതു പോലെ ഛിന്നഭിന്നമാകേണ്ടിയിരുന്നു കോൺഗ്രസ്സ്. കേരളത്തിൽ അന്നുണ്ടായ സമാധാനം ശ്മശാനസാധനം ആയിരുന്നില്ല എന്ന സത്യത്തെ ഇതു വെളിപ്പെടുത്തുന്നു. കമ്യൂണിസ്റ്റുകളുടെ ഭൗതികവും മാനസികവുമായ എല്ലാ പ്രകോപനങ്ങളേയും അതിജീവിച്ചുണ്ടായ ആ സമാധാനം ഭരണവിജയത്തിന്റെ മികച്ച ചിഹ്നം തന്നേയാണ്. അതാണ് ഇന്നില്ലാത്തത്. പ്രക്ഷോഭണനേതാക്കൾ ഭരണാധികാരികളായിട്ടുപോലും നടമാടുന്ന ഈ 'അരക്ഷിതാവസ്ഥ' ഒരു പരിഷ്കൃതഭരണകൂടവും അഭിമാനഹേതുവായി കണക്കാക്കുകയില്ല.

അന്നത്തെ ഭരണകക്ഷിയായ കോൺഗ്രസ്സിന്നു നേരിടാൻ ഏറ്റവും പ്രയാസമായിരുന്നത്, ഇന്ദ്രജാലക്കാരുടെ സാമർത്ഥ്യത്തോടെ കമ്യൂണിസ്റ്റുകൾ വെളിക്കിറക്കിയ കാപട്യങ്ങളെ ആയിരുന്നു. ഭരണം ലഭിച്ചതിന്റെ പിറ്റേന്നു എല്ലാ തൊഴിലാളികൾക്കും കൃഷിക്കാർക്കും അവരവർക്കുവേണ്ട ഭൂമിയും അവശ്യവസ്തുക്കളും നല്കുന്നതാണെന്നും, തങ്ങൾ ഗാന്ധിജിയുടെ കക്ഷിക്കാരാണെന്നും, ഇന്ത്യ ഭരിക്കുന്നത് റഷ്യക്കാരാണെന്നും, മറ്റും അജ്ഞരേയും ഇടത്തരക്കാരേയും ചില അഭിജ്ഞരേയും ഉരുവിട്ടു പഠിപ്പിക്കാൻ ഒട്ടും മടിയോ ക്ഷീണമോ ഇല്ലാത്ത ഒരു കക്ഷിയുടെ നേരെ സത്യത്തിന്റെ ആയുധം പെട്ടെന്നു ഫലിക്കുന്നില്ല. ലിങ്കൺ വിശ്വസിച്ച കാലത്തിന്റെ ക്രമഗതിയിൽപ്പെട്ട് അസത്യങ്ങളുടെ ഉള്ളുകള്ളി വെളിപ്പെടുമെന്ന് ആശ്വസിക്കുകയേ നിവൃത്തിയുള്ളൂ. പക്ഷേ, കാലം ഇന്നു കമ്മ്യൂണിസ്റ്റുകളുടെ അഭയത്തിന്നു വന്നിരിക്കയാണത്രേ!

അതിന്നു തെളിവാണോ പട്ടത്തിന്റെയും പനമ്പിള്ളിയുടേയും മറ്റും പരാജയം? ആണെങ്കിൽ, ലേഖകൻ പേരെടുത്തു പറഞ്ഞിട്ടില്ലാത്ത കെ. ദാമോദരൻ, അനന്തൻനമ്പ്യാർ തുടങ്ങിയ പരാജയപ്പെട്ട കമ്യൂണിസ്റ്റുകളും അതിന്നു തെളിവായിരിക്കേണ്ടേ? എന്നാൽ ഈ തെളിവു കമ്യൂണിസ്റ്റുകൾക്കു കാലം അനുകൂലമാണെന്നു സൂചിപ്പിക്കുവാനില്ല, മറിച്ചു സൂചിപ്പിക്കുവാനാണ് ഉതകുക. മാത്രമല്ല ഈ കാലശക്തി കേരളത്തിൽ മാത്രം ഉറങ്ങുകൂടിയിരിയ്ക്കയാണോ? ആന്ധ്രയിലും തമിഴു നാട്ടിലും കാലം കമ്യൂണിസ്റ്റുപാർട്ടിക്കും പ്രതികൂലമാണ്. കക്ഷിയുടെ ജറുസലമായ തെലങ്കാനയിൽ അത് ഇന്നു കഴിച്ചു മൂടപ്പെട്ടിരിക്കയാണല്ലോ. ഇനി, കമ്യൂണിസ്റ്റുകളല്ലാത്തവരുടെ തോൽവി എന്തിനെ കുറിക്കുന്നുവെന്നു നോക്കാം. വിജയസംഭവ്യത ഒട്ടുമില്ലെന്ന കാരണത്താൽ കമ്യൂണിസ്റ്റു സ്ഥാനാർത്ഥിയെ നിർത്താതിരുന്ന ചാലക്കുടി നിയോജകമണ്ഡലത്തിൽവെച്ച് പലേ ലക്ഷ്യങ്ങളോടു കൂടിയ അനേകം വിരുദ്ധശക്തികൾ ഒന്നിച്ചു ചേർന്നെതിർത്തതു കൊണ്ട് സംഭവിച്ച പനമ്പിള്ളിയുടെ, എതിരാളികൾ പോലും അപ്രതീക്ഷിതമെന്നു സമ്മതിക്കുന്ന, പരാജയം ഈ നാട്ടിൽ നവസാമൂഹ്യശക്തികളുടെ വളർച്ചയുടെ നിദർശനമായി പ്രകീർത്തിച്ചുകൊണ്ട് ലേഖകന്റെ ഭാവന കാടുകയറുമ്പോൾ, സാമൂഹ്യശാസ്ത്രത്തിന്റെ വ്യഭിചാരത്തെക്കുറിച്ചു ഖേദിക്കുകയല്ലാതെന്തു ചെയ്യും? തീവ്രവും ദീർഘവുമായ ത്യാഗസമരപാരമ്പര്യമുള്ളപട്ടം തിരുവനന്തപുരം— പ്രഭാമണ്ജലത്തിൽ-----കാളിദാസൻ യക്ഷനെപ്പറ്റി പറഞ്ഞതിൻവണ്ണം ‘കശ്ചിത്’ എന്നു മാത്രം പറയാവുന്ന നിയമജ്ഞനായ ഒരാൾ തിരഞ്ഞെടുക്കപ്പെടുകയും ചെയ്തതാണ് നമ്മുടെ ഭാവിയെ സുരക്ഷിതമാക്കുന്ന മറ്റൊരു ഭാഗ്യവിശേഷം. ചാലക്കുടിയിലും തിരുവനന്തപുരത്തും ഇനിയും തിരഞ്ഞെടുപ്പ് വന്നാൽ തോറ്റ നേതാക്കന്മാർ വീണ്ടും തിരഞ്ഞെടുക്കപ്പെടുകയില്ലെന്നു ലേഖകനൊഴികെ ആർക്കും ഉറപ്പിച്ചു പറയാൻ വയ്യ. കമ്യൂണിസ്റ്റുകക്ഷിയിലും ഗവണ്മെണ്ടിലും ഇന്ന് അധികാരത്തിലിരിക്കുന്നവർ കർഷകന്മാരുടേയും തൊഴിലാളികളുടേയും പരിശുദ്ധപ്രതിനിധികളാണെന്ന ലേഖകന്റെ വാദം എത്ര തുങ്ങുമെന്നു പട്ടത്തെ തോല്പിച്ച ഈശ്വരയ്യരെപ്പോലുള്ളവർ വിളിച്ചറിയിക്കുന്നുണ്ട്. സ്വാർത്ഥമോഹങ്ങളുടേയും ഗൂഢവിരോധങ്ങളുടേയും നിർബ്ബന്ധം നിമിത്തം കോൺഗ്രസ്സിൽ നിന്ന് അകന്നകന്ന് ഒടുവിൽ കോൺഗ്രസ്സുവിരോധത്തിന്റെ സുവിശാലവേദിയായ കമ്യൂണിസ്റ്റുകക്ഷിയിൽ ഗത്യന്തരമില്ലാതെ, ചെന്നു പെട്ടവരും ആദർശശുദ്ധിക്കോ പ്രാപ്തിക്കോ ഒരിക്കലും പേരു കേട്ടിട്ടില്ലാത്തവരുമായ ആളുകൾ കമ്യൂണിസ്റ്റു നിയമസഭാംഗങ്ങൾക്കിടയിൽ ഒട്ടും കുറവല്ല. ഇതൊക്കെ തെളിഞ്ഞു കാണാൻ നാട്ടിന്നു കുറച്ചടുത്തു നിന്നുതന്നെ നോക്കണം. ഈ ഭരണപരിണാമത്തെ ഇത്രയൊക്കെ വാഴ്ത്താൻ എന്തിരിക്കുന്നു?

ചുരുക്കത്തിൽ നടന്നവൻ വീണപ്പോൾ ഇരുന്നു ചിരിച്ച മുടന്തനെ രാജാവാക്കിയ ഒരു ഹാസ്യകഥ കേരളത്തിൽ ഇന്ന് അഭിനയിക്കുകയാണെന്നു തോന്നുന്നു.

ഈ കഥ എവിടെവെച്ചാണ് അവസാനിക്കുക? "ലോകകമ്മ്യൂണിസ്റ്റു പ്രസ്ഥാനത്തിന്റെ ചരിത്രത്തിലെന്ന പോലെ പാർലമെന്ററി സമ്പ്രദായത്തിന്റെ ചരിത്രത്തിലും ഒരു പുതുപരീക്ഷണമാണ് കേരളത്തിലെ കമ്മ്യൂണിസ്റ്റു ഗവൺമെണ്ട്" എന്നെല്ലാം പ്രഥമവികാരാവേശത്തള്ളിച്ചകൊണ്ട് സ്തുതിച്ചതിനാൽ മാത്രം കേരള കമ്മ്യൂണിസ്റ്റു ഭരണകൂടത്തിന്റെ ആത്മ രഹസ്യങ്ങൾ വ്യക്തമായോ? കേരളത്തിലെ കമ്മ്യൂണിസ്റ്റു ഗവൺമെണ്ട് ജനാധിപത്യത്തെ ആത്മാർത്ഥമായി അംഗീകരിച്ചു കഴിഞ്ഞുവോ എന്ന താണ് കേരളത്തിന്നും ഇന്ത്യയ്ക്കും ലോകത്തിന്നും ഔത്സുക്യമുളവാക്കുന്ന ഏറ്റവും മൗലികമായ പ്രശ്നം. അതിന്റെ ഉത്തരത്തിന്റെ സ്വഭാവമനുസരിച്ചിരിക്കും കമ്മ്യൂണിസ്റ്റു ഗവണ്മണ്ടിന്റെ ഭാവി. കഴിഞ്ഞുപോയ ഗവൺമെണ്ടിനേക്കാൾ സ്വല്പം മികച്ച ഭരണരീതിയും നിയമനിർമ്മാണവും നടപ്പിലാക്കുവാൻ അനന്ത ഗാമിയായ ഏതു ഗവണ്മണ്ടിന്നും ശ്രദ്ധിച്ചാൽ ആകുന്നതേയുള്ളൂ. അതൊക്കെ ചൂണ്ടികാണിച്ചു മേന്മ നേടുക എന്നത് താരതമ്യേന നിസ്സാരമായ കാര്യമാണ്. ഇന്ത്യ സർവ്വാത്മനാ വരിച്ച പ്രജാധിപത്യവ്യവസ്ഥിതിയുടെ മാർഗ്ഗത്തെ കമ്മ്യൂണിസ്റ്റുകാർ ഇന്നാട്ടിൽ തങ്ങളുടെ രാഷ്ട്രീയ ജീവിതമാർഗ്ഗമായി കൈക്കൊണ്ടിരിക്കുന്നു എന്നതിനുള്ള ഉറപ്പാണ് നമുക്കിന്നാവശ്യം. വ്യക്തമായ വല്ല ഉറപ്പും കിട്ടിയിട്ടുണ്ടോ? കമ്മ്യൂണിസ്റ്റുകക്ഷിയുടെ ഇതുവരേയുള്ള പ്രവൃത്തികളിൽ നിന്നും പ്രഖ്യാപനങ്ങളിൽനിന്നും അത്തരം വല്ല ഉറപ്പും ഊഹിച്ചെടുക്കാമോ?

ഇല്ലെന്നുള്ളത് സത്യം. ഇന്ത്യൻ കമ്മ്യൂണിസ്റ്റുകക്ഷിയുടെ ഒരൊറ്റ പ്രമുഖനേതാവും അത് പ്രജായത്തനീതി നിരുപാധികമായി സ്വീകരിച്ചുവെന്നു നിസ്സന്ദേഹമാം വണ്ണം ഇന്നു വരെ പ്രഖ്യാപിച്ചിട്ടില്ല. മറിച്ചും സൗകര്യം കിട്ടിയാൽ പ്രജായത്തതത്ത്വങ്ങളെ നിനച്ചുകൊണ്ട് സ്വേചരാധിപത്യത്തിന്റേയും ഹിംസയുടേയും മാർഗ്ഗം അനുസരിക്കാൻ അവർ മടിക്കുകയില്ലെന്ന് അവരുടെ പല പ്രസ്താവനകളും വ്യക്തമാക്കിയിട്ടുണ്ട്. സാമയികനിർബ്ബന്ധമനുസരിച്ച വിശ്വാസങ്ങളും ആദർശങ്ങളും കൊള്ളുകയും തള്ളുകയും ചെയ്യുന്ന ധർമ്മശൈഥില്യം ബാധിച്ച കക്ഷിയാണ് കമ്മ്യൂണിസ്റ്റുകക്ഷിയെന്നതിന്നു തെളിവ് ഒന്നോ രണ്ടോ അല്ല. കമ്മ്യൂണിസ്റ്റു കക്ഷിയുടെ ഈ ഇരുണ്ട ഭൂതകാലത്തെപ്പറ്റി, അതിന്റെ ഭാവിയെക്കുറിച്ചു സുപ്രതീക്ഷഭരിതമായ ലേഖകന്ന്, ഒന്നും പറയാനില്ല. ഭൂതകാലചിന്ത നിരർത്ഥകമാണെന്നു ധ്വനിപ്പിച്ചുകൊണ്ട് കോൺഗ്രസ്സിന്റെ മഹിതോജ്ജ്വലമായ ചരിത്രത്തെ മറവിലാഴ്ത്തിയ അദ്ദേഹത്തിന്നു, കമ്മ്യൂണിസ്റ്റുകക്ഷിയുടെ ഭൂതകാലചരിത്രത്തെക്കുറിച്ച് ഒന്നും മിണ്ടാതിരിക്കുവാൻ പറ്റിയൊരു യുക്തിയാണ് കിട്ടിയത്. പക്ഷേ ഭൂതം അത്രമാത്രം നിഷ്പ്രയോജനമാണോ? ഭാവിയുടെ ദർശനത്തിന്നുപയോഗിക്കാവുന്ന യന്ത്രത്തിന്റെ കാചങ്ങളിലൊന്നാണ് ഭൂതകാലചരിത്രം. രണ്ടാം ലോകമഹായുദ്ധത്തെ ആദ്യം സാമ്രാജ്യത്വയുദ്ധമെന്നും പിന്നെ ജനകീയയുദ്ധമെന്നും വിളിക്കുകയും ഗാന്ധിജിയെ മുതലാളിത്തത്തിന്റെ ഏജന്റെന്ന് ആക്ഷേപിക്കുകയും

ഇപ്പോൾ സമാധാന ദൂതൻ എന്നു വാഴ്ത്തുകയും ആഗസ്റ്റ് സമരത്തെ ബ്രിട്ടന്നു ഒറ്റിക്കൊടുക്കുകയും ഇന്ന് അത് ഔദ്യോഗികരീതിയിൽ കേരള മൊട്ടുക്കു കൊണ്ടാടുകയും ചെയ്തുകൊണ്ട് ആദർശപ്രത്യാശത്തിന്നു പര്യായമായിത്തീർന്ന ഇന്ത്യൻ കമ്യൂണിസ്റ്റുകക്ഷി, ഇന്നു തങ്ങൾ ധരിച്ചിരിക്കുന്ന ജനാധിപത്യക്കോട്ട് ഊരിക്കളഞ്ഞു സായുധവിപ്ലവച്ചാക്കു വീണ്ടും എടുത്തുടുക്കുകയില്ലെന്ന് ലേഖകന് നല്ല ഉറപ്പുണ്ടെങ്കിൽ, അദ്ദേഹത്തിന്റെ കൂടെനിന്നു കമ്യൂണിസ്റ്റുസ്തവങ്ങൾ പാടാൻ നാട്ടുകാർ തയ്യാറായേക്കാം.

ലെനിൻ തന്നെ പ്രസ്താവിച്ചിട്ടുണ്ട്, പ്രജാധിപത്യം പ്രബലമായി നിലനിൽക്കുന്ന നാട്ടിൽ കമ്യൂണിസ്റ്റുകക്ഷി യഥാസൗകര്യം പ്രജാധിപത്യാവരണം കൈക്കൊണ്ട് പ്രവർത്തിക്കേണ്ടതാണെന്നും ക്രമത്തിൽ മാത്രമേ സ്വേച്ഛാധിപത്യപ്രവണതകൾ വെളിപ്പെടുത്താൻ പാടുള്ളുവെന്നും. കേരളത്തിൽ കമ്യൂണിസ്റ്റുകാർ തുടങ്ങിയ പുതുപരീക്ഷണം ആചാര്യോപദേശത്തിന്റെ നിർവ്വഹണം അല്ലെന്നു പറയാൻ പ്രയാസമുണ്ട്. തികച്ചും പാർലമെന്ററിസ്സമ്പ്രദായമനുസരിച്ചു കമ്യൂണിസ്റ്റുകൾ ഭരിക്കുകയാണെങ്കിൽ അവർ സോഷ്യലിസ്റ്റുകളായി മാറിപ്പോകുമെന്നു ബെവാൻ ഇതിനിടെ ഇന്ത്യയിൽ വന്നപ്പോൾ അഭിപ്രായപ്പെട്ടത് ശ്രദ്ധേയമാണ്. കമ്യൂണിസ്റ്റുകൾ അങ്ങനെ തരം കെടാൻ ഇഷ്ടപ്പെട്ടില്ലെന്ന ഉറപ്പ് മനസ്സിൽ വെച്ചുകൊണ്ടാണ് ബെവാൻ അപ്രകാരം പറഞ്ഞത്. താൻ വെറുമൊരു സോഷ്യലിസ്റ്റു ആയിക്കൊണ്ടു തൃപ്തിപ്പെട്ടു കൊള്ളാം എന്നു വിശ്വാസിയായ ഒരു കമ്യൂണിസ്റ്റും ഇന്നോളം ആലോചിച്ചു കാണുകയില്ല. പാകമായ കാലത്തിന്നുവേണ്ടി കമ്യൂണിസ്റ്റുകാർ കാത്തു നില്ക്കുക മാത്രമാണ്. ആകയാൽ ഇവിടത്തെ കമ്യൂണിസ്റ്റു ഗവണ്മേണ്ട് പ്രജാധിപത്യത്തിൽ ഒരു നൂതന പരീക്ഷണമാണ് എന്നും മറ്റുമുള്ള പ്രശംസകൾ അസത്യത്തിന്റെ ദോഷം ചെയ്യുന്ന അതിശയോക്തികൾ മാത്രമാണ് എന്നു നമുക്കു ധരിക്കുക.

ഇന്ത്യയുടെ പ്രജായത്തവ്യവസ്ഥയെ താലോലിക്കുന്ന കാരണങ്ങളല്ല തങ്ങളുടേതെന്ന്, "ബുദ്ധിശൂന്യരാണെന്നു അവരുടെ ഏറ്റവും വലിയ ശത്രുക്കൾ കൂടി പറഞ്ഞു കേട്ടിട്ടില്ലാത്ത" കേരളനേതാക്കൾ ഇതിനകം വ്യക്തമാക്കിയത് ബുദ്ധിമാനായ ലേഖകൻ ഗ്രഹിക്കാഞ്ഞതും കഷ്ടമായിപ്പോയി. ഇന്ത്യയുടെ ഭരണഘടനയാണ് തങ്ങളുടെ എല്ലാ പുരോഗമനാത്മകങ്ങളായ പരിപാടികളുടേയും നടത്തിപ്പിന്നു പ്രതിബന്ധം എന്നു കേരളത്തിലെ മുഖ്യമന്ത്രിയും ധനകാര്യമന്ത്രിയും പല അവസരങ്ങളിലും പ്രസംഗിച്ചിരിക്കുകയാണ്. ഭരണഘടനയിലെ ഏതെങ്കിലും ലഘുവായ വകുപ്പിന്റെ പ്രതിബന്ധംകൊണ്ട് ഇത്ര വമ്പിച്ച ബുദ്ധിമുട്ടു മതിമാന്മാരായ അവർക്കു നേരിടുമെന്ന് അനുമാനിക്കാൻ വയ്യ. അവർ ഉദ്ദേശിക്കുന്ന പ്രതിബന്ധം ഭരണഘടന മുഴുവനുമാണ്. തിരഞ്ഞെടുപ്പുവേളയിൽ ഭരണഘടനയെപ്പറ്റി വിശേഷിച്ചൊന്നും എതിര് പറയാതെ, അതിന്നു പരിമിതികളുണ്ടെങ്കിൽ അവ

മനസ്സിലാക്കിത്തന്നെ, മത്സരിച്ച കമ്യൂണിസ്റ്റുകാർ ഇപ്പോൾ അതിന്നെതിരായി ശബ്ദവും മുഷ്ടിയും പുരികവും ഉയർത്തുന്നത് സോദ്ദേശമാണ്. ബുദ്ധിശാലികൾക്കു കാറ്റിന്റെ ഗതി മനസ്സിലാക്കാൻ ഇതു ധാരാളം മതി. ഭരണഘടനയുടെ നീക്കുപോക്കില്ലാത്ത പ്രജായത്തനീതി കമ്യൂണിസ്റ്റുകൾക്കു ദഹിക്കുവാൻ തിരശ്ശീലയ്ക്കുള്ളിൽനിന്നു കൈകൾ ചലിപ്പിക്കുന്ന കമ്യൂണിസ്റ്റുകക്ഷിയുടെ മുഖത്തെ പുഞ്ചിരിയെ, വിശ്വസിക്കണമെന്ന ലേഖകന്റെ ആഹ്വാനം ചെവിക്കൊള്ളപ്പെടുകയാണെങ്കിൽ ഇന്ത്യയ്ക്കു മാരകമായേ തീരുകയുള്ളൂ.

അടുത്ത കാലം വരെ നെഹ്റു ഇന്ത്യയിലെ കെറൻസ്കിയും ചിയാങ്ങു കൈഷേക്കും ആണെന്നു ദിവാനിശം മുറവിളി കൂട്ടിയ കമ്യൂണിസ്റ്റു കക്ഷിയെ പെട്ടെന്നങ്ങു വിശ്വസിച്ചു കളയണമെന്ന ഉപദേശം ഒരു സാഹസമല്ലെങ്കിൽ മറ്റൊന്നുമല്ല. ഒരു സ്റ്റേറ്റിന്നു മാത്രം പരമാധികാരമില്ലെന്ന് ആക്ഷേപിക്കുന്ന അവർക്കു പരമാധികാരമുള്ള കേന്ദ്രം തിരഞ്ഞെടുപ്പുവഴി കിട്ടുകയാണെങ്കിൽ, ആദ്യമായി അവർ ഭരണഘടനയെ സ്വേച്ഛാനുരൂപമായി മാറ്റി പ്രജാധിപത്യത്തെ അടിയോടെ പിഴുതെടുത്ത്, ഇവിടുത്തെ കെറൻസ്കിമാരും ചിയാങ്ങുമാരും എന്ന് തങ്ങൾക്കു തോന്നുന്ന എല്ലാ രാഷ്ട്രീയശത്രുക്കളെയും ഉന്മൂലനാശം ചെയ്യുമെന്ന് ഊഹിച്ചാൽ പിശകില്ല. അളന്നതിനെ എണ്ണേണ്ട എന്നൊരു പഴഞ്ചൊല്ലുണ്ട്. അനേകം ദശാബ്ദങ്ങളിലൂടെ പരീക്ഷിതമായ ചരിത്രത്തിന്റെ തെളിവിന്മേൽ, ഇന്ത്യയിലെ കമ്യൂണിസ്റ്റ് കക്ഷിയെ അവിശ്വാസ്യമെന്നും അസത്യാത്മകമെന്നും അല്ലാതെ മറ്റൊരു രീതിയിൽ ആർക്കും വിശേഷിപ്പിക്കുക സാധ്യമല്ല. ഇനി വേറൊരു പരീക്ഷണം അതിന്ന് വേണമെന്നു എനിക്കു തോന്നുന്നില്ല.

എന്നിട്ടും ലേഖകൻ ഗൗരവത്തോടെ കരുതുന്നു, കേരള മുഖ്യമന്ത്രിയായ ഇ.എം.എസ്സ് ആയിരിക്കും നെഹ്രുവിന്റെ "ഏറ്റവും ക്രാന്തദർശിയായ പിന്തുടർച്ചാവകാശി" എന്ന്. പിന്തുടർച്ചാവകാശിയുടെ അർത്ഥം എന്താണാവോ? കെറൻസ്കിയുടെ പിന്തുടർച്ചാവകാശിയാണ് ലെനിൻ എന്നും പാലാട്ടിന്റെ പിന്തുടർച്ചാവകാശിയാണ് ഭാസ്കരപണിക്കരെന്നും അദ്ദേഹം സമ്മതിയ്ക്കുമോ? ഈ അവലംബമില്ലാത്ത ബന്ധം കണ്ടുപിടിക്കുവാൻ അദ്ദേഹത്തെ പ്രേരിപ്പിച്ചത്, കേരളത്തിലെ കോൺഗ്രസ്സുനേതൃത്വത്തെ കരിപിടിപ്പിക്കണമെന്ന ചേതോവികാരം മാത്രമായിരിക്കണം. തല്ക്കാലം കേരളഗവണ്മെണ്ടിന്റെ ഏറ്റവും സമീപസ്ഥരും കൂടുതൽ ആപല്ക്കാരികളുമായ ശത്രുക്കൾ പ്രതിപക്ഷ നേതാവായ ചാക്കോവും പനമ്പിള്ളിയും ആകയാലാവാം, അവരെ നിർവീര്യരാക്കുന്ന ഈ ആക്ഷേപവ്യവസായം ആരംഭിച്ചിരിക്കുന്നത്. അവരും കേരളത്തിലെ കോൺഗ്രസ്സും നശിക്കുകയും അങ്ങനെയങ്ങനെ മിക്ക സ്റ്റേറ്റുകളിലും ഈ നാശബാധ സംക്രമിക്കുകയും ചെയ്താൽ, അവസാനം ഒരു തള്ളിന്ന് കേന്ദ്രത്തെ ചിതൽപ്പുറ്റുപോലെ മറിച്ചിടുവാൻ എളുപ്പമായിരിക്കും. അതുവരെ നെഹ്റുവിനെ വാഴ്ത്തി

അദ്ദേഹത്തിന്റെ അനുയായികളെ അപവദിക്കുന്നതാണ് നന്നായിരിക്കുക എന്ന് കമ്യൂണിസ്റ്റുനേതൃത്വം വിശ്വസിക്കുന്നുണ്ടാവണം. കൊമ്പുകൾ മുറിച്ചുകളഞ്ഞതിന്നു ശേഷമല്ലേ വിറകുവെട്ടുകാരൻ തടിമരം കൊത്തി വീഴ്ത്തുക?

മാനുഷികമൂല്യങ്ങളെ ബഹുമാനിക്കുന്ന ജനായത്തവ്യവസ്ഥിതിയുടെ ശത്രു അതിൽ കയറിക്കൂടുന്ന സ്വേച്ഛാധിപത്യപ്രവണതകളാണെന്ന് റസ്സലിനെപ്പോലുള്ള ചിന്തകന്മാർ ഉദ്ഘോഷിക്കുമ്പോൾ, നിസ്സംശയമായും സ്വേച്ഛാധിപത്യോന്മുഖരായ ഒരു കക്ഷി പ്രജാധിപത്യത്തിന്റെ ആവരണം ധരിച്ചു മോഹിനിയാടുന്നതും സന്തോഷത്തോടെ കാണുവാൻ സാധ്യമല്ല. ഇന്ത്യയിൽ അത്തരക്കാർ ഉണ്ടാകുവാൻ പാടില്ലാത്തതാണ്. കാരണം നാം അടുത്ത കാലത്ത് നേടിയ രാഷ്ട്രീയസ്വാതന്ത്ര്യത്തെക്കാൾ വിലമതിക്കുന്നതാണ് നാം കൈക്കൊണ്ട ജനായത്തഭരണരീതി. അതിന്റെ സംരക്ഷണത്തിന്ന് രാഷ്ട്രീയ ബോധം തെളിഞ്ഞ പൗരന്മാർ കണ്ണു ചിമ്മാതെ കാവലിരിക്കേണ്ട ഒരു ഘട്ടത്തിൽ നമ്മുടെ രാഷ്ട്രീയമനസ്സാക്ഷിയെ ഉറക്കുന്ന ഒരു ചിന്താഗതിയായിപ്പോയി "എവറസ്റ്റ്" അവതരിപ്പിച്ചത്. വെറും പുതുമയുടെ പിന്നാലെ പായാതെ, സാരങ്ങളായ മൂല്യങ്ങളെ രാഷ്ട്രീയ ജീവിതത്തിൽ നിലിനിർത്തിക്കൊണ്ട് പ്രവർത്തിക്കുവാൻ നമുക്കു പ്രതിജ്ഞ ചെയ്യുക!

അനർഘരത്നവും ഋതുരാജനും

സാഹിത്യ അക്കാദമിയുടെ സാഹിത്യനായകന്മാർ പങ്കെടുക്കുന്ന യോഗങ്ങളിൽ അഞ്ചും പത്തും പേർ പങ്കെടുത്തു. 'ശ്രദ്ധേയ'മാക്കിക്കൊണ്ടിരിക്കുന്ന ഇക്കാലത്ത് ജവഹർലാൽ നെഹ്റു എന്ന പഴയ വൃദ്ധനേതാവിനെ (ഞാൻ കരുതിക്കൂട്ടി നിങ്ങളെ പ്രകോപിപ്പിക്കാനാണ് പഴയ വൃദ്ധനേതാവ് എന്നു പ്രയോഗിച്ചത്) അനുസ്മരിക്കുവാൻ ഇവിടെ ബസന്റ് ഹാളിൽ ഇത്രയുമധികം ആളുകൾ തിങ്ങിക്കൂടിയിരിക്കുന്നത് കാണുമ്പോൾ, ശതാബ്ദിയാഘോഷങ്ങൾ സംഘടിപ്പിക്കപ്പെടുന്നതു കാണുമ്പോൾ, നെഹ്റു എവിടെ നിന്നോ, ജീവിച്ചിരിക്കുന്ന ഏതൊരു നേതാവിനെക്കാളും നമ്മെ വഴികാട്ടുകയും ശുദ്ധീകരിക്കുകയും പ്രലോഭിപ്പിക്കുകയും ഉന്നമിപ്പിക്കുകയും ചെയ്യുന്നതുവെന്നതിന്റെ തെളിവാണു കാണുന്നത് എന്നാണ് എന്റെ നേരിയ ശുഭപ്രതീക്ഷ കലർന്ന വിശ്വാസം.

പോക്കറ്റിൽ ഇട്ടിരിക്കുന്ന ചെറിയ തൂവാലയിൽ നേതാക്കന്മാരെ കെട്ടി താക്കോൽക്കൂട്ടം പോലെ കൊണ്ടുനടക്കാവുന്ന കാലമാണിത്. അത്തരത്തിലുള്ള ഒരു കാലഘട്ടത്തിൽ നിർവചനങ്ങൾക്കെല്ലാം അപ്പുറത്ത് നിർവാചകരെ ശുണ്ഠിപിടിപ്പിക്കുകയും ലജ്ജിപ്പിക്കുകയും ചെയ്യുന്ന മഹാവ്യക്തിത്വത്തിന്റെ ഉടമയാണദ്ദേഹം. വൃദ്ധനായിരിക്കേ പരേതനായ ഒരു നേതാവ് ഇന്ന് ആകർഷണബിന്ദുവായി ഇവിടെ നിൽക്കുന്നു. ഈ രാജ്യത്തെ ആരെല്ലാം നശിപ്പിച്ചാലും അതിനു കുറേക്കാലം പിടിക്കും എന്നു ഞാൻ വിശ്വസിക്കുന്നു. അതിന് തെളിവാണിത്.

അനശ്വരതയാണ് അദ്ദേഹം ഇന്ത്യയിൽ കണ്ടത്. വിനാശത്തിന്റേയും താൽക്കാലികതയുടെയും പ്രവാചകന്മാർ നമ്മുടെ മുൻപാകെ നിമിഷങ്ങളെയും പിടിച്ചടക്കി ജീവിക്കുമ്പോൾ, ഈ മനുഷ്യൻ അദ്ദേഹത്തിന്റെ ദേശവ്യാപകമായ ചിതാഭൂമിയിൽനിന്ന് ഇന്ത്യയുടെ സിംഹാസനത്തിൽ ഇരുന്നുകൊണ്ട് ഇപ്പോഴും ഭരിക്കുന്നു.

പരീക്ഷയിൽ റാങ്കുകിട്ടാത്തവനെ അമ്മ അടിച്ചുകൊല്ലുന്ന കാലമാണിത്. അതുകൊണ്ട് നെഹ്റു ഇന്ത്യ ഇപ്പോഴും ഭരിക്കുന്നു എന്ന് അഴീക്കോടിന്റെ പ്രസംഗം കേട്ട് ആരെങ്കിലും കുട്ടികൾ പരീക്ഷയിൽ എഴുതിവയ്ക്കരുത്.

എങ്ങനെ എനിക്കുമുമ്പ് പ്രസംഗിച്ച തകഴിയുടേയും സി.പി. ശ്രീധരന്റേയും ചില വാക്കുകൾ ഉജ്ജ്വലങ്ങളും രക്തം വാർന്നൊഴുകുന്നതുമായി. നെഹ്റു ഇപ്പോഴും ഇന്ത്യ ഭരിക്കുന്നു എന്ന വിശ്വാസം കൊണ്ടാണ്. അതുകൊണ്ട് ടെക്സ്റ്റുബുക്കുകൾക്കും പരീക്ഷയ്ക്കും അകലെ രാഷ്ട്രത്തിന്റെ ഏറ്റവും അന്തർഗതമായ സത്യത്തിന്റെ മുൻപിൽ നാം ഇവിടെ ഇരിക്കുന്നു. ആ മഹാസത്യത്തെ മനസ്സിലാക്കിയതുകൊണ്ടാണ് നിങ്ങൾ ഇവിടെ വന്നിരിക്കുന്നത്. അതാണ് ഞാനും ഇവിടെ എത്തിയിരിക്കുന്നത്.

മെയ് ഒന്നു മുതൽ ഞാൻ ഒരു പ്രസംഗമേ ചെയ്തിട്ടുള്ളു. ഒരു മാസത്തേക്ക് പ്രസംഗിക്കരുത് എന്നു ഡോക്ടർ നിർദ്ദേശിച്ചിട്ടുമുണ്ട്. പക്ഷേ, എന്നെ ക്ഷണിക്കാൻ വന്ന തച്ചടി പ്രഭാകരൻ ഒരു വാക്യം പറഞ്ഞു. സമർത്ഥനായ രാഷ്ട്രീയ നേതാവാണ് അദ്ദേഹം എന്നറിയാം. പക്ഷേ, ഈ വാക്യം അതിന്റെ തെളിവല്ല. അദ്ദേഹം പറഞ്ഞു "നമ്മൾ കണ്ടിട്ട് എത്ര നാളായി?" എത്ര സത്യം. ഈ അടുത്തകാലത്തെങ്ങും കോൺഗ്രസുകാർ അവരുടെ സമ്മേളനങ്ങളിൽ എന്നെ വിളിച്ചിട്ടില്ല. അത് ആരുടെ കുറ്റം? കോൺഗ്രസുകാർ വിളിക്കുന്നില്ലെങ്കിലും ഇതാ ഞാൻ വിളിക്കുന്നു എന്നു തച്ചടി സൗമ്യമായി പറയുകയല്ലായിരുന്നോ? ഒന്നു രണ്ടു രാഷ്ട്രീയ കക്ഷികളുടെ യോഗത്തിനൊഴികെ എല്ലാറ്റിനും പോകുമെന്ന് ഞാൻ അമ്മയോടു സത്യം ചെയ്തതാണ്. ഞാനും കോൺഗ്രസിൽ പെടും. കാരണം അമ്മയുള്ള കാലത്ത് ഞാൻ കോൺഗ്രസുകാരനായിരുന്നു.

കാസർകോഡു മുതൽ തിരുവനന്തപുരംവരെ എന്നെ യോഗങ്ങളിൽ ക്ഷണിക്കാറുണ്ട്. അതിൽനിന്ന് ഒഴിവാകാൻ വേണ്ടിയാണ് ഞാനെന്റെകണ്ണ് ഓപ്പറേറ്റ് ചെയ്തത്. ഇനി രണ്ടാമത്തെ കണ്ണും ഓപ്പറേറ്റ് ചെയ്യുവാൻ പോകുകയാണ്.

വരാനിരിക്കുന്ന ഒരു മണിക്കൂർ നേരത്തെ എന്റെ പ്രസംഗത്തിനിടയിൽ ഇയാൾ കോൺഗ്രസിന്റെ ആദർശത്തിനെതിരായി എന്തെങ്കിലും സംസാരിച്ചുവോ എന്ന് നിങ്ങൾ ആലോചിക്കണം. ഇല്ലെങ്കിൽ എന്നിട്ട് എന്തുകൊണ്ട് അഴീക്കോടിനെ തച്ചടി ഒഴികെ എല്ലാ കോൺഗ്രസുകാരും ഒഴിച്ചു നിർത്തി എന്നു ചിന്തിക്കണം.

ജവഹർലാൽ നെഹ്റു ഇപ്പോഴും ഇന്ത്യ ഭരിക്കുന്നുവെന്നു പറയുമ്പോൾ നിങ്ങൾ അതിനെ ഹൃദയപൂർവ്വം സ്വാഗതം ചെയ്യുകയാണ്. അപ്പോൾ ഇന്നു ഭരിക്കുന്നവരോ എന്ന ചോദ്യമുണ്ട്.

വർത്തമാനകാല നേതൃത്വത്തെ രാജ്യം വിലമതിക്കുന്നത് അദൃശ്യമായ ഈ സിംഹാസനത്തിന്റെ സാർവഭൗമത്വത്തിന്റെ അടിസ്ഥാനത്തിലേ ആകൂ. ഇവിടെ ശതാബ്ദിയാഘോഷിക്കുകയാണ്. ശതാബ്ദിക്കു ഭാഷയില്ല. എങ്കിലും തകഴിയുടെയും സി.പി.ശ്രീധരന്റെയും ഒക്കെ ഭാഷയിൽ ശതാബ്ദി സംസാരിക്കുന്നു.

നെഹ്റുവിലെ എഴുത്തുകാരനെക്കുറിച്ചാണു പറയേണ്ടത്. ഏതൊരു തൊഴിലിൽ പ്രവർത്തിക്കുമ്പോഴും അബ്സ്ട്രാക്ഷനിൽ എത്തിക്കുന്നു. നിങ്ങൾ ഡോക്ടറാണെങ്കിൽ പേഷ്യന്റ് എന്ന അബ്സ്ട്രാക്ഷനിൽ കൊണ്ടെത്തിക്കുന്നു. എന്നെ ഡോക്ടർമാർക്ക് ഇഷ്ടമാകുന്നത് ഇവനും ഇവന്റെ പരമ്പരകളും രോഗികളാണ് എന്നതുകൊണ്ടാണ്. അവർ എന്നോടു കാശുവാങ്ങുന്നില്ല. കാരണം ഞാൻ പ്രോസ്പെക്ടീവ് ക്ലയന്റ് അല്ലെങ്കിൽ കണ്ടിന്യൂവിംഗ് ക്ലയന്റാണ് എന്നവർക്കറിയാം. വിവാഹം കഴിക്കാത്തതിനാൽ ഇവന്റെ സന്തതിപരമ്പരകൾ വരില്ലല്ലോ എന്ന ചിന്തയുണ്ടാകും. ഇതൊരു അബ്സ്ട്രാക്ഷനാണ്.

അതുപോലെ രാഷ്ട്രത്തിലും അബ്സ്ട്രാക്ഷൻ ഉണ്ട്.

നിങ്ങളിൽ ചിലർക്ക് എന്റെ പ്രസംഗങ്ങളെക്കുറിച്ച് സങ്കടം ഉണ്ടാകാം. പക്ഷേ, പരാതി ഉണ്ടാകാൻ ഇടയില്ല. കാരണം ഞാൻ കളവു പറയാറില്ല. കളവു പറയുകയായിരുന്നുവെങ്കിൽ ഞാൻ ഇങ്ങനെ മെലിഞ്ഞായിരുന്നോ ഇരിക്കേണ്ടിയിരുന്നത്? കളവു പറഞ്ഞിരുന്നെങ്കിൽ നല്ല തടിച്ച് ഇരിക്കേണ്ടതായിരുന്നു. സത്യം പറയുന്നതിന്റെ വേദനകൊണ്ടാണ് ഞാൻ മെലിയുന്നത്.

നെഹ്റുവിന്റെയും മറ്റും കാലത്തെ പശ്ചാത്തലമായി വച്ചുകൊണ്ട് നിങ്ങൾതന്നെ വർത്തമാനകാലത്തെ പ്രതിക്കൂട്ടിൽ നിർത്തേണ്ടതുണ്ട്. രാഷ്ട്രീയം ജനസേവനമാണ്. എന്നാൽ അതിന്ന് ഒരു പ്രൊഫഷനാകുമ്പോൾ പ്രൊഫഷണൽ അബ്സ്ട്രാക്ഷൻ ആകും. അപ്പോൾ 'മാനവികത' വോട്ടർ ആയി മാറും.

ഒരു ഉദാഹരണം പറയാം. ഞാൻ എം.എൽ.എമാർ ഇല്ലാത്തപ്പോൾ എം.എൽ.എ ക്വാർട്ടേഴ്സിൽ താമസിച്ചിട്ടുണ്ട്. കണ്ണൂരിലെ ഒരു എം.എൽ.എ, ക്വാർട്ടേഴ്സിൽ വച്ച് പാർട്ടിയിലെ സമുന്നതനായ ഒരു നേതാവിന് എന്നെ പരിചയപ്പെടുത്തിക്കൊടുക്കേണ്ടി വന്നു. അഴീക്കോട് എന്റെ നാട്ടുകാരനാണ് എന്നാണ് അദ്ദേഹത്തിനു പറയേണ്ടത്. അദ്ദേഹം വാക്കുകളെല്ലാം പരതിനോക്കിയിട്ടു പറഞ്ഞു "ഇദ്ദേഹം കണ്ണൂരിലെ ഒരു വോട്ടറാണ്." സത്യം പറയുകയാണു ഞാൻ.

ആ അബ്സ്ട്രാക്ഷൻ ഇല്ലാത്തയാളാണ് നെഹ്റു. അതാണു പറഞ്ഞത് അദ്ദേഹം ചരമസിംഹാസനത്തിൽ ഇരുന്നുകൊണ്ട് സാർവഭൗമികനായി രാഷ്ട്രത്തെ ഭരിക്കുന്നു.

ഒരു ഓർമ പറയാം. ഒന്നാം ലോക്സഭാ തെരഞ്ഞെടുപ്പു സമയം, കണ്ണൂരിലെ കോൺഗ്രസ് സ്ഥാനാർത്ഥി സി.കെ.ഗോവിന്ദൻനായരാണ്- നെഹ്റുവിന്റെ ഏറ്റവും അടുത്ത സുഹൃത്ത്. മൂന്നു ലക്ഷം ആളുകളാണ് നെഹ്റുവിന്റെ പ്രസംഗം കേൾക്കാൻ തടിച്ചുകൂടിയത്. തെരഞ്ഞെടുപ്പു പ്രസംഗത്തിനു വരുന്ന ഇന്ത്യൻ പ്രധാനമന്ത്രിയുടെ പ്രസംഗത്തിൽ എന്തെല്ലാം പ്രതീക്ഷിക്കാം. പക്ഷേ, തെരഞ്ഞെടുപ്പു പ്രസംഗത്തിന് വന്ന

പ്രധാനമന്ത്രി തെരഞ്ഞെടുപ്പിനെ വിസ്മരിച്ചു പ്രസംഗിച്ചു! അതു പ്രധാനമന്ത്രിയുടെ പ്രസംഗമായിരുന്നു. ഇന്ത്യൻ പ്രധാനമന്ത്രി എന്ന നിലയിൽ അദ്ദേഹം പ്രസംഗിച്ചു. മോസ്കോയിലും ലണ്ടനിലും ന്യൂയോർക്കിലും പോയി ഏതു ചക്രവാളത്തെനോക്കി പ്രസംഗിച്ചുവോ അതു പുനരാവിഷ്കരണം ചെയ്തുകൊടുക്കുന്ന പ്രസംഗമായിരുന്നു അത്. വോട്ടർ എന്ന അബ്സ്ട്രാക്ഷന് അപ്പുറംനിന്നു പ്രസംഗിച്ചു.

ആകാശത്തിലെ മേഘപാളികളെ തുടർന്നുകൊണ്ട് ഒരു പ്രകാശരേഖ കാണുന്നില്ലേ? നീലമേഘങ്ങൾക്കിടയിൽ ഒരു കീറൽ കാണുന്നില്ലേ? അതു നെഹ്റുവിന്റെ കണ്ണുകളാണ്. മാനവികത നിലിനിൽക്കുന്നില്ലേ എന്ന അദ്ദേഹത്തിന്റെ നോട്ടമാണ്. അതിന്റെ രശ്മികോശമാണ്.

നെഹ്റു കേന്ദ്ര സാഹിത്യ അക്കാദമി പ്രസിഡന്റായിരുന്നു. അക്കാദമി അംഗങ്ങൾക്ക് അവാർഡ് കൊടുക്കേണ്ടതില്ല എന്നദ്ദേഹം തീരുമാനിച്ചു. അങ്ങനെയൊരു തീരുമാനമില്ലായിരുന്നുവെങ്കിൽ അക്കാദമിക്കാർ ഞങ്ങളുടെ ഏകകണ്ഠമായ തീരുമാനം (അങ്ങനെയാണു പറയുക) എന്നു പറഞ്ഞ് നെഹ്റുവിന്റെ പുസ്തകത്തിനു തന്നെ അവാർഡ് നൽകുമായിരുന്നു. നെഹ്റുവിനോടുള്ള സ്നേഹം കൊണ്ടല്ല. അദ്ദേഹം ഒഴിഞ്ഞു കിട്ടിയാൽ തങ്ങൾക്ക് അടുത്ത മുറവരുമല്ലോ എന്ന കണക്കുകക്കൂട്ടലിലാണ്. നെഹ്റുവിന് അതു മനസ്സിലായി. പണ്ടാരോ പറഞ്ഞതുപോലെ 'പൊന്നുമോനാ' ണ്, 'പൊന്നുമോൻ'. ഇതൊക്കെ മുൻകൂട്ടി മനസ്സിലാക്കിയ പൊന്നുമോൻ, അങ്ങനെ 'പൊന്നുമോൻ' ആ തീരുമാനം എടുത്തതിനാൽ ഇവിടെ കേരളത്തിലെ അക്കാദമിക്കും ഈ നിയമം പാലിക്കേണ്ടതായി വന്നു.

നിങ്ങളിവിടെ ഒളിഞ്ഞുകാണുന്നില്ലേ, അദ്ദേഹം ഇവിടെ ജീവിതത്തിന്റെ മഹാസദാചാരം കാത്തുസൂക്ഷിക്കുകയാണ്. രാഷ്ട്രീയ ഭാഷയിൽ ഡെമോക്രസി എന്നൊക്കെ പറയില്ലേ? അതു സദാചാരമാണ്. അയൽപക്കംകാരനെ ആദ്യം കാണുക. അതു മതമാണ്. റിലീജിയൻ. അമ്മട്ടിലുള്ള സദാചാരമാണ് അദ്ദേഹത്തിന്റേത്. അദ്ദേഹത്തിന് അതുകഴിയും. കാരണം അദ്ദേഹത്തിന്റെ ഗുരു ഗാന്ധിജിയാണ്.

അദ്ദേഹം ഒന്നും ആയതല്ല, എല്ലാം ആയിപ്പോയതാണ്. ഇവിടെ പലരും ആയിത്തീരാൻ എത്രമാത്രം ശ്രമിച്ചിട്ടും ആകുന്നില്ല. ഷഷ്ടിപൂർത്തി കഴിഞ്ഞിട്ടും ഒന്നും ആകുന്നില്ല.

ഇങ്ങനെയുള്ള ഒരു മനുഷ്യൻ എഴുതിയാൽ സാഹിത്യമാകാതെ പറ്റില്ല. 'കാസൽസ് എൻസൈക്ലോപീഡിയ ഓഫ് ലിറ്ററേച്ചറി'ൽ ഇന്ത്യയിലെ നാലഞ്ച് ആളുകളെ മാത്രമേ സാഹിത്യകാരന്മാരായി കണക്കാക്കുന്നുള്ളൂ. അതിൽ ഒന്ന് ജവഹർലാൽ നെഹ്റുവാണ്. കാസൽ എൻസൈക്ലോപീഡിയ സായിപ്പിന്റേതാണ്. അവർക്കു നെഹ്റുവിനെ വലുതാക്കിയിട്ട് ഒന്നും നേടാനുണ്ടായിരുന്നില്ല.

കേരളത്തിൽ ഒരു മുൻ വിദ്യാഭ്യാസമന്ത്രി താൻ മന്ത്രിയായിരുന്ന കാലത്ത് 25 പേജുള്ള ഒരു പുസ്തകമെഴുതി. 26 പേജില്ലാതെ പുസ്തകം അടിക്കാൻ പാടില്ല. എങ്കിലും അച്ചടിച്ചു. അതു സമ്മാനത്തിന്റെ അടുത്തു വരെ എത്തുകയും ചെയ്തു. ദൈവം സഹായിച്ചതുകൊണ്ടുമാത്രം അതിനു സമ്മാനം ലഭിച്ചില്ല. അത്തരത്തിലുള്ള ഒരു രാജ്യത്ത് ജവഹർലാൽ നെഹ്റു നോബൽ സമ്മാനം അർഹിക്കുന്നു. വിൻസ്റ്റൻ ചർച്ചിലിന്റെ വേൾഡ് ഹിസ്റ്ററിക്ക് നോബൽ സമ്മാനം കൊടുക്കാമെങ്കിൽ ജവഹർലാൽ നെഹ്റു വിന്റെ കൃതിക്കും തീർച്ചയായും കൊടുക്കാം. മാഡംചിയാംഗ് കൈഷക്, അന്നത്തെ ഏഷ്യയിലെ പ്രഥമവനിത, അത്യന്തം ബുദ്ധിമതി, അത്യന്തം സുന്ദരി, അവർ പറഞ്ഞു. "ഇതാ ഇംഗ്ലീഷ് സാഹിത്യം ആകമാനം പരി ശോധിച്ചാൽ ഇത്രമാത്രം സ്ഫുരിക്കുന്ന ഒരു കൃതി വേറെ കാണുവാൻ കഴിയില്ല" അദ്ദേഹത്തിന്റെ ആത്മകഥ. ആ മനുഷ്യനെ കാണണമെന്നു ണ്ടെങ്കിൽ മാനവികതയുടെ സീമരേഖകളിലൂടെ കണ്ണേണ്ടതാണ്. മനുഷ്യന്റെ ഉത്തുംഗഭാവങ്ങൾ എവിടെ കാണുന്നുവോ അവിടെയെല്ലാം പ്രണമിക്കുന്ന ആളായിരുന്നു അദ്ദേഹം.

ആ മനുഷ്യൻ യാസർ അരാഫത്തിനെ കാണുമ്പോൾ മാനുഷികമായ ചൈതന്യത്തിന്റെ സ്ഫുരണങ്ങൾ കാണുന്നു. അദ്ദേഹത്തിലും എത്രയോ മൈനർ ആണ് അരാഫത്ത്. ഇതു തന്നെയാണ് കാസ്ട്രോയെ കാണു മ്പോഴും ഉണ്ടാകുക. അവിടെയൊന്നും അദ്ദേഹത്തിന് ജാടയില്ല. ആകാ ശത്ത് കിഴക്ക് ഒരു ഇന്ദ്രധനുസ് ഉദിച്ചുയരുമ്പോൾ, ഒരു പുഷ്പം കൊഴിഞ്ഞുവീഴുമ്പോൾ ഹാ പുഷ്പമേ എന്നു പറയുമ്പോൾ അവിടെ കലാ കാരനുണ്ട്. അതാണ് ജവഹർലാൽ നെഹ്റു.

അദ്ദേഹത്തിന്റെ സിംഹാസനം അനന്തരാവകാശികൾക്ക് പിടിച്ചെടു ക്കുവാൻ കഴിയാത്തവിധം അകലെയാണ്. നാമിവിടെ പ്രഖ്യാപിക്കുന്നു. സമസ്ത രാഷ്ട്രീയ തത്ത്വങ്ങൾക്കും അപ്പുറത്താണ് അദ്ദേഹത്തിന്റെ സിംഹാസനം. ഈ സിംഹാസനത്തിന്റെ മാറ്റുരച്ചുകൊണ്ടാണ്, അതിന്റെ മാനദണ്ഡം വച്ചുകൊണ്ടു മാത്രമാണ് നിലനിൽക്കുന്നത്. ആ മഹാശക്തി നമ്മുടെ ആത്മാവിനെ പണയപ്പെടുത്തുകയും നമ്മുടെ ഹൃദയത്തെ അടിമ യാക്കുകയും ചെയ്യും.

സാമൂഹ്യ രാഷ്ട്രീയ തിരക്കുകൾക്കിടയിൽ നമുക്കു പാട്ടുകേൾക്കാൻ കഴിയുന്നുണ്ടോ? ഷഷ്ടിപൂർത്തിക്കു വന്നാൽ കേൾക്കാം എന്ന നിലയി ലല്ലേ സുബ്ബലക്ഷ്മി പാടുന്നുവെന്നു കേട്ടാൽ നാം പ്രതികരിക്കുക. സുബ്ബ ലക്ഷ്മി ഒരിക്കൽ നെഹ്റുവിന്റെ സാന്നിധ്യത്തിൽ പാടി. നമ്മുടെ മന്ത്രി മാരാണെങ്കിൽ എന്താണ് ചിന്തിക്കുക-'ഞാനുള്ളതുകൊണ്ട് എന്റെ പ്രജ പാടി'. സമ്മാനം കൊടുക്കുമ്പോൾ വിചാരിക്കും 'ഞാൻ നിന്നെ പ്രോൽസാ ഹിപ്പിക്കുന്നു'.

പക്ഷേ, നെഹ്റു സുബ്ബലക്ഷ്മിയെ ചൂണ്ടി തൊണ്ട ഇടറി പറഞ്ഞ തെന്താണ്? "വെറുമൊരു പ്രധാനമന്ത്രിയായ ഞാനാരാണ് ഈ സംഗീത

റാണിക്ക് ഉപഹാരം നൽകാൻ" ഇത്തരം ഒരു വാക്കു പറയാൻ കഴിയുന്ന ഒരു നേതാവ് ഉത്തരധ്രുവം മുതൽ ദക്ഷിണധ്രുവംവരെ പരതിയാൽ കാണില്ല. അതാണ് പാരമ്പര്യം, രാജകീയ പാരമ്പര്യം.

അദ്ദേഹത്തെ സ്മരിക്കുമ്പോൾ പൂക്കാത്ത മരങ്ങളും പൂക്കുന്ന ഭാവനയുടെ രത്നചഷകം മുഴുവൻ പരിശോധിച്ച് സർഗാത്മകമായ ഒരലങ്കാരം കവി പ്രയോഗിക്കുന്നു. 'ഋതുരാജൻ'. ഋതുരാജൻ വസന്തമാണ്. എല്ലാറ്റിനേയും പുഷ്പിക്കുന്നു. കുമാരനാശാൻ പാടിയില്ലേ 'വേലിവരെ പൂക്കുന്നു'. ജവഹർലാൽ നെഹ്റുവിന്റെ ഭാരതസങ്കല്പം അതായിരുന്നു, ഋതുരാജന്റെ ഭാരതസങ്കല്പം.

അദ്ദേഹം ഗാന്ധിത്തൊപ്പികൊണ്ടു മറച്ചത് വിശാലമായ കഷണ്ടി മാത്രമാണ്. അദ്ദേഹത്തിനു മായ്ക്കാൻ കഷണ്ടി മാത്രമേ ഉണ്ടായിരുന്നുള്ളു. ഇന്ന് ഗാന്ധിത്തൊപ്പികൊണ്ടു മറയ്ക്കപ്പെടുന്നത് എന്തൊക്കെയാണ്. ഗാന്ധിത്തൊപ്പിയുണ്ടാക്കിയത് അദ്ദേഹത്തിന്റെ കഷണ്ടി മറയ്ക്കാനല്ലേ എന്നു തോന്നുപ്പോകും. സരോജിനി നായിഡു ആ ഗാന്ധിത്തൊപ്പി തലയിൽനിന്നെടുത്തിട്ടു പറയും 'ഓ നിങ്ങൾ വലിയ സുന്ദരൻ'.

അദ്ദേഹം എല്ലാറ്റിനേയും പുഷ്പിക്കും. ഷൺമുഖം ചെട്ടിയെ, ജോൺ മത്തായിയെ ഒക്കെ അദ്ദേഹം ഡൽഹിയിലേക്ക് എടുത്തു. ജോൺ മത്തായി -എത്ര പ്രതിഭാശാലിയായിരുന്നു അദ്ദേഹം സിദ്ധാന്തങ്ങളുടെ മാനദണ്ഡം വച്ചാണെങ്കിൽ മത്തായിയെ സ്വീകരിക്കില്ല.

ജോൺ മത്തായി കേരള യൂണിവേഴ്സിറ്റി വൈസ് ചാൻസലറായിരുന്നു. അദ്ദേഹം വൈസ് ചാൻസലറായിരുന്നുവെങ്കിൽ ഇന്നുള്ള വൈസ് ചാൻസലറുമാർ വേറെവല്ല പണിയും നോക്കുകയാണു വേണ്ടത്. കുറ്റപ്പെടുത്തലല്ല, മഹാസത്യങ്ങളാണ്. എന്റെ ജീവിതത്തിലെ അവിസ്മരണീയമായ സംഭവമേത് എന്നെങ്ങാനും ചോദിച്ചാൽ എനിക്കു പറയാൻ ഒരനുഭവമുണ്ട്. ഞാൻ ദേവഗിരി കോളേജിൽ മലയാളം ലക്ചറർ ആയിരുന്ന കാലത്ത് ജോൺ മത്തായി കോളേജിൽ വന്നു. എന്റെ ക്ലാസ്സിൽ വന്നു. ഞാനാണെങ്കിൽ എനിക്കേറ്റവും ഇഷ്ടപ്പെട്ട ചിന്താവിഷ്ടയായ സീത പഠിപ്പിക്കുകയാണ്. ക്ലാസ്സിൽ കയറിവന്ന് എന്നോടദ്ദേഹം ചോദിച്ചു 'മലയാളത്തിൽ ക്ലാസ്സുണ്ടോ' എന്ന് ഇല്ലെങ്കിൽ വെളിക്കുപോകൂ എന്നദ്ദേഹം പറയുമായിരുന്നു. ഇന്ന് ഇങ്ങനെയൊരു ചോദ്യത്തിനു പ്രസക്തിയില്ല. അല്ലെങ്കിൽ നമ്മുടെ നിയമസഭയുടെ ഭാഷയിൽ പറഞ്ഞാൽ അങ്ങനെയൊരു ചോദ്യം ഉദിക്കുന്നില്ല. ഉദിക്കുന്നത് കൊള്ളരുതായ്മ മാത്രം. പിന്നീട് ജോൺ മത്തായി ഒരു കുട്ടിയോട് ഒരു കവിത ചോദിച്ചു.

സി.ഡി.ദേശ്മുഖിനെ കാബിനറ്റിലെടുത്തു. പ്രസിദ്ധ ഇക്കണോമിസ്റ്റ് സംസ്കൃതത്തിൽ മഹാകാവ്യമെഴുതിയയാൾ. അതേ, നെഹ്റു ഋതുരാജനാണ്. എല്ലാറ്റിനേയും പുഷ്പിക്കും.

ഒരു വ്യക്തിക്ക് എത്ര ചക്രവാളങ്ങളിലേക്ക് നോക്കാം- അവയൊക്കെ നെഹ്റുവിന്റെ കൃതികളിൽ കാകണാം. അദ്ദേഹം ആത്മകഥയെഴുതി. ഒരു മഹാകവിക്കല്ലാതെ എഴുതാൻ പറ്റില്ലാത്ത തരത്തിലാണ് അതെഴുതിയിരിക്കുന്നത്. ഗദ്യകവിതയാണത് എം.പി.പോൾ പറഞ്ഞു. 'ഗദ്യകവിത അതാണ്'. ഇതിനൊക്കെയാണു നോബൽ സമ്മാനം കൊടുക്കേണ്ടത്. അല്ലാതെ ലോകത്തിന്റെ വിവിധ സ്ഥലങ്ങളിൽനിന്ന് കമ്പിയടിപ്പിച്ച് സമ്മാനം വാങ്ങുകയല്ല വേണ്ടത്.

അദ്ദേഹത്തിനു താൻപോലും ഒരു മിസ്റ്ററിയാണ്. ഒരു കമലാദേവി മരിച്ചതിനെക്കുറിച്ച് അദ്ദേഹം എഴുതുകയാണ്. "എനിക്ക് കമലയെ മനസ്സിലായോ, കമലയ്ക്ക് എന്നെയും - എനിക്ക് എന്നെത്തന്നെ മനസ്സിലായോ?" അദ്ദേഹം തന്നെത്തന്നെ കണ്ടെത്താൻ ശ്രമിക്കുകയായിരുന്നു ആത്മകഥയിൽ.

അദ്ദേഹം തന്റേതെല്ലാം വിറ്റ് രാജ്യത്തിന്റെ സ്വത്താക്കി. ഇന്ന് രാജ്യത്തിന്റേതെല്ലാം വിറ്റ് തന്റെ സ്വത്താക്കുകയാണെന്ന വ്യത്യാസമുണ്ട്. ആനന്ദഭവൻ സ്വരാജ്യഭവനായി രാജ്യത്തിനുവേണ്ടി ദാനം ചെയ്തു. അതാണ് നെഹ്റു. എന്റെയും നിങ്ങളുടെയും ഹൃദയത്തിൽ ഏതെല്ലാം വർത്തമാനകാല മഹാപ്രഭുക്കൾ ഘോഷയാത്ര നടത്തിയാലും നെഹ്റു മാഞ്ഞുപോകാതെ നിൽക്കുന്നുണ്ടെങ്കിൽ എന്തുകൊണ്ടാണ്? ഈ ആദർശസ്ഥിരതകൊണ്ട്. അതുകൊണ്ട് മഹാത്മജി- ഇന്ത്യയിലെ ഏറ്റവും പരിശുദ്ധനായ മനുഷ്യൻ - വിധിയെഴുതുകയാണ് "ഇതാ ഇന്ത്യയിലെ രത്നം, രാഷ്ട്രത്തിന്റെ ഭാവി ഇദ്ദേഹത്തിന്റെ കൈകളിൽ സുരക്ഷിതമാണ്. ദേശസ്നേഹികളിൽ അഗ്രിമൻ, സത്യസന്ധതയിൽ അനുപമൻ".

ഇതാണ് നെഹ്റു. ഈ ശക്തിയൊക്കെയാണ് എന്നെ, എന്റെ ചെറുപ്പത്തിൽ എന്റെ ഗ്രാമത്തിൽനിന്ന്, ചെറുപ്പത്തെ അതിന്റെ ഇതളുകളിൽനിന്ന് പുറത്തേക്കു നയിച്ചത്. ഒരു ഗ്രാമത്തിന്റെ തോട്ടിൽനിന്ന് എന്നെ നയിച്ചത് ഈ ശബ്ദമായിരുന്നു. ആ വസന്തകാലത്തിന്റെ മാസ്മരശക്തിയെക്കുറിച്ച് ഞാനെത്രവേണമെങ്കിലും പ്രസംഗിക്കും. അതിനായി എവിടെ വിളിച്ചാലും പോകാതെ തരമില്ല.

തന്റെ ചിതാഭസ്മം ദേശവ്യാപകമായി വിതറാൻ അദ്ദേഹം ആവശ്യപ്പെട്ടത് കോൺഗ്രസുകാരന് ധീരതയും ആത്മാഭിമാനവും രാജ്യസ്നേഹവും ഉണ്ടാകട്ടെ എന്നു കരുതിയാണ്. പക്ഷേ, അതിൽനിന്നെല്ലാം ഒഴിഞ്ഞുമാറുന്നത് എന്തൊരു ധീരതയാണ്.

നെഹ്റുവിന്റെ കാലത്തു വാങ്ങിച്ച ഒരു വിമാനത്തിന്റെ പേര് മേഘദൂത് എന്നായിരുന്നു. ആ സമയത്ത് മദ്രാസിൽ ഒരു വിമാനം വാങ്ങി. അതിന്റെ പേര് 'ഹനുമാൻ'! ആരെല്ലാം എതിർത്താലും മുഖം മുഷിഞ്ഞാലും ഞാൻ പറയും കേരളത്തിലാണ് ഒരു വിമാനം വാങ്ങുന്നതെങ്കിൽ അതിന്റെ പേര് 'ഗുരുവായൂരപ്പൻ' എന്നായിരിക്കും.

ഇന്ത്യയുടെ കലാപരവും സാഹിത്യപരവും രാഷ്ട്രീയപരവും വേദാന്തപരവും സൗന്ദര്യപരവുമായതെല്ലാം കൂടിച്ചേർന്ന ഒരു മനുഷ്യൻ. ഉർവശിയെ സൃഷ്ടിച്ചതാര് എന്ന കാളിദാസന്റെ ഒരു ചോദ്യമുണ്ട്. ആ ഉണക്ക ഋഷി പ്രജാപതിയൊന്നുമല്ല, ബ്രഹ്മാവല്ല, മറ്റൊരു ചന്ദ്രനാണ്. മധുമാസമാണ് അല്ലെങ്കിൽ കാമദേവനാണ്. അതുപോലെ നെഹ്റുവിനെ സൃഷ്ടിച്ചത് നമ്മെ സൃഷ്ടിച്ച ദൈവമല്ല, മറ്റേതോ ഒരു ചൈതന്യശക്തിയാണ്.

പനമ്പിള്ളിയുടെ പരിവേഷം

പനമ്പിള്ളി ഗോവിന്ദമേനോൻ കേരളത്തിൽ പിറന്നിട്ട് അടുത്ത കൊല്ലം ഒരു നൂറ്റാണ്ടു തികയുമെന്ന് ഒരു വസ്തുതയായി അംഗീകരിക്കാൻ എനിക്ക് ഒട്ടും പ്രയാസമില്ലെങ്കിലും അദ്ദേഹം നിര്യാതനായിട്ട് ഒരു തലമുറക്കാലം കഴിഞ്ഞുവെന്ന് സമ്മതിക്കാൻ എന്റെ മനസ്സിന് അത്ര എളുപ്പത്തിൽ കഴിയുന്നില്ല. കാലം ഇരുമ്പുവേലി കെട്ടി കാത്തുകഴിയുന്ന അതിർത്തികളിൽ പലപ്പോഴും വ്യക്തിമനസ്സ് തോന്ന്യാസം കാണിച്ചുവെന്ന് വരും. ഒരു തലമുറക്കാലത്തിന് തലയിലേറ്റാവുന്നതിലേറെ മാറ്റങ്ങൾ ഈ മുപ്പത്തേഴു വർഷംകൊണ്ട് സംഭവിച്ചിട്ടുണ്ടെങ്കിലും കേരളത്തിൽ കഴിഞ്ഞ ഒരു ശതാബ്ദത്തിനിടയിൽ ഉണ്ടായ രാഷ്ട്രീയനേതാക്കൾക്കിടയിൽ സ്വരത്തിലും തരത്തിലും വ്യത്യസ്തനായ ഈ നേതാവ് വേറിട്ടൊരാസനത്തിൽ സ്വന്തം തേജസ്സിൽ നിറംമങ്ങാതെ വരാജിക്കുന്നു.

അദ്ദേഹത്തെ രാഷ്ട്രീയ നേതാവായി മാത്രം കണ്ടാൽ അക്കാലത്തെ മറ്റു നേതാക്കളുടെ ബയോഡാറ്റയെ വെല്ലുന്ന വല്ലതും അതിൽ കാണാനാകുമോ എന്ന് സംശയമാണ്. അഭിഭാഷകനായി, രാഷ്ട്രീയ പ്രവർത്തനത്തിലൂടെ കൊച്ചിയിലും തിരു-കൊച്ചിയിലും മന്ത്രിയും തിരു-കൊച്ചിയിൽ മുഖ്യമന്ത്രിയും ആയി. ഒരു കൊല്ലത്തിനകം മന്ത്രിസഭ തകരുകയും പിന്നീട് പാർലമെന്റിൽ എത്തുകയും ചെയ്തു. ഇടയ്ക്ക് ഒരു തവണ തോറ്റു. ഒടുവിൽ കേന്ദ്രമന്ത്രിയായി എന്ന് പറഞ്ഞുകേൾക്കുമ്പോൾ അസാമാന്യത അതിലൊന്നും പ്രതിഫലിക്കുന്നത് കാണാൻ വഴിയില്ല. എന്നാൽ പനമ്പിള്ളിയുടെ സ്വത്വത്തിന് ചുറ്റും അദ്ദേഹം വളർത്തിയെടുത്തതും അദ്ദേഹത്തിന്റെ ആത്മാവ് ആനന്ദിച്ചതുമായ കുറെ അസാധാരണസിദ്ധികളുടെ ഒരു വലിയ പരിവേഷവലയം അദ്ദേഹത്തിന്റെ തലയ്ക്കുചുറ്റും വിലസി നിന്നിരുന്നു. വീണപൂവ് പ്രകാശം നശിച്ച് മണ്ണിൽ വീഴുമ്പോഴും അതിന്റെ പരിധി അഥവാ പരിവേഷം മിന്നിനിൽക്കുന്നതായി തോന്നിയിരുന്നുവെന്ന് ആശാൻ ഉൽപ്രേക്ഷിക്കുകയുണ്ടായി. ആന്തര വൈഭവങ്ങളുടെ അത്യുജ്ജ്വലമായ ഒരു പ്രഭാമണ്ഡലം കരിവീട്ടിയിൽ കൊത്തിയെടുത്ത ആ നേതൃശില്പത്തിന് അനശ്വരത സമ്മാനിച്ചു.

അദ്ദേഹം കുറച്ചുകാലം അഭിഭാഷകനായി ഹൈക്കോടതിയിൽ പ്രവർത്തിച്ചുരുന്നു. ചെറിയ വസ്തുതകൾപോലും തള്ളിക്കളയാതെ, കേസ്സിന്റെ സമഗ്രസ്വഭാവത്തോടു ചേർന്നുകൊണ്ട് അതുവെച്ച് പുതിയ അർത്ഥം കണ്ടെത്തി. തന്റെ നിശിതമായ യുക്തിബോധവും നിയമ പാണ്ഡിത്യവും വാഗ്വൈഭവവും ഉപയോഗിച്ച് അധൃഷ്യമായ ഒരു കോട്ട കെട്ടുന്നതുപോലെയാണ് അദ്ദേഹം കേസ് പഠിച്ചു വാദിച്ചിരുന്നത് എന്ന് അദ്ദേഹത്തെ ഏല്പിച്ച ഒരു തിരഞ്ഞെടുപ്പുകേസിനെപ്പറ്റി എന്റെ ഒരു സുഹൃത്ത് പറഞ്ഞത് ഞാൻ ഓർക്കുന്നു. അദ്ദേഹം പ്രസംഗിച്ചിരുന്നു. രാഷ്ട്രീയ നേതാക്കളെല്ലാം പ്രാസംഗികരാണ്. പക്ഷേ, പനമ്പിള്ളിയുടെ പ്രസംഗം അന്നുമിന്നും അതുല്യമാണ്. സാഹിത്യ ചമൽക്കാരവും കവിത യുടെ ഉദാഹരണങ്ങളും നുറുങ്ങു തമാശകളും സംഹാരകമായ നിശിതപരി ഹാസവും എല്ലാം ചേർന്ന് പ്രസംഗത്തെ നിത്യസ്മരണീയമാക്കുന്ന അപൂർവ കൗശലം പനമ്പിള്ളി ജനിക്കുമ്പോഴേ കൊണ്ടുവന്നിരുന്നു. താൻ ഗ്രന്ഥശാലാസംഘം പ്രസിഡന്റായ കാലത്ത് കൊല്ലത്തുവെച്ചുനടന്ന ഒരു വാർഷിക സമ്മേളനത്തിൽ ഗോവിന്ദമേനോൻ ചെയ്തതുപോലെ ഒരു പ്രസംഗം ചെയ്യുക എന്നത് എനിക്കിന്നും ഒരു സ്വപ്നമാണ്. അതുപോലെ മുണ്ടശ്ശേരി മാസ്റ്ററുടെ ശൈലിയിൽ തൃശ്ശൂരിൽ ചെയ്ത പ്രഭാഷണവും, പനമ്പിള്ളിയുടെ പ്രസംഗം മറ്റൊരു വകുപ്പാണ്.

ഈ ശതാബ്ദിയുടെ ഇളംകാറ്റിൽ തുറക്കുന്ന എന്റെ ഓർമയുടെ വാതിൽ കടന്ന് ഒരുപാട് വ്യക്തിബന്ധങ്ങളുടെ കഥകൾ പറയുന്നതിനായി ഇപ്പോൾ എന്റെ മുന്നിൽ എത്തുന്നു. ഒരു പക്ഷേ, കെ.കരുണാകരനല്ലാതെ പമ്പിള്ളിയോട് നിരന്തരമായ ബന്ധമുണ്ടായിരുന്ന ഒരാൾ വേറെ ഉണ്ടാ കാനിടയില്ല. അത് എന്റെയൊരു ഭാഗ്യം! കരുണാകരന് ഗോവിന്ദമേനോന്റെ രാഷ്ട്രീയകഥകൾ ആയിരിക്കും കൂടുതൽ അറിയുക. ധൈഷണികവും സാഹിത്യപരവും സാംസ്കാരികവുമായ വിഷയങ്ങളിൽ അദ്ദേഹം വ്യാപ രിച്ചതിനെക്കുറിച്ച് കരുണാകരന് അത്ര അടുത്ത അറിവുണ്ടാകാൻ സാധ്യത കുറയും. ഉണ്ടെങ്കിൽ ശതാബ്ദി സംഘാടകർ അവ കുറിച്ചെടുക്കാൻ ഏർപ്പാട് ചെയ്യേണ്ടതാണ്.

ചെറുപ്പത്തിൽ എനിക്ക് സാഹിത്യക്കമ്പംകൂടി. എങ്ങനെയെങ്കിലും ഒരു പത്രമാപ്പീസിൽ സ്ഥാനം പിടിക്കണമെന്ന മോഹം വല്ലാതെ വളർന്നുവന്നു. അങ്ങനെ എറണാകുളത്ത് പ്രജാമണ്ഡലത്തിന്റെ മുഖപത്രമായ ദീന ബന്ധുവിൽ ഞാൻ ഒരു സഹപത്രാധിപനായി കടുന്നു കൂടിയെന്നു പറ യട്ടെ. 1942ൽ ദീനബന്ധുവിന്റെ ആപ്പീസ് അന്ന് പരേതനായ മാധവൻ നായ രുടെ ചെറു കെട്ടിടത്തിലായിരുന്നു. മലബാറിലെ നേതാക്കളെ അറിയാമാ യിരുന്ന എനിക്ക് കൊച്ചി പ്രജാമണ്ഡലത്തിലെയും തിരുവിതാംകൂർ സ്റ്റേറ്റ് കോൺഗ്രസ്സിലെയും നേതാക്കളായ ഇക്കണ്ടവാര്യർ, ഇയ്യുണ്ണി, അയ്യപ്പൻ, പട്ടം താണുപിള്ള, ടി.എം.വർഗീസ്, ആനിമസ്ക്രീൻ തുടങ്ങിയവരെ നേരിട്ടു

കണ്ട് പരിചയപ്പെടാൻ കഴിഞ്ഞത് ആ സാഹചര്യത്തിലാണ്. പനമ്പിള്ളിയെ പ്രത്യേകം ആരും ശ്രദ്ധിക്കും.

പിന്നീട് ഞങ്ങളുടെ സമ്പർക്കത്തിന്റെ പ്രധാനവേദി കൊച്ചിയിലെ സമ്മേളനങ്ങളായിരുന്നു. അദ്ദേഹത്തിന്റെ യുക്തിചിന്തയും ഫലിതവും എന്നെ വശീകരിച്ചു. എല്ലാ അറിവും സ്വായത്തമാക്കാൻ പ്രഭാഷകനു കഴിയേണ്ടതാണ് എന്ന അരിസ്റ്റോട്ടിലിന്റെ അഭിപ്രായം അനുസരിക്കുന്ന ഒരു പ്രഭാഷകനായിരുന്നു പനമ്പിള്ളി. ഭരണഘടന പ്രാബല്യത്തിൽ വന്ന കാലത്ത് പനമ്പിള്ളിയോടൊപ്പം കോൺഗ്രസ് ക്യാമ്പുകളിൽ പഠനക്ലാസ്സുകൾ നടത്താൻ പോയത് ഓർക്കുന്നു. അന്ന് യുവകോൺഗ്രസുകാരായ എ.കെ.ആന്റണി, വയലാർ രവി തുടങ്ങിയവരെ ക്യാമ്പുകളിൽ കണ്ട ഓർമയുമുണ്ട്.

പനമ്പിള്ളി എവിടെച്ചെന്നാലും അദ്ദേഹം ചെല്ലുന്നതിനുമുമ്പേ അദ്ദഹത്തെക്കുറിച്ചുള്ള കുറെ കഥകൾ അവിടെ എത്തിച്ചേരുമായിരുന്നു. കൊച്ചിയിൽ മന്ത്രിയായിരിക്കുമ്പോൾ ഒരു വെളിച്ചെണ്ണയിടപാടിൽ അഞ്ചര ലക്ഷം രൂപ അഴിമതി നടന്നുവെന്ന ആരോപണം, അന്ന് പനമ്പിള്ളിക്കെതിരെ ഉയർന്നിരുന്നു. അദ്ദേഹത്തിന് അന്ന് വെളിച്ചെണ്ണക്കള്ളൻ എന്നൊരു പേരുവീണിരുന്നു. അദ്ദേഹത്തിന്റെ പേരിൽ ആദ്യവും അവസാനവും കേട്ട ഒരേയൊരു അപവാദം ഇതായിരുന്നു. ഒരിടത്ത് യോഗത്തിനുചെന്നപ്പോൾ ഒരു ചെറുക്കൻ വെളിച്ചെണ്ണക്കള്ളൻ എന്നു മുഖത്തു നോക്കി വിളിച്ചു. ആരായാലും വിളറിപ്പോകും. പക്ഷേ, പനമ്പിള്ളി വിളറിയില്ല. ആ നിറം മറ്റൊന്നായിരുന്നെങ്കിലും അദ്ദേഹത്തെ വിളർച്ച ബാധിക്കയില്ല. ക്ഷോഭം കൂടാതെ അദ്ദേഹം ആ കുട്ടിക്ക് ഒരു തുക കൊടുത്തിട്ടു പറഞ്ഞു, "കൊച്ചി രാജ്യത്തിലെ ജനസംഖ്യയും ഞാൻ അപഹരിച്ചുവെന്നു പറയുന്ന തുകയും കണക്കാക്കിയാൽ ഒരാൾക്ക് ഞാൻ കൊടുക്കേണ്ട പണമാണ് തനിക്കു തന്നത്. ഇനി താൻ ഇത് വിളിച്ചുപറയില്ലല്ലോ?.

അക്ഷോഭ്യത മാത്രമല്ല അത്തരമൊരു സന്ദർഭത്തിലെ ഹാസ്യാംശം അദ്ദേഹം എത്ര വിദഗ്ധമായി മനസ്സിലാക്കി തൽക്ഷണം മറുപടി പറഞ്ഞു! വിസ്മയിപ്പിക്കുന്ന ബുദ്ധി വൈഭവമാണത്.

ഈ ബുദ്ധിയുടെ ആധിക്യംകൊണ്ട് പനമ്പിള്ളിയെ ബുദ്ധിരാക്ഷസൻ എന്നു മാത്രമല്ല, വെറും രാക്ഷസൻ എന്നും ചിലർ സ്വകാര്യമായി പറഞ്ഞിരുന്നു. എന്തോ ഒരു സ്കൂൾ കാര്യത്തിന് വിദ്യാഭ്യാസമന്ത്രി ഗോവിന്ദ മേനോനെക്കണ്ട്, ഹെഡ്മാസ്റ്ററായിരുന്ന വൈലോപ്പിള്ളി ശ്രീധരമേനോൻ മുറിയിൽനിന്ന് ഇറങ്ങിവരുമ്പോൾ ഇങ്ങനെ പറഞ്ഞു. വിശ്വസനീയമായ കഥയാണ്. "മേനോനേ, നിങ്ങൾ ആത്മാർത്ഥതയില്ലാത്ത ഒരാളാണ്", പനമ്പിള്ളിയുടെ മറുപടി: "തന്നെപ്പറ്റി ചങ്ങമ്പുഴ പാടിയതിന്റെ അർഥവും ഏറെക്കുറെ ഇതുതന്നെയല്ലേ വൈലോപ്പിള്ളി?" ചങ്ങമ്പുഴയുടെ കപട ലോകത്തിൽ ആത്മാർത്ഥമായൊരു ഹൃദയം.' തക്കസമയത്ത് ആ

നാവിൻതുമ്പത്ത് എത്തിയില്ലേ? സാരസ്വതാനുഗ്രഹം എന്നേ പറയേണ്ടൂ. ഈ രണ്ട് പിള്ളിമാരുടെയും സ്വഭാവം അറിയുന്നവർക്ക് ഈ നാടകം നടന്നിരിക്കുമെന്നതിൽ സംശയം കാണില്ല.

പമ്പിള്ളി സഹിഷ്ണുതയുടെ കൂടാരമാണ്. ശങ്കരക്കുറുപ്പിന്റെ അഭ്യുദയകാംക്ഷിയായ പനമ്പിള്ളി, കുറുപ്പുമാസ്റ്ററുടെ കവിതയെ ഞാൻ വിമർശിച്ചതുകൊണ്ട് എന്നോട് ഒരിക്കലും അപ്രിയം കാട്ടിയിരുന്നില്ല. മറിച്ച് വളരെ പ്രിയമുണ്ടായിരുന്നുതാനും. എസ്.പി.സി.എസ്സിന്റെ ഗുണ്ടർട്ട് നിഘണ്ടു പ്രകാശനത്തിന് എറണാകുളത്തുനിന്നു കോട്ടയത്തേക്കു ഞങ്ങൾ മൂന്നുപേരും ഒരു കാറിലായിരുന്നു പോയത്. പനമ്പിള്ളി അധ്യക്ഷൻ, മാസ്റ്റർ ഉദ്ഘാടകൻ, എന്റെ പ്രസംഗം എന്നാണ് ഓർമ. മാസ്റ്റർ പ്രസംഗം നന്നായി കേൾക്കാൻ താഴെപ്പോയിരുന്നു. മറ്റാരോ പ്രസംഗിക്കുമ്പോൾ പനമ്പിള്ളി പറയുകയാണ്, "അഴീക്കോട് കുറുപ്പിന്റെ കവിതയെപ്പറ്റി പറഞ്ഞത് എനിക്കു സമ്മതമല്ലെങ്കിലും വേറെ എതിർപ്പുകൾ എനിക്കുണ്ട്." 'മാരിവില്ലേ' എന്നുപയോഗിച്ചത് അനുചിതമാണ്. വള്ളത്തോൾ പ്രയോഗിച്ചതും സൂക്ഷിച്ചോ, മഴവില്ല് പിടിച്ചെടുത്ത' എന്ന്.

ആ മനസ്സ് സദാ ഭൗമതലംവിട്ട് ഗന്ധർവ ലോകങ്ങളിൽ സഞ്ചരിച്ചിരുന്നു.

പല ഓർമകളെയും ഒഴിവാക്കുന്നു. എങ്കിലും ഒരു സംഭവം ഒഴിവാക്കാൻ തോന്നുന്നില്ല. 1964ലോ മറ്റോ ഞാൻ ഡൽഹിയിൽ ഏതോ സാഹിത്യകമ്മറ്റിയിൽ അംഗമായി പോയിരുന്നു. നേരത്തേ 'വെസ്റ്റേൺ കോട്ടി'ൽ മുറി ബുക്ക് ചെയ്തിരുന്നു. അവിടെ ചെന്നപ്പോഴാണ് അറിഞ്ഞത് ഒരു പാർലമെന്ററിസം സംഘത്തിനുവേണ്ടി എന്റെ മുറി ഏറ്റെടുത്തുപോയിരുന്നു. എന്തു ചെയ്യും? എന്റെ പരവശത കണ്ടിട്ടാവാം, സ്വീകരണക്കാരൻ പറഞ്ഞു. താഴെ ഒരു മുറിയിൽ കേരളത്തിൽനിന്നുള്ള ഒരു മേനോൻ താമസമാണെന്ന്. ഞാൻ ചെന്നു. ഉച്ചസമയത്ത് വാതിൽ തുറന്നായിരുന്നു കിടന്നത്. കിടക്കയിൽ പനമ്പിള്ളി സുഖമായുറങ്ങുന്നു. കുറച്ചുസമയം ഞാൻ കാഴ്ചനോക്കി നിന്നു. പിന്നെ പതുക്കെ ഒരു ശബ്ദമുണ്ടാക്കിയപ്പോൾ അദ്ദേഹം എഴുന്നേറ്റു. എന്നെ കണ്ടപ്പോൾ സന്തോഷമായി. കട്ടിലിനടുത്ത് ഇട്ടിരുന്ന ചെറു മേശമേൽ ഒരു പുസ്തകം കണ്ടു-ആൽബർട്ട് കാമുവിന്റെ 'ദി റബൽ', കാമുവിനു നോബൽ സമ്മാനം ലഭിച്ച രചന. പനമ്പിള്ളി അത് വായിക്കുകയാണ്. പല മലയാളി എഴുത്തുകാരും അന്ന് കാമുവിന്റെ പുസ്തകങ്ങൾ വായിച്ചിരുന്നില്ല.

നവംബർമാസം രോമക്കുപ്പായം കരുതാതെ ഡൽഹി സന്ദർശിച്ച എന്നെ മേനോൻ എന്തോ പറഞ്ഞു കളിയാക്കി. ഉടനെ അദ്ദേഹം എന്നെ നഗരത്തിലെ ഖാദികേന്ദ്രത്തിൽ കൊണ്ടുപോയി നല്ലൊരു സ്വെറ്റർ വാങ്ങിത്തന്നു.

അന്ന് രാജ്യസഭയിൽ എ.പി.ഉദയഭാനുവിന്റെ ഭാര്യ ഭാരതി ഉദയഭാനു അംഗമായിരുന്നു. ഉദയഭാനുവും അവരോടൊപ്പം കോട്ടാ ഹൗസിലാണ്

പാർത്തിരുന്നത്. വൈകുന്നേരം നേരം പോക്കാൻ പനമ്പിള്ളി ഞങ്ങൾക്കു ഒരു പുതിയ ചീട്ടുകളി പഠിപ്പിച്ചിരുന്നു. ഇംഗ്ലീഷ് അക്ഷരങ്ങൾക്കു വില യിട്ട്, കളി കഴിയുമ്പോൾ ഏറ്റവും കുറഞ്ഞ അക്കത്തിനുള്ള ചീട്ടുകൾ ബാക്കിയാകുന്നവർ ജയിക്കുന്നു. Scrables എന്നുപേര്. ഒരു തവണ ലണ്ടനിൽ പോയപ്പോൾ ആരോ സമ്മാനിച്ചതാണ്. മൂന്നിൽ കുറയാത്ത അക്ഷരങ്ങളെക്കൊണ്ട് പൂർണ്ണമായ വാക്കുണ്ടാക്കണം. മൂന്നുദിവസം ഞങ്ങൾ കളിച്ചിരുന്നു. എല്ലാ ദിവസവും ജയം അദ്ദേഹത്തിനായിരുന്നു. ജയിക്കാൻ വലിയ വാശിയാണ്-കുട്ടികളെപ്പോലെ. ഇംഗ്ലീഷ് പദകോശം അത്ര വശമല്ലാത്ത ഞങ്ങൾ ഇരുവരും വിദ്യാർത്ഥികളെപ്പോലെ അറിവിനെ വിദ്യയാക്കി രസിക്കുന്ന അദ്ദേഹത്തിന്റെ മുമ്പിൽ നമിച്ചുപോയെന്നു പറയട്ടെ.

ഇതാണ് പനമ്പിള്ളി ഗോവിന്ദമേനോൻ. അങ്ങനെ പ്രതിഭയുടെയും പ്രവൃത്തിയുടെയും സിദ്ധികൾ നേടിയ ഉന്നതശീർഷൻ കേരളത്തിലെ കോൺഗ്രസ്സിലും ഒരിക്കലും ഉണ്ടായിരുന്നില്ല. അതുകൊണ്ട് അദ്ദേഹം ആൾക്കൂട്ടത്തിൽ അനന്തമായ ഏകാകിത ഏറെ അനുഭവിച്ചു. അദ്ദേഹ ത്തിന് അറുപതു പൂർത്തിയായ ദിവസം ഒരാഘോഷവും എവിടെയും ഉണ്ടാ യിരുന്നില്ല. ഒറ്റയ്ക്കിരുന്നു ഊണ് കഴിഞ്ഞ മേനോനെയാണ് അന്ന് അവിടെ ചെന്ന ചില സുഹൃത്തുക്കൾ കണ്ടത്. അപ്പോഴും അദ്ദേഹം എന്തോ ഫലിതം പറഞ്ഞുവത്രെ.

അദ്ദേഹം മരിച്ചിട്ട് ശതാബ്ദിയാകുമ്പോഴാണ് ചാലക്കുടിയിൽ ചില അനക്കങ്ങൾ ഉണ്ടായത്. ഇവിടത്തെ കോൺഗ്രസ് കക്ഷിയുണ്ടാക്കിയ പന മ്പിള്ളി പുരസ്കാരം അവർതന്നെ സൃഷ്ടിച്ച വിവാദത്തിൽപ്പെട്ട് ആടിയു ലയുന്നു!

യജ്ഞവേദിയിൽനിന്ന്
രാഷ്ട്രീയവേദിയിലേക്ക്

കേരളത്തിലെ ഇന്നത്തെ രാഷ്ട്രീയ വേദിയിൽ വിഹരിക്കുന്ന നേതാക്കൾക്കിടയിൽ പഠനാർഹമായ വ്യക്തിത്വത്തോടു കൂടിയവർ എത്ര പേരുണ്ട്? ആ പേരുകളെച്ചൊല്ലിയും അവരുടെ എണ്ണത്തെക്കുറിച്ചും അഭിപ്രായ വ്യത്യാസം ധാരാളമുണ്ടാകാം. ഏതായാലും ഒട്ടും അഭിപ്രായ വ്യത്യാസത്തിനു വകയില്ലാത്ത ഒരാൾമാത്രം അവിടെയുണ്ട്. അതാണ് ഇ.എം.ശങ്കരൻ നമ്പൂതിരിപ്പാട്. സരോജിനി നായിഡു ജവഹർലാൽ നെഹ്റുവിനെപ്പറ്റി എഴുതിയതുപോലെ, അദ്ദേഹത്തിന്റെ ജീവിതം എന്നോ കഥയും ഗാനവും അപദാനവുമായി മാറിക്കൊണ്ടിരിക്കുന്നു! വിരോധികളടക്കം അദ്ദേഹം സർവർക്കും സമ്മതനാണ്, സർവാദൃതനാണ്.

മനുഷ്യൻ എത്രകാലം നീണ്ടുജീവിക്കുന്നുവോ അത്രയും അവൻ വലുതാകുമെന്നാണ് സാധാരണ ധാരണ. മറിച്ചല്ലേ വാസ്തവം? എത്ര നീണ്ട കാലം ജീവിക്കുന്നുവോ അത്രയും അവന്റെ ദൗർബല്യങ്ങൾ വളരാനും വല്ല വലിപ്പവും നേരത്തെയുണ്ടായിരുന്നുവെങ്കിൽ അതുപോലും കുറയാനും സൗകര്യമുണ്ടാകുന്നു എന്നതാണ് നമ്മുടെ അനുഭവം. മറ്റൊരു മഹത്ത്വവുമില്ലെങ്കിൽ മാത്രമേ ആയുർദൈർഘ്യം മഹത്ത്വഹേതുവാകുകയുള്ളൂ.

വിശേഷിച്ചൊന്നും മഹത്തായി ചെയ്തിട്ടില്ലാത്തവർ മഹാഭൂരിപക്ഷമുള്ള ഈ ലോകത്തിൽ അക്കൂട്ടർക്ക് ആയുസ്സിന്റെ നീളമല്ലാതെ വലിയവനാകാൻ വേറെ കാരണമൊന്നും പറയാനില്ല. അതുകൊണ്ടു നാം പണ്ടുപണ്ടേ നേരുന്ന മംഗളാവലിയിലെ പ്രഥമാശംസ ദീർഘായുസ്സ് എന്നതായിരിക്കുന്നു.

വല്ലതും ചെയ്തവർക്ക് ദീർഘായുസ്സ് മംഗളകരമാകാൻ എളുപ്പമല്ല. ഇ.എം.എസ് ആയുസ്സിൽ സമ്പന്നനാണ്. ഇരുപതാം നൂറ്റാണ്ടിന്റെ ഒന്നാം ദശകത്തിൽ പിറന്ന അദ്ദേഹം അതിന്റെ അവസാനത്തെ ദശാബ്ദത്തിൽ ഇപ്പോൾ എത്തിയിരിക്കയാണ്. പത്തൊമ്പതാം നൂറ്റാണ്ടിൽ ഇതുപോലൊരു നീണ്ട ജീവിതം വിക്ടർ യൂഗോവിനു ലഭിച്ചിരുന്നു. പത്തൊമ്പതാം നൂറ്റാണ്ടിനെ കൂട്ടിപ്പിടിച്ചാശ്ലേഷിച്ച ജീവിതമെന്ന് അദ്ദേഹത്തെ യൂറോപ്പ് അന്ന്

ഏകകണ്ഠമായി വാഴ്ത്തി. ഇ.എം.എസ് അതിനേക്കാൾ നീണ്ട ഒരാശ്ലേഷത്തിൽ ഇരുപതാംനൂറ്റാണ്ടിനെ ആനന്ദിപ്പിച്ചുകൊണ്ട് ഇന്നും ആയുഷ്മാനായിക്കഴിയുന്നു.

ഇവിടെ പ്രധാനപ്പെട്ട സംഗതി ആയുസ്സിന്റെ നീളമല്ല. ആ നീളത്തിൽ ഒട്ടും കുറയാത്ത ശ്ലാഘനീയ കർമങ്ങളുടെ ദൈർഘ്യം സൃഷ്ടിക്കുന്നതിന് തന്റെ നീണ്ട ആയുസ്സിനെ അദ്ദേഹം അവിശ്രമം വിനിയോഗിച്ചുവെന്നതാണ്. ആയുസ്സ്, സ്വാതന്ത്ര്യം പോലെ, ഒരവസരം മാത്രമാണ്. എന്നാൽ അത് മിക്കവാറും (സ്വാതന്ത്ര്യം പോലെ എന്ന് വീണ്ടും പറയട്ടെ)പാഴാക്കപ്പെടുന്നു. മനുഷ്യൻ ഏറ്റവും കൂടുതൽ പാഴാക്കുന്ന സമ്പത്ത് എന്ന് ആയുസ്സിന് നിർവചനം നൽകാം. ആയുസ്സ് നീളുകയല്ല. അതിനെ തനിക്കുവേണ്ടിയല്ലാതെ, അന്യർക്കുവേണ്ടി വിനിയോഗിക്കുക എന്നതാണ് മഹത്ത്വമെങ്കിൽ നമ്പൂതിരിപ്പാട് മഹാനാണ്. മരിക്കുന്നതുവരെ എല്ലാ ജീവികൾക്കും ആയുസ്സ് നീളും. പക്ഷേ, ജീവിതത്തെ പദാർത്ഥമായി ഉപയോഗിക്കുക അതിദുഷ്കരമാണ്. ആ വിധത്തിലുള്ള വിനിയോഗമാണ് മനുഷ്യജീവിതത്തിന് മഹത്ത്വം പ്രദാനം ചെയ്യുന്നത്. എപ്പോഴെങ്കിലും മനുഷ്യൻ അല്പം വലിയ കാര്യം ചെയ്തുവെന്നുവരും. എന്നാൽ ആയുഷ്കാലം മുഴുവൻ അങ്ങനെ ചെയ്തുകൊണ്ട് ജീവിക്കാൻ കഴിയുന്നവർ അധികമുണ്ടാവില്ല. അത്തരക്കാർ സ്വന്തം മൃതിക്കു മുമ്പേ രാജ്യത്തിന്റെ സ്മൃതിയെ കീഴടക്കി വാഴുന്നു. ഇ.എം.എസ് ഇന്ന് ദേശസ്മൃതിയിൽ എത്തിക്കഴിഞ്ഞിരിക്കുന്നു.

'ചെറുതാകുന്ന സാഹചര്യ വൈകൃതങ്ങളെപ്പറ്റി പറഞ്ഞല്ലോ. എന്തൊക്കെയായിരുന്നു അവ? രാഷ്ട്രീയമായ പാരതന്ത്ര്യം കാരണം സാമ്പത്തികമായും സാംസ്കാരികമായും ഈ നാട് ഏറ്റവും അധഃപതിച്ച ഒരു കാലമാണ് ആ സാഹചര്യങ്ങളിൽ മുൻനിന്നിരുന്നത്. ജാതിപരമായ ഉച്ചനീചത്വംകൊണ്ട് രാജ്യത്തിലെ മാനവശക്തി അങ്ങേയറ്റം ശിഥിലമായിരുന്നു. ചിന്താപരവും ആത്മീയവുമായ ഔന്നത്യത്തിൽ അനധരിതമായിരുന്ന ബ്രാഹ്മണസമൂഹം വൈദിക സംസ്കാരത്തിന്റെ സൂക്ഷ്മസാരം വിസ്മരിച്ച് വേദമന്ത്രങ്ങളുടെ അർഥബോധംപോലും നഷ്ടപ്പെട്ടവരായി തകർച്ചയുടെ ഇങ്ങേതലയ്ക്കൽ എത്തിയകാലം. ബ്രാഹ്മണന്ന് മന്ത്രം അധീനമാകയാൽ, മന്ത്രത്തിന് അധീനമായ ദൈവത്തിന് അധീനമായ ജഗത്ത് ബ്രാഹ്മണന്ന് അധീനമാണെന്നായിരുന്നു പഴയ വിശ്വാസം.

ഈ ജഗത്ത് ബ്രാഹ്മണന്റെ അധീനതയിൽനിന്ന് മാറിപ്പോയ കാലത്ത് ബ്രാഹ്മണസമുദായത്തിൽ പിറന്ന ഒരു കുഞ്ഞ് എങ്ങനെയാണ് വളർന്നു വലുതാവുക? ഇ.എം.എസ് വളർന്നത് വളരെ വ്യത്യസ്തനായിട്ടാണ്. മിക്ക മനുഷ്യരും പശുവിനെപ്പോലെ, ചുറ്റും നോക്കാതെ, ഒന്നിനുപിറകെ മറ്റൊന്നായി, മാമൂൽപ്പടി നടന്നു പോകുന്നു. അക്കാലത്ത് നമ്പൂതിരിമാർക്കിടയിൽ തങ്ങളുടെ സമുദായത്തിന്റെ ആദർശഭ്രംശത്തെക്കുറിച്ച് ശരിയായ ബോധമുണ്ടായിരുന്നവർ വളരെക്കുറവായിരുന്നു. അവർ പഴയപടി ഓത്തും

ഹോമവും വേളിയും മറ്റുമായി, പിതൃതൃപ്തിക്ക് ഭംഗംവരുത്താതെ, കഴിഞ്ഞുകൂടി.

സമുദായം എത്തിച്ചേർന്ന 'മഹാനരക' ത്തെക്കുറിച്ച് ബോധവാന്മാരായവർ അങ്ങിങ്ങ് കുറച്ചുപേർ ഉണ്ടായിരുന്നു. മലയാളത്തിലെ ഏത് 'ഹൂ ഇസ് ഹു' നോക്കിയാലും മൂന്നുനാലു ഭട്ടതിരിമാരുടെ പേരുകൾ വഴിക്കുവഴികാണാം. അവരും രണ്ടു നമ്പൂതിരിപ്പാടന്മാരുമാണ് അന്ന് കേരളത്തിൽ നമ്പൂതിരിമാരുടെ ലോകത്തിൽ പുതിയ കുറെ തീപ്പൊരികൾ വലിച്ചെറിഞ്ഞത്. ഞാനുദ്ദേശിക്കുന്നത്, വി.ടി ഭട്ടതിത്തിരിപ്പാട്, പ്രേംജി, എം.ആർ.ബി എന്നീ ഭട്ടത്തിരിപ്പാടന്മാരെയും മുത്തിരിങ്ങോട്ടു ഭവത്രാതൻ നമ്പൂതിരിപ്പാട്, ഇ.എം.ശങ്കരൻ നമ്പൂതിരിപ്പാട് എന്നിവരെയുമാണ്. ഇതിൽ ഏറ്റവും മൂത്ത ആൾ വി.ടി.ഭട്ടതിരിപ്പാടും ഏറ്റവും ഇളയ ആൾ ഇ.എം.എസുമാണ്.

വി.ടി 19-ാം നൂറ്റാണ്ടിൽ പിറന്ന വ്യക്തിയാണ്. നമ്പൂതിരി സമുദായത്തിലെ അനാചാരക്കൂമ്പാരത്തിന് തീകൊടുക്കാൻ ഇരുപതാം നൂറ്റാണ്ട് ആജ്ഞാപിച്ചപ്പോൾ ആദ്യം നീണ്ട കൈ 'വീട്ടി'യുടെതായിരുന്നു. ആ ചുറ്റുപാടിൽ പുരുഷന്റെ ലോകം ഹോമകുണ്ഡവും യജ്ഞവേദിയുമായിരുന്നെങ്കിൽ അന്തർജനത്തിന്റേത് അടുക്കളയുമായിരുന്നു. തീകൊടുക്കുന്ന കൂട്ടത്തിൽ ഇ.എം.എസുണ്ടായിരുന്നു. അദ്ദേഹം ആദ്യം കൈയിലേന്തിയ പന്തം ഇതാണ്.

പക്ഷേ, ആ കൂട്ടത്തിലുണ്ടായിരുന്നവർ സങ്കല്പിച്ച 'അരങ്ങ്' ആയിരുന്നില്ല ശങ്കരൻ നമ്പൂതിരിപ്പാട് മനസ്സിൽ കരുതിയത്. വി.ടി തുടങ്ങിയവർ ഉയർത്തിയ കൊടുങ്കാറ്റ് സമുദായികഭിത്തികൾക്കുള്ളിൽ ഉയർന്നു പൊങ്ങിയതായിരുന്നു. സമുദായത്തിന്റെ മതിലിനപ്പുറത്തു നടന്നിരുന്ന സമരനിർഘോഷങ്ങൾ അവരുമറിഞ്ഞിരുന്നു. വി.ടി.അഹമ്മദാബാദിൽ നടന്ന നാഷണൽ കോൺഗ്രസിന്റെ വാർഷികസമ്മേളനത്തിൽ പങ്കെടുക്കുകയുണ്ടായല്ലോ. ദേശീയത ആ ഹൃദയത്തിൽ ഒരിക്കലും അണഞ്ഞിരുന്നില്ല. എങ്കിലും സമുദായരംഗത്ത് വി.ടിക്കും മറ്റും ലഭിച്ച നേതൃത്വം രാഷ്ട്രീയരംഗത്ത് സമ്പാദിക്കാൻ അവർ ശ്രമിച്ചില്ല.

ഇ.എം.എസ് എല്ലാ മതിലുകളും ചെറുപ്പത്തിലേ ചാടിക്കടന്നു. അടുക്കളയിൽനിന്ന് അരങ്ങത്തേക്ക് വന്നതുകൊണ്ടുമാത്രം തൃപ്തിപ്പെടുന്ന ഒരു മനസ്സായിരുന്നില്ല അദ്ദേഹത്തിന്റേത്. 'മഹാനരക' ത്തിൽനിന്ന് മഹാസ്വർഗത്തിലേക്കു തന്നെ ചെന്നെത്താൻ, ബാലനായിരിക്കുമ്പോൾപ്പോലും, അദ്ദേഹത്തിൽ ഒരു അന്തർനിയോഗമുണ്ടായിരുന്നുവെന്ന് ആ ജീവിതകഥ, സൂക്ഷിച്ചു നോക്കിയാൽ മനസ്സിലാക്കാം. മഹാസ്വർഗത്തിൽ അഗ്രാസനം മോഹിച്ചില്ലെങ്കിലും അദ്ദേഹത്തിന്റെ കർമങ്ങളുടെ ഋജുപഥം അവിടെ അദ്ദേഹത്തെ എത്തിച്ചു. അദ്ദേഹത്തിന്റെ ഈ പോക്കിൽ സംസ്കൃതം ഇംഗ്ലീഷിനു വഴിമാറിക്കൊടുത്തു. പുണ്യധനത്തിന്റെ ഗ്രന്ഥമായ വേദത്തിന്റെ സ്ഥാനം 'മൂലധനം' പിടിച്ചെടുത്തു. ആർഷമതാചാര്യന്മാരായ വ്യാസകൃഷ്ണശങ്കരാദ്യരുടെ ശബ്ദത്തിനു

പകരം മാർക്സ്, ലെനിൻ പ്രഭൃതികളുടെ ശബ്ദം അദ്ദേഹം കേട്ടു തുടങ്ങി.

ആംഗല വിദ്യാഭ്യസത്തിനു മുതിർന്നുവെന്നല്ലാതെ അത് അദ്ദേഹം പൂർത്തിയാക്കിയില്ല. അതു പൂർത്തിയാക്കിയിരുന്നെങ്കിൽ നമ്പൂതിരിപ്പാട് വലിയൊരു ഗവർമെണ്ട് ഭക്തനായ ഉദ്യോഗസ്ഥനായി ഉന്നതശ്രേണിയിൽ എത്തി റിട്ടയർചെയ്തുപോയേനേ! സംസ്കൃതഭാഷ പരത്തിയ മനുഷ്യത്വ വിരുദ്ധമായ സംസ്കൃതിയോട് എതിരുനിന്നതുപോലെ, ആംഗലഭാഷ പ്രതിനിധാനംചെയ്യുന്ന കൊളോണിയലിസത്തിന്റെ ആധിപത്യത്തിനും അദ്ദേഹം എതിരായിരുന്നു.

സഹപാഠികൾ അർഥമറിയാതെ വേദമന്ത്രങ്ങൾ ഉരുവിട്ടുകൊണ്ടിരിക്കുമ്പോൾ, ഈ യുവാവ് സ്വാതന്ത്ര്യമന്ത്രങ്ങൾ ഉറക്കെ വിളിച്ചുപറഞ്ഞു കാരാഗൃഹത്തിലെത്തി. വംശപാരമ്പര്യം ഒരുക്കിയ ആചാരകാരഗാരത്തിൽനിന്ന് ഓടിപ്പോയ ആൾ തേടിച്ചെന്നത് വിദേശീയന്റെ ദണ്ഡനമന്ദിരമായ ജയിലിലാണ്. യജ്ഞവേദിയിൽ നിന്ന് രാഷ്ട്രീയവേദിയിലേക്ക് ഇ.എം.എസ് എത്തിച്ചേർന്നതിന്റെ പുറകിൽ പ്രവർത്തിച്ച ആന്തരപ്രേരണകളും സമൂഹനിർബന്ധങ്ങളും ഇവയായിരുന്നു.

വളരെ ചെറുപ്പത്തിൽ വളരെ വലിയ സ്ഥാനത്തെത്താൻ നമ്പൂതിരിപ്പാടിന് നിഷ്പ്രയാസം സാധിച്ചു. സംസാരിക്കുന്നതിലേ അദ്ദേഹത്തിന് പ്രയാസമുണ്ടായിരുന്നുള്ളൂ. പ്രവർത്തിക്കുന്നതിൽ അത് ഒട്ടുമുണ്ടായിരുന്നില്ല. ഇന്നത്തെ രീതി നേരെ വിപരീതമാണല്ലോ-സംസാരിക്കാൻ ആർക്കും ഒട്ടും പ്രയാസമില്ല. പ്രവർത്തിക്കാൻ തീരെ വയ്യ. ഇന്ത്യയിൽ ഈ രീതി ഒരു ദേശീയ നീതിയായിത്തീർന്ന ഇന്നത്തെ ദശയിലും നമ്പൂതിരിപ്പാടിന്റെ രീതി മാറിയിട്ടില്ല. ചെറുപ്പത്തിൽ എത്ര പെട്ടെന്നാണ് അദ്ദേഹം തടവുപുള്ളിയും പത്രാധിപരും കോൺഗ്രസ് സോഷ്യലിസ്റ്റ് പാർട്ടിയുടെ അഖിലേന്ത്യാ ജോയന്റ് സെക്രട്ടറിയും എഐസിസി അംഗവും കെപിസിസി സെക്രട്ടറിയും കേരളത്തിലെ കമ്യൂണിസ്റ്റ് പാർട്ടിയുടെ സ്ഥാപക അംഗവും മറ്റും മറ്റുമായി തീർന്നത്. ബി എക്ക് പഠിക്കുമ്പോൾ കോളേജ് വിട്ടു പുറത്തുവന്ന നമ്പൂതിരിപ്പാട്, ഉരിഞ്ഞ തോൽപാമ്പെന്നതുപോലെ, പിന്നെ തിരിഞ്ഞുനോക്കിയില്ല. ചെയ്തത് തെറ്റിപ്പോയെന്നുള്ള തിരിഞ്ഞു നോക്കിന്റെ കാല്പനിക വ്യഥ ഇ.എം.എസിൽ ഒരു കാലത്തും ഉയർന്നിരുന്നില്ല. സ്വന്തം വഴി വിടാതെ നടന്നുപോന്നതിലുള്ള സന്തോഷമേ അദ്ദേഹത്തിനുള്ളൂ.

ഈ മനോഭാവമാണ് ശങ്കരൻ നമ്പൂതിരിപ്പാടിന്റെ മഹത്ത്വത്തിന്റെ അടിസ്ഥാനമായിരിക്കുന്ന മികവാർന്ന ഗുണമെന്ന് ഞാൻ കരുതുന്നു. പഴയ മട്ടിൽ അതിനെ സ്ഥൈര്യമെന്നു വിളിക്കാം. ധൈര്യം അതിന്റെ ചെറിയൊരു ഭാഗം മാത്രമാണ്. നമ്മൾതന്നെ നമ്മുടെ ഉള്ളിലുള്ള വിശ്വാസത്തിനെതിരായി പ്രവർത്തിക്കാൻ പലപ്പോഴും പ്രലോഭനങ്ങളുണ്ടാകാം. ആ ആന്തര വിശ്വാസത്തോട് പ്രതിജ്ഞാബദ്ധതകാട്ടുന്ന സ്വഭാവമാണ് സ്ഥൈര്യം.

ഇംഗ്ലീഷിൽ Stamina എന്നു പറയും. കലാകാരന്റെ പ്രതിഭ സർഗശക്തിയുടെ സ്ഥൈര്യം(Stamina)ആണെന്ന് റോജർ ഫ്രൈയെപോലുള്ള കലാനിരൂപകർ പറയുന്നു.

ഈ ആദർശസ്ഥൈര്യമാണ് ഇ.എം.എസിനെ വലിയൊരു മനുഷ്യനാക്കിത്തീർത്തത്. മനുഷ്യസേവനം രാഷ്ട്രപുരോഗതിയും രാഷ്ട്രപുരോഗതി കക്ഷിയുടെ വളർച്ചയും കക്ഷിവളർച്ച ഗ്രൂപ്പ് വളർച്ചയും ഗ്രൂപ്പ് വളർച്ച സ്വന്തക്കാരുടെ അഭിവൃദ്ധിയുമായി അനുദിനം സങ്കോചിച്ചുവരുന്ന ഒരു കാലഘട്ടത്തിൽ താൻ പണ്ടു നങ്കൂരമടിച്ച കടലിൽതന്നെ ഇപ്പോഴും സ്വന്തം കർമ നൗകയെ ബന്ധിച്ചു നിർത്തിയിരിക്കുന്ന ക്ഷമാപൂർണ്ണമായ ആദർശനിഷ്ഠ മനസ്സിന്റെ ഏറ്റവും വിശുദ്ധമായ ചാരിത്രമാണ്.

വൈദികമായ ജീവിതം സങ്കോചിച്ചു സങ്കോചിച്ച് അർഥശൂന്യമായ ആചാരപരതയും പ്രതിരൂപപൂജയും സത്യവിസ്മൃതിയും ആയി ജീർണിച്ചപ്പോൾ, പുതിയ ചക്രവാളം തേടിപ്പോയ ഇ.എം.എസ് എന്നും വിചാരപരമായ പരിശോധന നടത്തിക്കൊണ്ടേയിരിക്കുന്നു. മനസ്സിന്റെ ചാരിത്രം പരിപാലിക്കാനുള്ള മാർഗമാണത്. ഭാരതീയ പാരമ്പര്യത്തിൽനിന്ന് ഇ.എം.എസ് സ്വായത്തമാക്കിയ ഒരു രീതി, ഗുരുശിഷ്യന്മാർ പരസ്പര സംവാദത്തിനു പണ്ടേ സ്വീകരിച്ച തർക്കരീതിയാണ്. നമ്പൂതിരിപ്പാടിന്നൊപ്പം രാഷ്ട്രീയ ചർച്ചകളിൽ തർക്കസമ്പ്രദായം അനുവർത്തിക്കുന്നത് ഒരു ദീക്ഷയാക്കിയ വേറൊരാൾ ലോകത്തിൽ ഇന്നില്ല. അദ്ദേഹത്തിന് ഏറ്റവും ഇഷ്ടമുള്ള രീതിയാണ് അത്. "വാദേ വാദേ ജായതേ തത്ത്വബോധഃ" എന്ന പഴയ താർക്കികന്മാരുടെ അഭിപ്രായം എനിക്കു സമ്മതമാണ്-വാദംവഴി തത്ത്വബോധം ജനിക്കുന്നു. ബുദ്ധിപരമായ സ്വാതന്ത്ര്യത്തിന്റെ പ്രഖ്യാപനമാണ് ഇത്. ഏതു രാഷ്ട്രീയ സാമൂഹിക സംഭവവും നേതൃപ്രസ്താവനയും അടുത്തദിവസംതന്നെ ചിന്താവിഷയമായി സൂക്ഷ്മമായി പരിശോധിച്ചുകൊണ്ടിരിക്കുന്ന മസ്തിഷ്കം ഒരെണ്ണമേ ഇന്ത്യയിൽ ഇന്ന് പ്രവർത്തിക്കുന്നുള്ളൂ. അദ്ദേഹം വിശ്വസിക്കുന്ന തത്വസിദ്ധാന്തത്തിന്റെ മാനദണ്ഡം ഉപയോഗിച്ചായിരിക്കും ഒടുവിൽ അദ്ദേഹം നിഗമനത്തിലെത്തുന്നത്. എങ്കിലും സോക്രട്ടീസിനെപ്പോലെ ജനങ്ങളുടെ ബുദ്ധിയിൽ ആശങ്കകളും അസ്വസ്ഥതകളും സൃഷ്ടിക്കാൻ നമ്പൂതിരിപ്പാട് എന്നും കഴിവുറ്റ ആളാണ്.

രാഷ്ട്രീയരംഗത്തിൽ ചിന്തയ്ക്കും ആശയത്തിനും തത്ത്വശാസ്ത്രത്തിനും സാംഗത്യം നശിക്കുകയും, അവനവന്റെ താൽക്കാലിക താൽപര്യത്തിലും ശ്രേഷ്ഠമായ ഒരു മാനദണ്ഡം ഇല്ലാതാവുകയും ചെയ്തുകൊണ്ടിരിക്കുന്ന ഒരു ഇരുണ്ട യുഗത്തിൽ ഈ മഹാവ്യക്തിയുടെ ജീവിതം ഏതോ വിദൂര വിജയമണ്ഡലത്തിനും അപ്പുറത്തുനിന്ന് വന്നുചേരുന്ന ഒരു നക്ഷത്രമയൂഖംപോലെ നമ്മെ വിസ്മയിപ്പിച്ചുകൊണ്ടു പ്രകാശിക്കുന്നു. ■

സുകുമാർ അഴീക്കോട് ട്രസ്റ്റ്

സുകുമാർ അഴീക്കോടിന്റെ കൃതികൾ

1. ആശാന്റെ സീതാകാവ്യം 1954
2. രമണനും മലയാളകവിതയും 1956
3. പുരോഗമനസാഹിത്യവും മറ്റും 1957
4. മഹാത്മാവിന്റെ മാർഗ്ഗം 1959
5. ശങ്കരക്കുറുപ്പ് വിമർശിക്കപ്പെടുന്നു 1963
6. ഒരു കൂട്ടം പഴയ കത്തുകൾ (വിവർത്തനം) 1963
7. ഹക്കിൾബറി ഫിന്നിന്റെ വിക്രമങ്ങൾ (വിവർത്തനം) 1967
8. മഹാകവി ഉള്ളൂർ (ഇംഗ്ലീഷ്) 1979
9. വായനയുടെ സ്വർഗത്തിൽ 1980
10. ജയദേവൻ (വിവർത്തനം) 1980
11. മഹാകവി ഉള്ളൂർ (ഹിന്ദി) 1980 (വിവർത്തകൻ - ഹേമചന്ദ്ര പഹാരെ)
12. മഹാകവി ഉള്ളൂർ (തമിഴ്) 1980 (വിവർത്തകൻ - എം. രാമലിംഗം)
13. മലയാള സാഹിത്യ വിമർശനം 1981
14. മഹാകവി ഉള്ളൂർ (തെലുങ്ക്) 1983 (വിവർത്തകൻ - ബി.വി. ശ്രീനിവാസാചാര്യലു)
15. ചരിത്രം സമന്വയമോ സംഘട്ടനമോ 1983
16. തത്ത്വമസി 1984
17. മഹാകവി ഉള്ളൂർ (കന്നഡ) 1986
18. മലയാള സാഹിത്യ പഠനങ്ങൾ 1986
19. വിശ്വസാഹിത്യപഠനങ്ങൾ 1986
20. ഖണ്ഡനവും മണ്ഡനവും 1986
21. തത്ത്വവും മനുഷ്യനും 1986
22. എന്തിന് ഭാരതധരേ 1990
23. തത്ത്വമസി (ഹിന്ദി) 1991 (വിവർത്തകൻ - സുധാംശു ചാറ്റർജി)
24. ഗുരുവിന്റെ ദുഃഖം 1993
25. സുകുമാർ അഴീക്കോടിന്റെ സംഭാഷണങ്ങൾ 1994 (എഡിറ്റർ പി.വി. മുരുകൻ)
26. അഴീക്കോടിന്റെ പ്രഭാഷണങ്ങൾ 1995
27. അഴീക്കോടിന്റെ ഫലിതങ്ങൾ 1995 (സമ്പാദകൻ: കെ. സുദർശൻ)
28. ആകാശം നഷ്ടപ്പെടുന്ന ഇന്ത്യ 1997
29. പാതകൾ, കാഴ്ചകൾ 1997
30. നവയാത്രകൾ 1998 (സമാഹരണം: വി. അനിലാൽ)
31. പുതുപുഷ്പങ്ങൾ 1999
32. തിരഞ്ഞെടുത്ത പ്രബന്ധങ്ങൾ 1999 (സമാഹരണം - ബാലചന്ദ്രൻ വടക്കേടത്ത്)
33. ഭാരതീയത 1999
34. ദർശനം സമൂഹം വ്യക്തി 1999
35. തത്ത്വമസി (തമിഴ്) 2000 (വിവർത്തകൻ - രുദ്ര തുളസീദാസ്)
36. ഭാവന എന്ന വിസ്മയം 2001
37. പ്രിയപ്പെട്ട അഴീക്കോടിന് (സമാഹരണം) 2001

38. ഇന്ത്യയുടെ വിപരീതമുഖങ്ങൾ 2003
39. വായിച്ചു വളർന്ന കഥ 2005
40. അഴീക്കോടിന്റെ ലേഖനങ്ങൾ 2006
41. നട്ടെല്ല് എന്ന ഗുണം 2006
42. അഴീക്കോട് മുതൽ അയോദ്ധ്യ വരെ 2007
43. മഹാകവി ഉള്ളൂർ (മലയാളം) 2008 (വിവർത്തകൻ - സി.പി. ശിവദാസൻ)
44. ജനാലക്കാഴ്ചകൾ 2009
45. നാടുനാറുന്നോ 2009
46. രാഷ്ട്രീയവും സാംസ്കാരികവും 2009
47. കളിക്കളങ്ങളിൽ നിന്ന് 2009
48. അഴീക്കോടിന്റെ ആത്മകഥ (ആദ്യഭാഗം) 2010
49. ഈ ദൈവവും തോൽക്കുമോ 2010
50. അഴീക്കോടിന്റെ അവതാരികകൾ 2010 (സമാഹരണം - പോൺ മണലിൽ)
51. ഭാരതീയവും സാഹിതീയവും 2010
52. അഴീക്കോടിന്റെ ആത്മകഥ (ഭാഗം 1) 2011
53. ഭാരതം ജനം 2011
54. തിരഞ്ഞെടുത്ത ലേഖനങ്ങൾ 2011
55. ഈശ്വരന്റെ കഷ്ടകാലം 2011
56. അഴീക്കോടിന്റെ കയ്യൊപ്പ് - എഡിറ്റർ എം. ഹരിദാസ് 2011
(66 അവതാരികകൾ)
57. ഇന്ത്യയും ചിന്തയും 2011
58. ടാഗോറിന്റെ ഇന്ത്യ 2011
59. അരങ്ങുകളിലൂടെ അഴീക്കോട് (പ്രസക്തക്കുറിപ്പുകൾ)
(സമാഹരണം - ജയപ്രകാശ് പെരിങ്ങോട്ടുകുറിശി) 2011
60. വീണ്ടുവിചാരങ്ങൾ 2011
61. തിരഞ്ഞെടുത്ത പ്രബന്ധങ്ങൾ - സുകുമാർ അഴീക്കോട് 2011
(സമാഹരണം - ബാലചന്ദ്രൻ വടക്കേടത്ത്)

അഴീക്കോടിനെപ്പറ്റിയുള്ള ഗ്രന്ഥങ്ങൾ

1. അഴീക്കോടിനെ അറിയുക 1986 (പഠനങ്ങൾ)
2. അഴീക്കോടിന്റെ കാലഘട്ടം 1986 (പഠനങ്ങൾ)
3. സാഗരഗർജനം 1986 (പഠനങ്ങൾ)
4. അഴീക്കോട് എന്ന വിചാരശില്പി - പോൾ മണലിൽ 1991 (ജീവചരിത്രം)
5. സുകുമാർ അഴീക്കോട് വ്യക്തിയും ദർശനവും - പി. ഗംഗാധരൻ 1997
(പഠനങ്ങൾ)
6. സുകുമാർ അഴീക്കോട് - ഇ.എം. അഷ്റഫ് 2001 (ജീവചരിത്രം)
7. അഴീക്കോടിന്റെ ലോകത്തിൽ - മണർകാട് മാത്യു 2009 (സംഭാഷണം)
8. സുകുമാർ അഴീക്കോട് ശതാഭിഷേക സ്മരണിക 2010
9. അഴീക്കോട് എന്ന അനുഭവം - ഇയ്യങ്കോട് ശ്രീധരൻ 2010 (സാംസ്കാരികപഠനം)
10. അഴീക്കോട് ജീവിതപ്രകാശം - എഡിറ്റർ പി. ഗംഗാധരൻനായർ 2011
(സമാഹാരം)

www.ingramcontent.com/pod-product-compliance
Lightning Source LLC
Chambersburg PA
CBHW031351230926
51848CB00002B/472
9788184232950